HOÀNG CƠ ĐỊNH
GENERAL EDITOR
Chủ biên

A BRIEF HISTORY *of* VIETNAM
Việt Sử Đại Cương

TẬP I
Volume 1

FROM NATION FOUNDERS KING HUNGS
TO KING GIA LONG'S UNIFICATION OF VIETNAM
Từ Quốc Tổ Hùng Vương Dựng Nước
Đến Vua Gia Long Thống Nhất Việt Nam

2018

GENERAL EDITOR
Chủ biên
Hoàng Cơ Định

WRITING GROUP
Nhóm Biên Soạn

Hoàng Cơ Định,   Nguyễn Vũ Bình,
Đào Việt Sơn,   Ngô Minh Trực,
Nguyễn Văn Sâm,   Phiên Ngung,
Hoàng Trương,   Bửu Uy,
Hồ Thanh Thái,   Lê Huy Vũ,
Phạm Huy Cường,   Vivian Thạch
và các cộng sự

EDITOR
Biên Tập
Hoàng Trương

ILLUSTRATION
Trình Bày
Nguyễn Linh Chi

Xuất bản lần thứ nhất   First edition published
tại Hoa Kỳ, 2018   in USA, 2018

ISBN: 978-1717254597
Copyright © 2018 Hoàng Cơ Định
All rights reserved.

ALL CORRESPONDENCES SEND TO
Thư từ liên lạc gửi về
Xuân Trâm
2482 S. King Rd. # 438, San Jose, CA 95122
donghydonghung@gmail.com

MỤC LỤC

Lời nói đầu	1
Giai đoạn lập quốc của người Việt Nam	5
Địa lý nước Văn Lang	7
Tổ chức quốc gia và xã hội của nước Văn Lang	10
Nguồn gốc các sắc dân tại nước Văn Lang	14
Thục Phán chấm dứt triều đại Hùng Vương, thành lập nước Âu Lạc	15
Xã hội Việt Nam dưới triều đại An Dương Vương	16
Diễn trình ngoại thuộc của nước Việt Nam	19
Triệu Đà khởi nghiệp và xâm lăng Âu Lạc	19
Chính sách cai trị của Triệu Đà	21
Nước Nam Việt bị nhà Hán xâm chiếm, Âu Lạc hoàn toàn nội thuộc phương Bắc	23
Bắc thuộc lần thứ nhất và cuộc khởi nghĩa của Hai Bà Trưng	27
Những năm đầu tiên của thời kỳ Bắc thuộc thứ nhất	27
Chính sách cai trị của nhà Đông Hán và cuộc khởi nghĩa của Hai Bà Trưng	31
Nhà Hán sai Mã Viện sang xâm lăng Âu Lạc	36
Chính sách của nhà Hán sau cuộc khởi nghĩa của Hai Bà Trưng	37
Bắc thuộc lần thứ hai và các cuộc khởi nghĩa của Bà Triệu, Lý Trường Nhân và Lý Thúc Hiến	41
Sự thay đổi liên tiếp của các triều đại thống trị từ phương Bắc	42
Các cuộc nổi dậy của dân Âu Lạc sau khi chấm dứt chính sách Nhu Viễn	45
Sự định hình của xã hội và dân tộc Lạc Việt	50
Lý Bí chấm dứt Bắc thuộc lần thứ hai, thành lập nhà Tiền Lý và nước Vạn Xuân	53
Cuộc khởi nghĩa của Lý Bí, Tinh Thiều và Triệu Túc năm 542	53
Quốc hiệu Vạn Xuân	55
Cuộc xâm lăng nước Vạn Xuân của nhà Lương	57
Sự sụp đổ của nhà Tiền Lý và thời kỳ Bắc thuộc lần thứ ba	61
Cuộc khởi nghĩa trong thế kỷ thứ 7 của Lý Tự Tiên và Đinh Kiến	63
Các cuộc khởi nghĩa trong thế kỷ thứ 8	65
Tình hình nước ta ở thế kỷ thứ 9	68

INDEX

Forewords — 1

The nation founding phase of Vietnam — 5
   Văn Lang Geography — 7
   National and social governance of Văn Lang — 10
   Origin of Văn Lang's ethnic groups — 14
   Thục Phán ended King Hung's dynasty
   and established the nation of Âu Lạc — 15
   Vietnamese society under the reign of king An Dương — 16

Progression towards the first foreign domination of Văng Lang — 19
   The rise of Triệu Đà (Zhao Tuo) and the invasion of Âu Lạc — 19
   Triệu Đà's policy of governance — 21
   Han conquered Nam Việt (Nanyue)
   and the completed domination of Âu Lạc by foreigner — 23

**The first Chinese domination
and the uprising of the Trưng sisters** — 27
   The initial years of the First Chinese domination period — 27
   Eastern Han's policy and the Uprising of the Trung Sisters — 31
   Han dynasty sent Mã Viện (Ma Yuan) to invade Âu Lạc — 36
   Han's policy post the Uprising of the Trưng Sisters — 37

**The second Chinese domination and the uprisings
of Lady Triệu, Lý Trường Nhân and Lý Thúc Hiển** — 41
   Constant change of the ruling dynasty in China — 42
   Âu Lạc Uprisings post Nhu Viễn policy — 45
   The shaping of Lạc Việt's society and its people — 50

**Lý Bí ended the second Chinese domination
founded the early Lý dynasty and Vạn Xuân nation** — 53
   The uprising of Lý Bí, Tinh Thiều and Triệu Túc in 542 — 53
   The establishment of the nation of Vạn Xuân — 55
   The invasion of Vạn Xuân by the Liang dynasty — 57

**The collapse of the early Lý dynasty
and the third Chinese domination** — 61
   The uprisings in the 7th century by Lý Tự Tiên and Đinh Kiến — 63
   The uprisings in the 8th century — 65
   Our nation's situation in the 9th century — 68

**Họ Khúc và Ngô Quyền xóa bỏ thời kỳ Bắc thuộc
giành lại tự chủ cho đất Âu Lạc** 73
   Họ Khúc dấy nghiệp 74
   Dương Diên Nghệ và Kiều Công Tiễn 77
   Ngô Quyền đại phá quân Nam Hán 78
   Nhà Ngô và thời kỳ tự chủ 81

**Những năm đầu tự chủ của Việt Nam
các triều đại Ngô, Đinh và Tiền Lê** 85
   Nhà Ngô (939 - 965) 86
   Nhà Đinh (968 – 980) 87
   Nhà Tiền Lê (980 – 1009) 91

Nhà Lý và công cuộc Bình Chiêm Phá Tống 97
   Lý Công Uẩn và việc định đô Thăng Long 97
   Định hình chế độ phong kiến ở Việt Nam 99
   Công cuộc Bình Chiêm Phá Tống 106

Việt Nam dưới triều nhà Lý 113
   Sự phát triển của Nho học 113
   Hoàn thiện tổ chức chính quyền phong kiến 115
   Quân chế thời Lý 117
   Tình hình kinh tế xã hội dưới triều nhà Lý 118

Nhà Trần và công cuộc kháng chiến chống quân Nguyên-Mông ... 125
   Họ Trần khởi nghiệp 125
   Nhà Trần xây dựng và củng cố chính quyền 128
   Cuộc kháng chiến chống quân Nguyên - Mông 132

Tình hình kinh tế - xã hội thời Trần và quá trình suy vong .. 145
   Tình hình kinh tế thời Trần 145
   Tình hình xã hội thời Trần 150
   Quá trình suy vong của nhà Trần 153

Thời đại Hồ Quý Ly và cuộc xâm lăng của nhà Minh 157
   Hồ Quý Ly cướp ngôi nhà Trần 157
   Những cải tổ của Hồ Quý Ly 158
   Chiến tranh với Chiêm Thành dưới triều Hồ Quý Ly 160
   Nhà Hồ trước cuộc xâm lăng của Nhà Minh 161
   Các giai đoạn xâm lăng của nhà Minh 163

Chế độ cai trị của nhà Minh và các cuộc khởi nghĩa đầu tiên ... 169
   Guồng máy hành chánh của nhà Minh tại Đại Việt 170
   Chính sách đồng hóa của nhà Minh tại Đại Việt 173

**Khúc family and Ngô Quyền ended China domination
and established independence for Âu Lạc** — 73
   The rise of Khúc's family — 74
   Dương Diên Nghệ and Kiều Công Tiễn — 77
   Ngô Quyền's victory over Southern Han's attempted invasion — 78
   The Ngô dynasty and the independence era — 81

**Vietnam's early years of independence
the dynasty of Ngô, Đinh and early Lê** — 85
   Ngô Dynasty (939- 965) — 86
   Đinh Dynasty (968 -980) — 87
   Early Lê Dynasty (980 - 1009) — 91

The Lý dynasty – The wars against Champa and the Song — 97
   Lý Công Uẩn and the establishment of the capital in Thăng Long — 97
   Improving the organization of the feudal government — 99
   Campaign to pacify Champa and against the Song's invasion — 106

Vietnam under the Lý dynasty — 113
   The adoption of Confucianism — 113
   Improving the organization of the feudal government — 115
   Military under the Lý era — 117
   Socio-economy under the Lý dynasty — 118

The Trần dynasty and the wars against the Yuan-Mongolian — 125
   The rise of the Trần dynasty — 125
   The establishment and consolidation of the Trần dynasty longevity — 128
   The wars against the Yuan-Mongolian invasion — 132

The socio-economic under the Trần dynasty and its decline — 145
   Economy in the Trần era — 145
   Society under Trần dynasty — 150
   The decline of the Trần dynasty — 153

The Hồ Quý Ly dynasty and the Ming invasion — 157
   Hồ Quý Ly usurped the throne from the Trần — 157
   The reforms by Hồ Quý Ly — 158
   The wars with Champa during the Hồ Quý Ly dynasty — 160
   The Hồ dynasty and the Ming invasion — 161
   The stages of the Ming invasion — 163

The Ming's rule of Vietnam and the initial revolts — 169
   The administrative apparatus in Đại Việt during the Ming's rule — 170
   Ming's assimilation policy in Đại Việt — 173

Chính sách lao dịch của Minh triều đối với dân Đại Việt	175
Chính sách vơ vét tài nguyên của nhà Minh	177
Giản Định Đế và cuộc Khởi Nghĩa đầu tiên chống lại nhà Minh	178

Mười năm kháng chiến của Lê Lợi đánh đuổi quân Minh giành lại độc lập — 185

Dựng cờ khởi nghĩa và xây dựng lực lượng	186
Chiến dịch phản công	190
Tiến quân ra Bắc	193

Chế độ quân chủ thời Lê — 203

Những vị vua đầu tiên và việc xây dựng chế độ quân chủ	204
Tình hình kinh tế - xã hội thời Lê sơ	210
Sự phát triển của văn học và sử học	216
Chính sách ngoại giao và việc mở nước về phía Nam	221

Sự suy thoái của nhà Lê đầu thế kỷ 16 — 225

Sự suy thoái của nhà Lê và các cuộc nội chiến	225
Tình hình chính trị xã hội Đại Việt thời Nam Bắc triều	231
Cuộc chiến tranh Trịnh - Mạc	237

Cuộc chiến tranh Trịnh - Nguyễn — 241

Họ Nguyễn lập nghiệp tại phương Nam	241
Cương vực Trịnh - Nguyễn sau năm 1600	245
Các cuộc giao tranh Trịnh - Nguyễn	247

Chính sách của họ Trịnh tại Đàng Ngoài — 255

Thời kỳ loạn lạc	256
Thời kỳ bình trị và suy thoái	257
Chính sách ngoại giao của họ Trịnh	263

Chính sách của họ Nguyễn tại Đàng Trong — 269

Tổ chức chính trị tại Đàng Trong	270
Các chúa Nguyễn mở nước về phương Nam	275

Người Tây phương đến Việt Nam và sự suy vong của các triều đại Trịnh - Nguyễn — 283

Người Tây Phương đến Việt Nam	283
Sự xuất hiện của Thiên Chúa Giáo ở Việt Nam	286
Chữ Quốc Ngữ	290
Sự suy thoái của họ Nguyễn ở Đàng Trong	292
Sự suy thoái của họ Trịnh ở Đàng Ngoài	296

Ming's forced labor policy to enslave Vietnamese	175
Ming's policy of stripping resources	177
Giản Định Đế and the first uprising against the Ming	178

Lê Lợi ten-year fight against the Ming to regain independence — 185
- Proclaim uprising and consolidate resistance force — 186
- The fight back campaign — 190
- Advancing North — 193

The monarchical regime of the Lê dynasty — 203
- The pioneer kings and the establishment of the monarchical regime — 204
- The socio-economic of the Initial Lê Dynasty — 210
- The development of literature and history — 216
- Foreign policy and the Southward territorial expansion — 221

The decline of the Lê dynasty — 225
- The decline of the Lê dynasty and the debilitating wars — 225
- The socio-political situation of Đại Việt during the Nam-Bắc period — 231
- The Trịnh-Mạc wars — 237

The Trịnh – Nguyễn wars — 241
- The founding years of the Nguyễn's rule in the South — 241
- The territories of the Trịnh and Nguyễn clans after 1600 — 245
- The clashes of the Trịnh-Nguyễn wars — 247

Trịnh's governing policies in Đàng Ngoài — 255
- The turbulent period — 256
- The peaceful and declining periods — 257
- Diplomatic policy of the Trịnh clan — 263

Nguyễn's governing policies in Đàng Trong — 269
- The governance structure of Đàng Trong — 270
- The Nguyễn lords expansion of territory to the South — 275

The arrival of Westerners in Vietnam and the decline of the Trịnh - Nguyễn dynasties — 283
- The arrival of Westerners to Vietnam — 283
- The emergence of Christianity in Vietnam — 286
- The Romanized Vietnamese script — 290
- The decline of the Nguyễn clan in Đàng Trong — 292
- The decline of the Trịnh clan in Đàng Ngoài — 296

Triều đại Tây Sơn 303
  Tây Sơn khởi nghĩa 304
  Quân Trịnh tham chiến 306
  Tây Sơn tiến đánh Gia Định 308
  Tây Sơn đánh bại quân Xiêm 310
  Tây Sơn tiến quân ra Bắc, lật đổ chúa Trịnh 312
  Quang Trung đại phá quân Thanh 314
  Ba triều đình Tây Sơn 317
  Nhà Tây Sơn dưới triều vua Quang Trung 319

Nguyễn Ánh dựng nên Triều Nguyễn, thống nhất đất nước 325
  Các cuộc kháng cự đầu tiên của Nguyễn Ánh 325
  Nguyễn Ánh cầu cứu nước Pháp 328
  Giai đoạn phản công và thắng lợi 330
  Nguyễn Ánh sửa sang chính sách cai quản Gia Định 333
  Nguyễn Ánh tiến đánh ra Bắc 335
  Nguyễn Ánh đánh ra Bắc thống nhất Đại Việt 339

Tình trạng văn hóa xã hội của Việt Nam vào cuối thế kỷ 18 343
  Bối cảnh lịch sử 343
  Xã hội Việt Nam vào cuối thế kỷ 18 344
  Văn học Việt Nam trong thế kỷ 18 348

Tạm kết Tập I Việt Sử Đại Cương 355

**Các thời điểm quan trọng trong Việt sử
đối chiếu với tình hình thế giới** 357

Sách và tài liệu tham khảo 367

Tây Sơn dynasty — 303
   The Tây Sơn uprising — 304
   The Trịnh clan entered the civil war — 306
   Tây Sơn advanced on Gia Định — 308
   Tây Sơn defeated Siam-Nguyễn allied forces — 310
   Tây Sơn advanced North, overthrew Trịnh Lords — 312
   Quang Trung defeated the Qing army — 314
   The three reigns of the Tây Sơn dynasty — 317
   Tây Sơn Dynasty under the reign of emperor Quang Trung — 319

Nguyễn Ánh established the Nguyễn dynasty, unifying the country — 325
   The early military resistances of Nguyễn Ánh — 325
   Nguyễn Ánh sought help from France — 328
   Period of the counter-offensives and victories — 330
   Nguyễn Ánh implemented reforms
   in the administration of Gia Định — 333
   Nguyễn Ánh advanced North — 335
   Nguyễn Ánh advanced North and unified Đại Việt — 339

Social and cultural aspects of Vietnam in the late 18th century — 343
   Historical background — 343
   Vietnamese society in the late 18th century — 344
   Vietnamese literature in the 18th century — 348

A brief history of Vietnam — 355

Historical events in Vietnam and important events in the world — 357

References and research links — 367

A BRIEF HISTORY OF VIETNAM .VOLUME 1

HOÀNG CƠ ĐỊNH

FOREWORDS
Lời Nói Đầu

Người Việt Nam cần phải biết lịch sử nước Việt. Có hiểu được những khó khăn dựng nước và giữ nước của biết bao thế hệ trước, người Việt mới có niềm tự tin và ý thức được bổn phận phải gìn giữ non sông do cha ông để lại. Tuy nhiên, vì không phải ai cũng có đủ thời giờ, công sức để tìm đọc các sách in hay tài liệu chi tiết về Việt sử, nên chúng ta cần một cuốn sử giản lược, gồm những sự kiện căn bản dễ đọc, dễ nhớ cho mọi người.

Cuốn Việt Sử Đại Cương độc giả đang có trong tay, ghi lại sự việc từ thời lập quốc, tới những năm đầu của thế kỷ 21, nhằm mục tiêu nêu trên và hướng đến hai đối tượng chính:

Những người Việt hiện sống xa quê hương, biết về Việt sử qua các chuyện kể của cha ông, hoặc những tài liệu viết với lối nhìn và chủ đích khác nhau của các tác giả ngoại quốc.

We Vietnamese must know our own history. Only through the understanding of the long journey of nation building by our forebears and the sacrifices to defend our country by so many generations before us that we have the faith and the awareness of our duties to protect the land we inherited. However, since not everyone has enough time nor ability to find books to go through all the details thus we need a simple and short version of the Vietnamese history which recounts the main events for easy access and comprehension by all readers.

A Brief History of Vietnam you are holding now, records the events from the founding nation era to the early years of 21st Century for that goal and aims at two main groups:

Vietnamese who are no longer on the home soil thus memories about Vietnamese history were somewhat left untouched or whose knowledge of Vietnamese history is based just on the stories told by parents and grandparents.

A BRIEF HISTORY OF VIETNAM .VOLUME 1

Những người Việt sinh trưởng trên quê hương Việt Nam, nhưng phải hấp thụ một nền giáo dục trong đó Việt sử đã bị bóp méo, gò ép và nhào nặn theo nhãn quan nhằm phục vụ cho mục đích giữ quyền cai trị đất nước của đảng Cộng Sản Việt Nam.

For people who although growing up in Vietnam but the acquired education in which Vietnamese history has been distorted and bent to serve the goal of Vietnamese communist party in their blindly pursue of authoritarian dictatorship rule of Vietnam.

Ngoài ra, vì lịch sử phải làm sao chỉ bao gồm những chuyện có thật trong quá khứ, tập Việt Sử Đại Cương sẽ không chép lại các giai thoại huyền sử, cũng như những truyền thuyết huyền hoặc được truyền tụng trong dân gian vì nhiều phần đó chỉ là những điều trong trí tưởng tượng của con người. Chưa kể, những điều huyền hoặc này còn có thể là những chuyện hư cấu với dụng tâm phục vụ cho những triều đại cầm quyền trong quá khứ, đặc biệt là trong thời gian nước ta bị đô hộ bởi nước Tàu trong hơn 1.000 năm Bắc thuộc.

Furthermore, since history must only include the genuine and truthful events of the past, this Brief History of Vietnam will not include the pre-recorded period or the unsubstantiated theories and mythical stories prevalent amongst the mass because they could be the products of the imaginative minds or the invention of the ruling dynasties of the past era, especially during the time our country was ruled by China during the 1,000-Year Northern domination.

Vì tính chất phổ thông, sách này chỉ ghi lại những sự kiện chính yếu và các bước ngoặt của lịch sử mà không đi sâu vào chi tiết, giải thích từng sự kiện. Do đó, đây không phải là tài liệu tham khảo để biết rộng hơn về Việt sử, hay dùng để đánh giá các tài liệu lịch sử khác. Nhưng là tài

As a general publication, the book only records the core issues and the turning points in history but does not dwell onto the detail of each issue. Therefore, this book is not suitable as a research material on Vietnamese history nor it can be used to assess other history books. Instead, this book is just to assist

HOÀNG CƠ ĐỊNH

liệu giúp bất cứ ai đọc sẽ có được cái nhìn khái quát, cơ bản và quan trọng hơn cả là:
Nhớ được lịch sử Việt Nam.

Cuốn Việt Sử Đại Cương được thực hiện với sự góp sức của nhiều thân hữu, mà tiêu chuẩn chung là cùng thiết tha với cội nguồn và tương lai của dân tộc. Trong nhóm thực hiện, tôi xin gửi lời cám ơn đặc biệt tới bà Hồ Thanh Thái và ông Hoàng Trương, nếu không có những nỗ lực bền bỉ của quý bạn, cuốn sách sẽ không hoàn tất được như ước muốn.

Sau cùng, xin gửi tới sử gia Lê Mạnh Hùng lòng biết ơn sâu xa của nhóm biên soạn. Bộ sử phong phú "Nhìn lại SỬ VIỆT" của ông đã là tài liệu tham khảo quan trọng cho chúng tôi thực hiện cuốn sách giản lược Việt Sử Đại Cương này.

Hoàng Cơ Định
Tháng 4/2018

anyone and everyone to have a basic and general idea, and most importantly: To remember the history of Vietnam.

A Brief History of Vietnam has been compiled with the co-operation of many contributors with the common aspiration and admiration of our people's past and future. We especially thank Ms. Hồ Thanh Thái and Mr. Hoàng Trương as without their relentless effort, this book would not be completed.

Last, we would like to express our deep gratitude to historian Lê Mạnh Hùng for his epic Revisit Vietnamese History (Nhìn Lại Sử Việt) has been an important source for us to compile this book
A Brief History of Vietnam.

Hoàng Cơ Định
April/ 2018

THE NATION FOUNDING PHASE OF VIETNAM
Giai Đoạn Lập Quốc Của Người Việt Nam

Nước Việt Nam thời lập quốc có tên là Văn Lang, nằm trong vùng đất giữa sông Hồng, sông Mã và sông Lam. Nước Văn Lang do các vua Hùng dựng nên, bắt đầu vào khoảng thế kỷ thứ 7 Trước Công Nguyên (khoảng năm 682TCN) và chấm dứt vào năm 218TCN với 18 đời vua, kéo dài khoảng 400 năm. Sau đó Văn Lang được đổi tên thành Âu Lạc. Về nguồn gốc của vua Hùng, các sách trước đây thường nêu lên huyền sử về họ Hồng Bàng trong đó Hùng Vương được cho là con Rồng cháu Tiên. Tên gọi của vua Hùng và nước Văn Lang được ghi chép lại lần đầu tiên trong cuốn Đại Việt Sử Lược của Trần Phổ viết vào thế kỷ 14. Đây là cuốn sử xưa nhất còn lưu lại được của Việt Nam. Theo Đại Việt Sử Lược, vào khoảng đầu thế kỷ thứ 7 TCN, có một bậc dị nhân đã kết hợp được 15 bộ tộc tại thung lũng sông

In the early nation-building years, Vietnam was named Văn Lang by our founding fathers, the Hùng kings. Văn Lang was located between the three rivers Hồng, Mã and Lam. The Hùng kings, with 18 different Kings, ruled the country for about 400 years from the 7th century BC (around 682 BC to 218 BC). Văn Lang was later renamed Âu Lạc. History records often recounted the legend of the Hồng Bàng family, according to which the Hùng kings were descendants of the mythical Dragon and Fairy. The names Hùng and Văn Lang were first recorded in Đại Việt Sử Lược (History of Đại Việt - (HĐV), written by Trần Phổ in the 14th century, and is the oldest history book of Vietnam that we still have today. According to HĐV, in around the beginning of the 7th century BC, our founding father was an extraordinary man who unified 15 tribes in the Hồng river valleys, established Văn Lang as a

Hồng, lập nên nước Văn Lang, tự xưng là Hùng Vương, truyền ngôi được 18 đời, từ Hùng Vương Thứ Nhất tới Hùng Vương Thứ Mười Tám.

Khởi thủy, cư dân tại Văn Lang được gọi là Lạc dân, danh từ Lạc Việt chỉ xuất hiện vào thế kỷ thứ nhất sau khi Mã Viện, viên tướng nhà Hán sau khi đánh bại Hai Bà Trưng dùng để chỉ vùng đất mới chiếm lại được. Các cứ liệu khảo cổ học và cổ sử đều cho thấy nhóm cư dân Lạc Việt không có mối liên hệ cơ hữu nào với các nhóm Bách Việt, là những bộ tộc trước đây ở miền nam nước Tàu.

Mặt khác, sách Đại Việt Sử Lược cũng chép chuyện Việt Vương Câu Tiễn (496TCN) sau khi chiếm nước Ngô, có sai sứ sang dụ Hùng Vương thần phục nhưng bị Hùng Vương cự tuyệt. Điều này chứng tỏ dân Lạc, dầu sau này được gọi là Lạc Việt, không phải là một trong các bộ tộc Bách Việt bên Tàu thoát thai từ nước Việt của Câu Tiễn.

country, declared himself King Hùng, founding the Hùng Vương dynasty with 18 successive Kings from King Hùng I to King Hùng XVIII.

In the beginning, the inhabitants of Văn Lang were called Lạc People. The name Lạc Việt was introduced in the first century after Mã Viện (Ma Yuan), a Han general, defeated the Trưng Sisters and began China's rule in our country. Archaeological and historical records show that Lạc Việt people were not genetically related to the Baiyue (Bách Việt) tribes living in Southern China.

Furthermore, History of Đại Việt also recorded the story of Kou Chien (Câu Tiễn), King of Yueh, (496 BC), during the Spring and Autumn Period, having defeated Wu, sent an envoy to King Hùng to persuade him to pledge allegiance, but that proposition was rejected by King Hùng. These records show that the Lạc people, although later renamed Lạc Việt, were not one of the Hundred Yue tribes in China which originated from Kou Chien's Yue.

HOÀNG CƠ ĐỊNH

ĐỊA LÝ NƯỚC VĂN LANG

VĂN LANG GEOGRAPHY

Nước Văn Lang bao gồm các vùng đất tại các đồng bằng sông Hồng, sông Mã, sông Lam, và được chia thành 15 bộ tộc:

The territory of Văn Lang included land in the deltas of the rivers Hồng, Mã and Lam, and was divided into 15 regions:

1) Văn Lang (Phú Thọ)
2) Châu Diên (Sơn Tây)
3) Phúc Lộc (Sơn Tây)
4) Tân Hưng (Hưng Hoá - Tuyên Quang)
5) Vũ Định (Thái Nguyên, Cao Bằng)
6) Vũ Ninh (Bắc Ninh)
7) Lục Hải (Lạng Sơn)
8) Ninh Hải (Quảng Ninh)
9) Dương Tuyền (Hải Dương)
10) Giao Chỉ (Hà Nội, Hưng Yên, Nam Định, Ninh Bình)
11) Cửu Chân (Thanh Hoá)
12) Hoài Hoan (Nghệ An)
13) Cửu Đức (Hà Tĩnh)
14) Việt Thường (Quảng Bình, Quảng Trị)
15) Bình Văn (Bắc Kạn)

Các vua Hùng đóng đô tại Văn Lang thuộc bộ tộc Văn Lang. Tên của kinh đô Văn Lang được các sử gia sau này đổi thành Phong Châu, ngày nay thuộc vùng Bạch Hạc, tỉnh Phú Thọ.

The Hùng kings were based in Văn Lang Region. Văn Lang Region later on became Phong Châu thus historians referred to the capital of Văn Lang as Phong Châu, now in Bạch Hạc District, Phú Thọ Province.

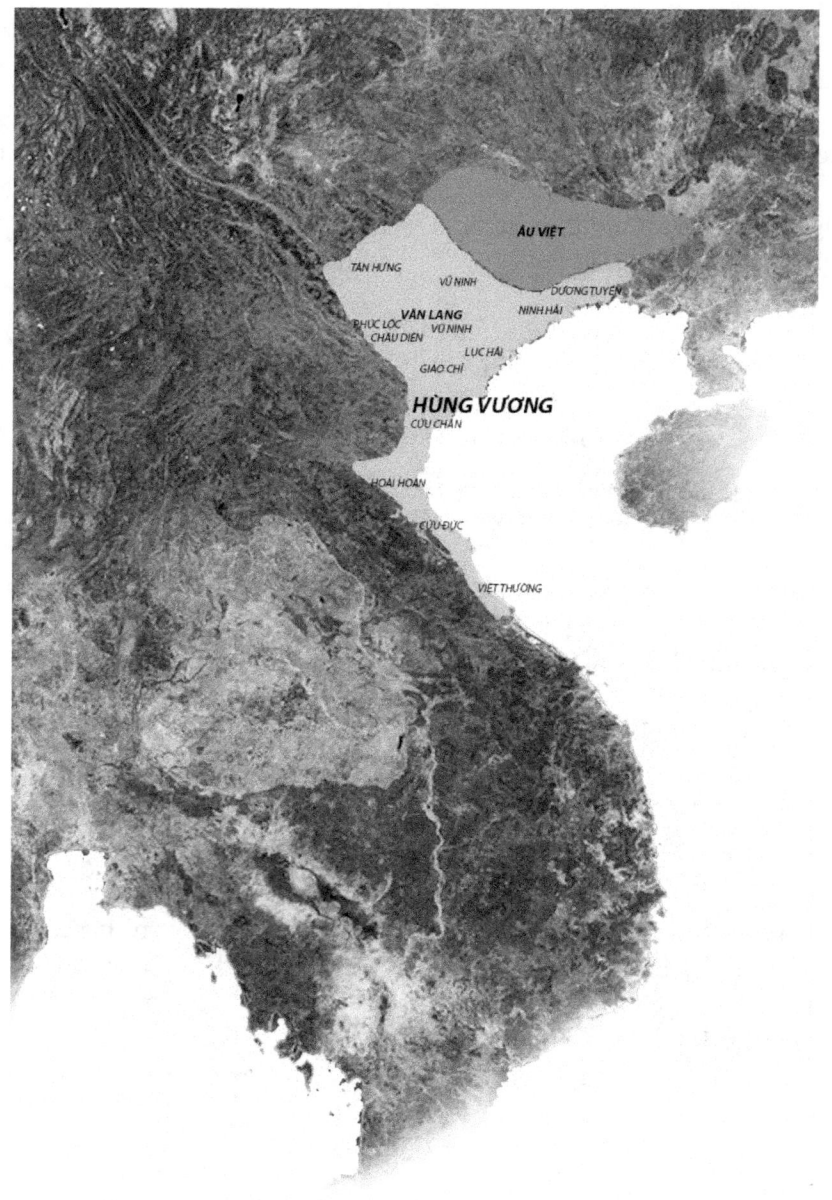

Map of Văn Lang during the Hùng king's era
Bản đồ nước Văn Lang thời Hùng Vương

King Hùng's temple in Phú Thọ
Lăng vua Hùng ở Phú Thọ

Theo Ngọc phả Hùng Vương chép thời Hồng Đức, nhà Lê (1460) các vua Hùng đã được thờ cúng tại đền Hùng từ thời nhà Đinh (968). Việc thờ cúng được giao cho dân chúng địa phương trách nhiệm tổ chức ngày giỗ các Vua Hùng, còn gọi là hội Đền Hùng, được tổ chức hàng năm vào ngày 10 tháng 3 âm lịch. Vào năm 1917, dưới triều vua Khải Định, ngày này đã được ấn định là ngày Quốc lễ. Hàng năm, các quan phải theo lệnh vua mặc phẩm phục lên đền Hùng thay mặt triều đình Huế cúng tế.

According to the annals of Hùng kings recorded during the reign of Hồng Đức (the Lê dynasty, 1460), the Hùng kings had been worshipped in Phú Thọ since the Đinh Dynasty (968). Local people were responsible for worship activities. The Anniversary of the Hùng kings, also known as the Hùng Temple Festival, was held annually on March 10 of the lunar calendar. In 1917, under the reign of King Khải Định, this day was designated the National Day. Every year, court mandarins on national costume attending the Hùng Temple for the official offerings on behalf of the royal court.

Thời Việt Nam Cộng hòa chính quyền vẫn công nhận ngày 10 tháng 3 âm lịch là ngày lễ chính thức của quốc gia.

The Republic of Vietnam, followed this tradition to recognize this day as an official national holiday.

Thời Cộng Hòa Xã Hội Chủ Nghĩa tới năm 2007 mới chính thức quy định ngày giỗ tổ Hùng Vương là ngày nghỉ lễ.

However, for the Socialist Republic of Vietnam, it was not until 2007 that the Anniversary of the Hùng kings was officially recognized as a national holiday.

TỔ CHỨC QUỐC GIA VÀ XÃ HỘI CỦA NƯỚC VĂN LANG

NATIONAL AND SOCIAL GOVERNANCE OF VĂN LANG

Hùng Vương đóng đô ở Phong Châu, đặt quan văn gọi là Lạc Hầu, tướng võ gọi là Lạc Tướng, con trai vua gọi là Quan Lang, con gái vua gọi là Mị Nương, các quan nhỏ gọi là Bố Chính. Quyền chính trị theo cha truyền con nối.

The Hùng kings were based in Phong Châu, appointed civilian chiefs who were called Lạc Hầu, military chiefs Lạc Tướng. Sons of the king were called Quan Lang, and daughters Mỵ Nương. Junior mandarins were called Bố Chính. Political power was passed down from generation to generation.

Dân chúng dưới thời Hùng Vương sống tập trung thành những làng nhỏ, phần đông mọi người có liên hệ gia tộc với nhau, dưới sự chỉ huy của một Lạc Tướng, gần giống như các bộ tộc tại miền thượng du Việt Nam

Under the Hùng kings dynasty, people, most of whom were related by family ties, gathered and lived in small villages under the leadership of a Lạc Tướng. This governing structure is similar to that of tribal communities in Vietnam's

ngày nay. Các bộ tộc hợp lại thành quốc gia đứng đầu là Hùng Vương. Hùng Vương có thể cũng chỉ là người đứng đầu một bộ tộc tại Phong Châu, đồng thời đại diện cho liên minh các bộ tộc khác trong sự giao thiệp với các sắc dân lân cận, nhưng không can thiệp vào nội bộ các bộ tộc do nhà vua đại diện.

Dưới các triều đại Hùng Vương, người dân đã biết trồng lúa nước, trước khi ngành này xuất hiện bên Tàu và chắc chắn việc trồng lúa không phải do viên quan cai trị người Tàu dạy cho dân Việt như sử Tàu, và sử Việt trước đây ghi chép lại.

Bên cạnh nghề trồng lúa, việc trồng các cây hoa trái khác cũng phát triển, đồng thời với việc chăn nuôi gia súc, bao gồm chó, heo, trâu, bò (không thấy có ngựa trong các xương gia súc khai quật được). Đặc biệt là giống gà có thể coi như được thuần giống đầu tiên tại Đông Nam Á. Dưới thời Hùng Vương thấy có những tượng gà bằng đất nung và bằng đồng. Ngoài canh nông, người dân Việt cổ xưa cũng còn sinh hoạt hái lượm săn

highland regions today. The different tribal groups united to form our nation headed by the Hùng king. The Hùng kings might have been just the heads of a tribe in Phong Châu, but also had the role of representing other groups in the tribal alliance in dealings with neighboring tribes. Although heading the alliance, the Hùng kings did not interfere with internal affairs of other tribal groups.

Under the Hùng kings dynasty, people learned to cultivate rice paddy fields before this cultivation technique was introduced in China. It is clear that rice cultivation was not taught to Vietnamese people by Chinese rulers as previously recorded in Chinese and Vietnamese history books.

In addition to rice cultivation, Vietnamese also grew other crops and raised domesticated animals including dogs, pigs and bovines (no horsebones were found among excavated cattle). In particular, chicken was considered to be firstly domesticated in Southeast Asia. Various terracotta and bronze statues of chicken found to be from the Hùng kings era. In addition to farming ancient Vietnamese also collected fruits and vegetation, hunting and fishing. Fishery was

bắt thú rừng và đánh cá. Nghề đánh cá cũng phát triển, qua việc tìm thấy nhiều lưỡi câu bằng đồng và tục lệ xăm mình có từ thời Hùng Vương của ngư dân, để tránh bị thủy quái hãm hại.

Các nghề thủ công cũng phát triển mạnh như nghề mộc, nghề sơn. Đặc biệt nghề sơn đã đạt trình độ cao, biết được qua việc phát hiện các di vật bằng gỗ sơn màu nâu đỏ, chất sơn rất tốt. Người thời Hùng Vương đã biết làm đồ gốm bằng bàn xoay với hoa văn trang trí rất đẹp.

Quan trọng nhất trong các ngành thủ công nghiệp thời Hùng Vương là nghề luyện kim về các loại đồng. Người ta đã tìm thấy khá nhiều công cụ bằng đồng thau và cả những khuôn đúc. Trống đồng Đông Sơn là hiện vật nổi tiếng, đặc trưng cho nền văn hóa vào thời kỳ này. Những mẫu hình thuyền và chim biển trang trí trên trống đồng, chứng tỏ rằng nền văn minh Đông Sơn có quan hệ mật thiết với biển và có thể du nhập từ biển vào.

Vào cuối đời Hùng Vương nghề

also highly developed as evident through the findings of many bronze hooks and especially the practice of body tattooing, dating back to the reign of the Hùng kings when fishermen tattooed their bodies to avoid being harmed by dangerous sea creatures.

Handicrafts such as carpentry and painting were also thriving. Paintings in particular reached a highly sophisticated level as shown through the artifacts of wood carvings painted a reddish brown color with good quality paint. The Vietnamese in the Hùng kings era were already skilled in the turntable potterywith beautiful decorative motifs.

The most important trade in the Hùng kings era was bronze manufacturing. Many bronze tools and molds in that era were found. Đông Sơn bronze drum is a prominent and significant artifact, representative of the culture of this time. Patterns of boats and seabirds carved onto the surface of the bronze drum demonstrate that the Đông Sơn civilization had a close relationship with the sea and could have been imported from the Southern coast as well as the Oceania.

At the end of the Hùng kings

làm đồ sắt bắt đầu xuất hiện. Các hiện vật khai quật được cho thấy dấu hiệu những lò luyện và xưởng cán, chứng tỏ người Việt xưa đã làm nghề này chứ không phải dùng các sản phẩm từ phương bắc do người Tàu mang tới.

dynasty, iron manufacturing began to emerge. Excavated artifacts showed evidence indicating the existence of smelters and rolling mills, suggesting that ancient Vietnamese possessed these trades, rather than using products brought in by the Chinese from the North.

Photo of an excavated bronze drum
Hình một loại trống đồng khai quật được

NGUỒN GỐC CÁC SẮC DÂN TẠI NƯỚC VĂN LANG

Từ thời cổ đại, nhiều chục ngàn năm trước, cư dân đầu tiên tại nước Văn Lang thuộc sắc dân Australoid và Melanesian đến từ vùng Đông Nam Á, có nguồn gốc gần với những người thổ dân tại Úc châu.

Vào khoảng 4.000 năm Trước Công Nguyên xuất hiện một sắc dân mới gốc Nam Đảo (Austronesian). Một ngàn năm sau, xuất hiện một sắc dân thứ ba thuộc nhóm Nam Á (Austroasiatics), nhóm này vào thời gian đó đã xuất hiện tại toàn vùng Đông Nam Á. Tại nhiều nơi, sắc dân này đẩy các người gốc Nam Đảo ra các quần đảo ngoài khơi như Philippines, Indonesia. Còn tại Văn Lang cuộc du nhập diễn ra hòa bình và hai sắc dân dần hoà hợp thành một sắc tộc hợp nhất, đó là sắc tộc Lạc, hay tiền Việt (proto Việt).

Về ngôn ngữ, tiếng Việt hiện tại được sắp vào nhóm các ngôn ngữ Nam Á (Austroasiatic), cùng chung với Môn Khmer và Mường, pha trộn thêm rất nhiều từ khác lấy từ các nhóm Nam Đảo, Thái và Hoa ngữ về sau này.

ORIGIN OF VĂN LANG'S ETHNIC GROUPS

In ancient times, tens of thousands of years ago, the first inhabitants of Văn Lang were of Australoid and Melanesian origins who came from Southeast Asia with origins very close to the Aboriginal in Australia.

Around 4,000BC, there appeared a new ethnic group of Austronesian origin. A thousand years later, a third group of Austroasiatic race emerged. At the time, this group was present across Southeast Asia and pushed the Austronesian people in many places to offshore islands such as the Philippines and Indonesia. In Văn Lang, however, the integration of the two ethnic groups proceeded peacefully and both groups gradually merged into a new mixed race, called the Lạc, or pre-Viet (proto Vietnamese) race.

In terms of language, Vietnamese language as it exists today is grouped within the Austroasiatic languages, together with Mon-Khmer and Mường. The language is mixed with many other words borrowed from South islands, Thai

Về phong tục, người Việt xưa có những tập quán và tín ngưỡng giống như các dân tộc khác ở Đông Nam Á. Về tín ngưỡng có tục thờ vật tổ, về phong tục như nhuộm răng đen, ăn trầu, xăm mình và ngay cả những nghi thức về hôn nhân, tang tế cũng như những ngày lễ hội (hội nước). Điều này cho thấy dân tộc Việt Nam hình thành từ rất sớm, độc lập nhưng nằm chung trong một quần thể dân tộc Đông Nam Á.

and later Chinese languages.

In terms of customs, ancient Vietnamese had the same customs and beliefs as other ethnic groups in Southeast Asia. These similarities include practicing totemism (Lạc Hồng race), black dyed teeth, betel chewing, body tattooing and rituals of marriage, funeral and festive days (water festival). This shows that the Vietnamese, as a group of people, had a very early beginning with an independent identity, but was part of a shared population of Southeast Asia.

THỤC PHÁN CHẤM DỨT TRIỀU ĐẠI HÙNG VƯƠNG, THÀNH LẬP NƯỚC ÂU LẠC

THỤC PHÁN ENDED THE HÙNG KINGS DYNASTY, ESTABLISHED THE NATION OF ÂU LẠC

Vào năm 218 TCN, từ một bộ tộc láng giềng phía Bắc, lực lượng của Thục Phán đã tràn qua nước Văn Lang đánh bại quân của Hùng Vương. Sau khi thành công, Thục Phán xưng là An Dương Vương, đổi tên nước Văn Lang thành Âu Lạc. Tên nước là tập hợp tên

In 218 BC from a tribe in the North, Thục Phán's force crossed border into Văn Lang to defeat King Hùng's army. After the victory, Thục Phán proclaimed himself King An Dương, changed the name of the country from Văn Lang to Âu Lạc. The name Âu Lạc represented the union of the two

hai khối dân, dân Lạc và dân Tây Âu. Cuộc giao tranh giữa hai lực lượng Hùng Vương và Thục Phán cũng ở mức độ nhỏ, giới hạn trong địa hạt Phúc Yên-Vĩnh Phúc (địa bàn bộ tộc Văn Lang).

Ngoài việc đổi quốc hiệu, việc thay đổi từ Hùng Vương qua An Dương Vương mang tính chất tiếp nối của hai triều đại trong cùng một quốc gia. Vì vậy, trong Việt sử, An Dương Vương được coi là một vị vua của nước ta tiếp theo triều đại các Vua Hùng.

peoples, Lạc, the natives of Văn Lang, and Âu, the people from Tây Âu. The war between King Hùng and Thục Phán was just a small scale within the areas of Phúc Yên-Vĩnh Phúc (on Văn Lang territory).

Apart from changing the name of the nation, the transition of power from King Hùng to King An Dương had the characteristic of the progression of power from one dynasty to another dynasty. Therefore, Vietnamese history considers King An Dương dynasty succeeded to the throne after King Hùng's.

XÃ HỘI VIỆT NAM DƯỚI TRIỀU ĐẠI AN DƯƠNG VƯƠNG

VIETNAMESE SOCIETY UNDER THE REIGN OF KING AN DƯƠNG VƯƠNG

Sau khi lên ngôi vua, An Dương Vương tiếp tục duy trì cơ cấu xã hội của nước Văn Lang. Vai trò của các Lạc Tướng vẫn như cũ.

Điểm đặc thù của triều đại An Dương Vương là việc xây dựng một chính quyền trung ương, với

After ascending the throne, King An Dương continued to maintain the existing Văn Lang's social structure, the role of Lạc Tướngs remained the same.

The dynasty of King An Dương was especially noted for the establishment of a central

lực lượng binh lính nhà nghề, một thành lũy với kiến trúc đặc biệt. Sau này các sử gia gọi là Loa thành (hay thành Cổ Loa), đã được nhà vua dựng lên tại địa phận huyện Đông Anh, Hà Nội.

government with competent and professionally trained soldiers. A citadel with special architectural design, which was later on called Loa Thành (or Cổ Loa citadel), was built by King An Dương in Đông Anh district, Hanoi.

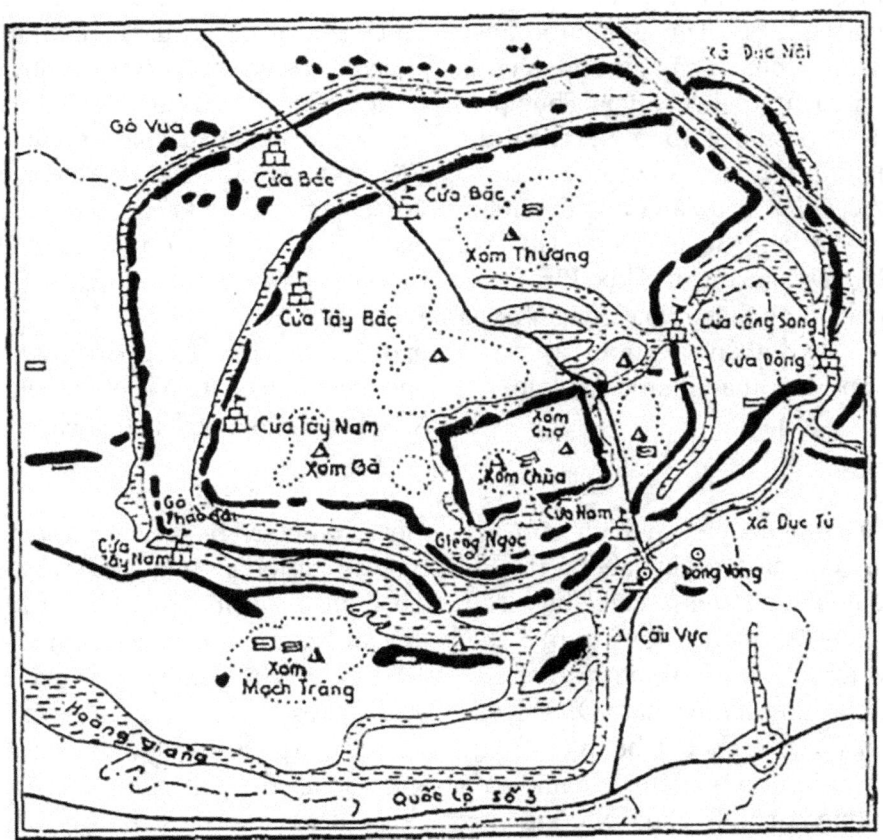

Cổ Loa citadel map
Sơ đồ thành Cổ Loa

Vào năm 1959 các nhà khảo cổ Việt Nam đã khai quật được một số lượng rất lớn các mũi tên bằng

In 1959, Vietnamese archaeologists unearthed a large number of bronze arrows in the remnants of Cổ Loa

đồng trong địa phận di tích của Loa thành. Điều này chứng tỏ khi đó nước Âu Lạc đã có quân đội và khí giới.

Về nguồn gốc của Thục Phán, xưa nay các nhà viết sử thường nêu giả thuyết Thục Phán thuộc dòng dõi vua Thục bên Tàu. Khi nước Thục (vùng Sichuan bây giờ) bị nhà Tần chiếm cứ, con cháu vua Thục phải chạy xuống phương Nam, tới địa phận nước Tây Âu (còn gọi là Âu Việt) giáp với Văn Lang thì chiếm lấy và làm thủ lãnh của Tây Âu. Sau này hậu duệ là Thục Phán đem quân đánh thắng vua Hùng Vương 18 rồi sát nhập hai nước Tây Âu và Văn Lang thành nước Âu Lạc.

Tuy nhiên nhiều nghiên cứu gần đây của các sử gia cận đại thì cho rằng Thục Phán là con Thục Chế, vua nước Nam Cương gồm 10 xứ Mường. Lãnh thổ Nam Cương bao gồm Cao Bằng và nam Quảng Tây ngày nay. Thục Chế mất, Thục Phán lên ngôi nhưng vì nhỏ tuổi không được 9 chúa Mường quy phục. Thục Phán đã dùng mưu trí khuất phục họ và được tôn làm vua. Sau đó Thục Phán đánh bại Văn Lang hợp nhất lãnh thổ hai nước lập ra nước Âu Lạc.

citadel. These findings suggested that Âu Lạc people already had troops and weapons in ancient times.

For the issue of Thục Phán's origin, in the past, historians often referred to the theory that Thục Phán was a decandant of the king of the Shu in China. When the Shu was conquered by the Qin, descendants of Shu king escaped to the South. Once in Tây Âu (Western Ou also known as Ouyue) bordered with Văn Lang, conquered it and became the leader of Western Ou. Later on, one of the descendants, Thục Phán, crossed border into Văn Lang and then defeated King Hùng XVIII and incorporated the Western Ou and Văn Lang into a new nation called to Âu Lạc.

However, based on recent researches, modern historians now believe that Thục Phán was the son of Thục Chế, king of Nam Cương which comprised 10 territories of Mường people where the king resided at the central territory. Nam Cươngwas in today's Cao Bằng and southern Guangxi Province. When Thục Chế passed away, Thục Phán, though was still young but had outwitted the nine Mường Lords and was crowned king of Nam Cương. Later on, Thục Phán led his tribes to defeat King Hùng and incorporated

Văn Lang to establish Âu Lạc nation.

PROGRESSION TOWARDS THE FIRST FOREIGN DOMINATION OF VIETNAM

Diễn Trình Ngoại Thuộc Của Nước Việt Nam

TRIỆU ĐÀ KHỞI NGHIỆP VÀ XÂM LĂNG ÂU LẠC

THE RISE OF TRIỆU ĐÀ (ZHAO TUO) AND THE INVASION OF ÂU LẠC

Triệu Đà là một viên tướng của Tần Thủy Hoàng nhưng đồng thời cũng được coi như một trong số các vị vua đầu tiên của Việt Nam. Khi Tần Thủy Hoàng chết, loạn lạc xảy ra khắp nơi. Triệu Đà nhân cơ hội chiếm đóng Quế Lâm và Tượng Quận, thành lập ra nước Nam Việt, độc lập với triều đình nhà Tần và xưng là Nam Việt Vũ Vương, còn gọi là Triệu Vũ Vương.

Vào năm 202 TCN, nhà Tần bị nhà Hán thay thế. Lúc đầu Triệu Đà không thần phục nhà Hán, sau do Hán triều hăm dọa lăng tẩm tổ tiên nên đã phải bỏ đế hiệu và xin thần phục, tuy

Triệu Đà (Zhao Tuo) was a general under the reign of Qin Shi Huang but was also considered one of the first kings of Vietnam. When Qin Shi Huang died, violence and chaos erupted everywhere. Triệu Đà took the opportunity to occupy Guilin and Xiang, established the nation of Nam Việt (Nanyue) which was independent from the Qin dynasty, and proclaimed himself King of Nam Việt, also known as King Triệu Vũ.

In 202 BC, the Qin was replaced by the Han. Triệu Đà at first did not submit to the Han however, when the Han envoy tactfully threatened the tombs of his ancestors in China, Triệu Đà diplomatically paid tributes

nhiên vẫn giữ độc lập trong nội bộ Nam Việt. Giữ thế với nước lớn xong, Triệu Đà bắt đầu tìm cách bành trướng xuống phương Nam, tấn công nước Âu Lạc nhiều lần. Tuy nhiên lần nào cũng thất bại, vì quân của An Dương Vương rất thiện chiến và đặc biệt là có tài bắn cung nỏ.

Cuối cùng, Triệu Đà phải sử dụng kế nội gián bằng cách cho con trai là Trọng Thủy sang cầu hôn với Mỵ Châu, con gái của An Dương Vương, ở lại triều đình Âu Lạc khai thác nội tình. Cuộc xâm lăng tiếp sau đó của Triệu Đà đã thành công, An Dương Vương thua chạy rồi tự sát.

Sau khi chiến thắng, Triệu Đà đã chia nước Âu Lạc thành 2 quận là Giao Chỉ và Cửu Chân, sát nhập vào nước Nam Việt. Triều đại An Dương Vương chấm dứt vào năm 180 TCN.

to the Han, but continued to maintain the independence of Nam Việt. After making peace with the Han in the north, Triệu Đà began his military expansion to the South, launching many attacks against Âu Lạc. However, all invasion attempts ended up in defeat because King An Dương's troops were highly skilled and competent, especially in archery.

In the end, Triệu Đà had to carry out a malicious undercover plot by having his son, Trọng Thủy, marrying Mỵ Châu, the daughter of King An Dương, and then staying behind to spy on Âu Lạc court. Subsequent invasion attempt by Triệu Đà was successful. King An Dương was defeated and killed himself during the escape, thus ending his dynasty in 180 BC.

Upon the victory, Triệu Đà divided Âu Lạc into two districts, Giao Chỉ and Cửu Chân, and annexed them to Nam Việt.

CHÍNH SÁCH CAI TRỊ CỦA TRIỆU ĐÀ

Kể từ năm 180 TCN nước Âu Lạc bị Nam Việt đô hộ, đánh dấu kỷ nguyên Âu Lạc bắt đầu bị ngoại thuộc. Tại hai quận Giao Chỉ và Cửu Chân nhà Triệu giao hai quan sứ cai quản. Công việc chính của hai quan sứ là bảo đảm tình hình chung được ổn định, trong khi đó các Lạc Tướng vẫn cai trị dân như xưa. Ngay cả con cháu của An Dương Vương cũng vẫn được giữ những vị trí lãnh đạo trong xã hội Âu Lạc.

Một điều đặc biệt xảy ra dưới triều đại của Triệu Đà là hiện tượng địa phương hóa diễn ra với Triệu Đà và Việt hóa với nhóm dân chúng Âu Lạc.

Triệu Đà sau nhiều năm cai trị dân Bách Việt, tự thấy mình trở thành người Bách Việt độc lập với người Hán ở phương Bắc.

Với khối dân Âu Lạc, xuất phát là những Lạc dân thời Vua Hùng, khi được gom cùng với khối dân Bách Việt tại Hoa Nam, trong

GOVERNANCE POLICY OF TRIỆU ĐÀ

From 180 BC onwards, Âu Lạc was under Nam Việt (Nanyue) domination marking the new era of foreign domination. In the two districts of Giao Chỉ and Cửu Chân, Triệu Đà appointed two mandarins for their administration. Their responsibilities were to maintain the stability. The Lạc Tướngs (military chiefs) continued with their roles as before. Even King An Dương's descendants were able to hold leading positions in Âu Lạc society.

During the reign of Triệu Đà, there was a unique phenomenon where ethnics from the north like Han and some section of Âu Lạc become localized and identified themselves as Yue.

Triệu Đà, after many years of ruling Baiyue, felt that he himself became a member of the Baiyue people who were independent from the Han in the North.

For Âu Lạc people, they were descendants of the Hùng kings, being grouped together with the Baiyue people in Southern China

nguyện vọng chung là đối kháng lại với sự lấn chiếm từ phương Bắc, họ đồng cảm và tự coi như một thành phần của Bách Việt, ý niệm Lạc Việt đã bắt nguồn từ đó. Nhiều thế kỷ sau, khi Việt Nam đã dành lại nền tự chủ đối với Tàu, Triệu Vũ Vương (Triệu Đà) vẫn được coi như một trong các vị vua đầu tiên của Việt Nam.

who shared a common desire to resist the invasion from the North. They empathized with each other, and considered themselves part of Baiyue, and the concept of Lạc Việt originated from that. Centuries later, when Vietnam regained its independence from China, King Triệu Đà was still considered one of the first kings of Vietnam.

Monument temple of Emperor Zhao Wu in Kiến Xương, Thái Bình
Đền thờ Triệu Vũ Vương ở Kiến Xương, Thái Bình

NƯỚC NAM VIỆT BỊ NHÀ HÁN XÂM CHIẾM, ÂU LẠC HOÀN TOÀN NỘI THUỘC PHƯƠNG BẮC

THE CONQUERING AND COMPLETE DOMINATION OF NAM VIỆT (NANYUE) BY THE HAN

Triệu Đà làm vua nước Nam Việt từ năm 207 TCN, mất năm 137 TCN, hưởng thọ trên 100 tuổi. Trong suốt thời gian tại ngôi, lúc mềm dẻo, lúc cứng rắn, ông duy trì một tư thế độc lập với triều đình nhà Hán. Với Hán triều, ông duy trì tước vị khiêm tốn là Nam Việt Vũ Vương, hàm ý chấp nhận vị trí chư hầu, nhưng trong nội bộ và tương quan với các quốc gia khác, ông là Nam Việt Vũ Đế, ngang hàng với vua nhà Hán bên Tàu.

Khi Triệu Đà mất, con cháu truyền ngôi được 4 đời. Đến năm 111 TCN, triều đình nhà Hán đã áp dụng chính sách thôn tính và đồng hoá thành công nước Nam Việt. Một phụ nữ Hán tộc là Cù Thị được sắp xếp để trở thành Hoàng hậu nước Nam Việt, khi nhà vua mất, thái tử còn nhỏ tuổi, Cù Thị đã làm sớ xin với Hán đế cho đất Nam Việt được nội thuộc Hán triều

Triệu Đà (Zhao Tuo) was the king of Nam Việt (Nanyue) from 207 BC and died in 137 BC at more than 100 years of age. Throughout his reign, Triệu Đà was both flexible and tough, and maintained an independent position from the Han court. With the Han dynasty, he maintained the modest title of King of Nam Việt, which implied the acceptance of vassalage, but within the country and in his relations with other nations, he was the Emperor of Nam Việt, on par with the Han Emperor of China.

After Triệu Đà died, the throne was passed on to four more generations. By 111 BC, the Han carried out successfully the policy of conquering and assimilating Nam Việt. Jiushi (Cù Thị), a Han ethnic woman became the queen of Nam Việt following an arranged marriage. When the king died and the crown prince was still very young, Jiushi requested the Han to include Nam Việt under the rule of

và sát nhập thành một tỉnh của nhà Hán. Việc này bị quan Tể Tướng Lữ Gia phản đối kịch liệt. Vua nhà Hán phái một viên tướng mang 2,000 dũng sĩ qua Nam Việt để diệt Lữ Gia. Được tin, Lữ Gia cùng em đem binh giết Cù Thị, rồi điều quân đi dẹp tan 2,000 dũng sĩ do vua Hán cử sang.

Triều đình Hán liền lập một đạo quân chinh phạt gồm 100,000 người do Lộ Bác Đức điều khiển, tiến đánh Phiên Ngung, kinh đô của Nam Việt. Tể Tướng Lữ Gia phải bỏ thành chạy, ra tới biển thì bị bắt. Toàn bộ đất Nam Việt bị quân Hán chiếm đóng. Các quận ở xa về phía Nam thuộc Âu Lạc trước đây là Giao Chỉ và Cửu Chân, tuy chưa bị chiếm nhưng đều quy hàng.

Triều đại nhà Triệu chấm dứt vào năm 111 TCN, Nam Việt (bao gồm cả lãnh thổ Âu Lạc), chính thức sát nhập vào nhà Hán, đánh dấu thời kỳ Bắc thuộc lần thứ nhất của lịch sử Việt Nam. Thời kỳ này kéo dài gần 150 năm, chỉ gián đoạn một thời

the Han and to annex it as a Han's province. This was vehemently opposed by general Lu Jia (Lữ Gia). The Han then sent a general with 2,000 men to kill Lu Jia. Upon hearing the news of the forthcoming attack, Lu Jia and his brother ordered troops to kill Jiushi first, and then confronted and crushed the 2,000 men sent by the Han.

The Han court immediately sent an invading force of 100,000 troops, led by general Lu Bode, to attack Panyu (Phiên Ngung), the capital of Nam Việt. General Lu Jia was forced to leave the citadel and retreated to the coast where he was arrested. The reign of Triệu Đà ended when Panyu fell and Nam Việt effectively was under Han's control. Although not yet occupied, the remote districts in the south, formerly Âu Lạc's Giao Chỉ and Cửu Chân, agreed to surrender to the Han.

Triệu Đà's dynasty ended in 111 BC. Nam Việt (including Âu Lạc territory) was formally incorporated into China, marking the first Chinese domination in Vietnamese history. This period lasted nearly 150 years, interrupted only for a short period due to the

gian ngắn, do cuộc khởi nghĩa của Hai Bà Trưng vào năm 40 Sau Công nguyên.	successful uprising of the Trưng Sisters (Hai Bà Trưng) in 40 AD.

THE FIRST CHINESE DOMINATION AND THE UPRISING OF THE TRƯNG SISTERS

Bắc Thuộc Lần Thứ Nhất Và Cuộc Khởi Nghĩa Của Hai Bà Trưng

Sau khi nước Âu Lạc trở thành lãnh thổ của nhà Triệu, và sau khi Triệu bị nhà Hán diệt vào năm 111 TCN, nước ta hoàn toàn nội thuộc triều Hán, đây là thời kỳ Bắc thuộc lần thứ nhất.

After the annexation of Âu Lạc to Nam Việt (Nanyue) by Triệu Đà, and following the subsequent defeat of Triệu Đà by the Han in 111 BC, our country was under the Han's complete rule. This period marks the beginning of the first Chinese domination of Vietnam.

NHỮNG NĂM ĐẦU TIÊN CỦA THỜI KỲ BẮC THUỘC THỨ NHẤT

THE INITIAL YEARS OF THE FIRST CHINESE DOMINATION PERIOD

Trước tiên, nhà Hán đổi Nam Việt thành Giao Chỉ Bộ, đặt một quan Thứ Sử cai trị. Dưới là quận, đứng đầu là một Thái Thú. Theo pháp chế nhà Hán, Thứ Sử không trực tiếp can thiệp vào việc cai trị của các quận.

First, the Han changed the name Nam Việt (Nanyue) to Giao Chỉ (Jiaozhi) Province and appointed a governor (Thứ sử) to govern the place. The province was divided into districts. Each district was administered by a Thái Thú (Administrator). According to the Han's law, Thứ sử did not directly interfere with the ruling of

districts.

Giao Chỉ Bộ được chia thành 9 quận: Nam Hải, Hợp Phố, Thương Ngô, Uất Lâm (gồm hai tỉnh Guangdong và Guangxi), Châu Nhai, Đạm Nhĩ (thuộc đảo Hải Nam). Ba quận phía nam là Giao Chỉ, Cửu Chân và Nhật Nam (thuộc cương vực nước ta hiện nay).

Giao Chỉ (Jiaozhi) Province was divided into 9 districts: Nam Hải, Hợp Phố, Thương Ngô, Uất Lâm (including Guangdong và Guangxi), Châu Nhai, Đạm Nhĩ (Hải Nam island). Three southern districts were Giao Chỉ, Cửu Chân và Nhật Nam (in present-day Vietnam).

Dưới quận là huyện. Tại vùng Âu Lạc cũ, các Lạc Tướng vẫn giữ quyền cai trị như trước kia. Như thế, những bộ xưa của nước Văn Lang đã biến thành những huyện của Hán, và các Lạc Tướng trở thành Huyện lệnh, được triều Hán cấp ấn phong như những quan lại, nhưng không bị ràng buộc nhiều.

District was divided into counties. For the former Âu Lạc, the Lạc tướngs (military chiefs) continued to rule as before the Han took power. Thus, the former "Bộ" of Văn Lang was changed to county, and the Lạc tướng became Huyện lệnh (County Chief). The Huyện lệnhs were given marks-of-rank and status in accordance with the mandarin hierarchy of the Han as were their own mandarins, but were not bound by many obligations.

Thời nhà Hán có hai giai đoạn. Giai đoạn đầu là nhà Tây Hán đến năm 23 sau đó là nhà Đông Hán. Chính sách của nhà Tây Hán đối với những vùng đất mới được chinh phục, là "lấy tục của nó mà cai trị". Nhìn chung, chính sách cai trị của nhà Tây Hán đối với dân Lạc tương đối cởi mở. Dân Lạc không phải chịu các thứ thuế như ở bên Tàu. Triều đình

The Han dynasty is divided into two periods. The first period was the Western Han, and the second Eastern Han. The latter came into being in 23 AD. The Western Han's policy towards newly acquired territories was to "use their own traditions to manage them". In general, the Western Han's ruling policy towards the Lạc people was relatively soft. The people of Âu Lạc did not have to pay taxes as the

Tây Hán chỉ đòi cống nạp một ít thổ sản như quít, vải, nhãn, chuối và vài loại hàng quý hiếm ở bên Tàu như sừng tê giác, ngà voi, đồi mồi. Chính vì thế, trong những năm đầu của triều Tây Hán, hầu như không có cuộc nổi dậy nào của dân Lạc được lịch sử nhắc đến, ngoại trừ cuộc nổi dậy của Tây Vu Vương, một hậu duệ của An Dương Vương, bị dẹp nhanh chóng vào năm 106 TCN. Qua hơn 100 năm dưới sự cai trị của nhà Tây Hán, xã hội dân Lạc không có một biến động nào quan trọng. Nhưng đến những năm đầu của Công nguyên, với sự thay đổi quyền lực và ngôi vị trong triều Hán, lịch sử xã hội dân Lạc bước vào một bước ngoặt lớn.

Vào năm 9 TCN, bên Tàu có loạn do việc Vương Mãng cướp ngôi nhà Hán, tạo cơ hội cho dân chúng, vốn bất mãn vì sưu cao thuế nặng và bị cường hào ác bá áp bức, cùng với các thế lực cát cứ nhiều nơi, đồng loạt nổi dậy. Trong thời gian bên Tàu rối loạn, nhiều người Hán xuống đất Giao Chỉ Bộ sinh cơ lập nghiệp. Đa số thuộc giới thượng lưu, sĩ phu và điền chủ. Họ kết hợp với các quan lại trên đất Giao Chỉ, giúp

Chinese in their own country. The Western Han royal court only required some offerings of local products such as oranges, tangerines, longans, bananas... and some rare items considered precious in China such as the Rhinoceros horns, elephant ivory, turtle shells etc.... Therefore, in the early years of the Western Han, there was hardly any uprising of the Lạc people recorded in history, except the one of Tây Vu Vương (King of Tây Vu), a descendant of King An Dương; but he was quickly suppressed in 106 BC. Over 100 years under the rule of the Western Han, there was no major military or social upheaval in the society of the Lạc people against the Han. However, in the early yearsof the first millennium, with the change of the Han central government, the history of the Lạc people entered a major turning point.

In 1 BC, Wang Mang usurped the throne of the Western Han and proclaimed himself king. Under the circumstances, peasants, who had been discontented with heavy taxes and oppressed by the tyranny of the rich and powerful, simultaneously revolted together with other power groups in many locations. During such turbulent times, many Han people migrated to Giao Chỉ to start a new life. Most of these migrants were aristocrats, intellectuals and landlords.

các vị này can thiệp nhiều hơn vào sinh hoạt xã hội địa phương.

They cooperated with and provided assistance to the governing mandarins in Giao Chỉ, and gradually assumed a more active role in local social activities.

Vào năm 23, dòng dõi nhà Hán dẹp tan chính quyền Vương Mãng, chiếm lại ngôi vua, lập ra nhà Đông Hán, xiết chặt sự kiểm soát trên các lãnh thổ thuộc Hán.

In 23 AD, the Han's descendants crushed Wang Mang's government, regained their throne, established the Eastern Han, and tightened their control over all territories of the Han.

Map of 9 Districts of Nanyue during the Han Dynasty
Bản Đồ Nam Việt thời Nhà Hán với 9 quận

HOÀNG CƠ ĐỊNH

Reference/ Chú thích:

LĨNH NAM	Tên nước của Trưng Vương	Trưng Vương's country former name
GIAO CHỈ	Tên quận thời Bắc thuộc	Former district name
Khúc Giang	Tên địa danh hiện nay	Current name
▬▬▬	Dãy núi	Mountain
- - - -	Biên giới hiện nay	Borders today
●	Kinh Đô	Capital

CHÍNH SÁCH CAI TRỊ CỦA NHÀ ĐÔNG HÁN VÀ CUỘC KHỞI NGHĨA CỦA HAI BÀ TRƯNG

RULING POLICY OF THE EASTERN HAN AND THE UPRISING OF THE TRƯNG SISTERS

Nhìn chung, chính sách cai trị của nhà Tây Hán đối với dân Lạc tương đối cởi mở, trong khi nhà Đông Hán có chính sách cai trị hà khắc hơn. Đứng đầu Giao Chỉ Bộ là một viên Thứ Sử, với bảy viên Tòng Sự. Các Tòng Sự được các Giả Tá giúp việc. Giao Chỉ Bộ có nhiều quận, mỗi quận do một Thái Thú cai trị, với sự trợ lực của nhiều chức sắc. Một bộ máy hành chánh nặng nề, nhưng lại không ăn lương của trung ương mà sống bằng thuế thu được từ các quận. Do đó đã đe dọa trực tiếp vị thế và quyền lợi của các Lạc Tướng và người dân. Ngoài ra, còn có tình trạng dân Hán mới qua, dựa vào thế lực của quan

Generally, the ruling policy towards the Lạc people of the Western Han was relatively soft, whereas the Eastern Han's policy was very harsh. A Thứ sử (Governor) was appointed to rule Giao Chỉ Province, with 7 assistants. There were other officials who worked for the assistants. Giao Chỉ Provincehad several districts. Each district was led by a Thái thú (Administrator) with the assistance of many officials. It was an excessive administrative bureaucracy, but did not receive funding from the central government. Instead, the tax revenues collected from the districts were used to pay for administrative costs. This system posed a threat to the interests of the Lạc tướngs and

quyền người Hán, đã chiếm đoạt đất đai của làng xã dân Lạc, gây nên nỗi thống khổ cùng cực cho dân Lạc Việt.

the people. There were also problems with the newly arrived Han immigrants who took advantage of the Han authorities to appropriate lands of the Lạc people, causing extreme sufferings.

Dưới đây là bảng kê khai dân số các Quận thuộc Giao Chỉ Bộ, trong thời Bắc Thuộc lần thứ nhất.

The following table lists the reported population in the districts of Giao Châu during the first Chinese domination.

Province	District	Family	Population
Nánhai	7	19.613	94.253
Yǔlín	11	12.415	71.162
Cāngwú	11	24.379	146.160
Hépu	5	23.121	86.617
Giao Chỉ	12	92.379	746.237
Cửu Chân	5	35.743	166.013
Nhật Nam	5	15.460	69.485
Yázou	?	?	?
Dàner	?	?	?
Total	56	233.110	1.379.927

Population of the Jiaozhou's nine districts during the First Chinese Domination
Bảng kê khai dân số các Quận thuộc Giao Chỉ Bộ, trong thời Bắc Thuộc lần thứ nhất

Khi triều đình Hán cử viên Thái Thú Tô Định sang Giao Chỉ cai quản, những tình trạng trên càng trở nên trầm trọng.

When the Han dynasty installed Tô Định (Su Ding) as Thái Thú to rule Giao Chỉ District, the situation deteriorated.

Bấy giờ ở huyện Mê Linh, còn có các tên khác là Phong Châu hay Văn Lang (thuộc huyện Mê Linh, thành phố Hà

By that time, in the county of Mê Linh, also called Phong Châu or Văn Lang (now in Hà Nội), there were two sisters named Trưng Trắc and

Nội bây giờ), có chị em bà Trưng Trắc và Trưng Nhị, là con nhà Lạc Tướng dòng dõi Vua Hùng, là những người có cá tính trung trực mạnh mẽ, không chịu ràng buộc theo pháp luật mà Tô Định áp đặt.

Trưng Trắc kết hôn cùng Đặng Thi Sách, là con trai Lạc Tướng Chu Diên, bấy giờ đang làm quan tại huyện này. Thi Sách là người phản đối chính sách đàn áp và bóc lột của Tô Định, ông đã viết bài "Cổ Kim Vi Chính Luận"; nói lên sự áp bức của chế độ và phê phán chính sách đương thời, (đây cũng là bài văn phê phán các quan chức đô hộ đầu tiên trong lịch sử dân tộc Việt Nam). Điều này đã khiến cho Tô Định tức giận giết ông vào năm 40.

Căm thù kẻ cai trị ngoại bang bóc lột dân tình nay lại giết chồng mình, vào tháng 2 năm 40 Trưng Trắc cùng em là Trưng Nhị chính thức phát động khởi nghĩa chống lại nhà Đông Hán.

Quân của Hai Bà tấn công trị sở quận Giao Chỉ ở Mê Linh, khiến Thái Thú Tô Định phải

Trưng Nhị. They were daughters of a Lạc tướng, descendant of King Hùng. The Trưng sisters were women with strong characters and personalities and were known for their high integrity. They refused to be bound by the harsh rules imposed by Tô Định and his administration.

Trưng Trắc was married to Đặng Thi Sách, son of Lạc tướng Chu Diên who was a county chief at the time. Thi Sách strongly protested the oppressive and exploitative policy of Tô Định, and wrote the essay "Cổ kim vi chính luận" (A political analysis of the past and present) to criticize against the policy. The essay was also the first literary critique of existing protectorate and colonial authorities in the history of Vietnam. Infuriated by this criticism Tô Định executed Thi Sách in 40 AD.

Being full of vindictive hatred towards the foreign rulers who not only exploited our people but also killed her husband, in February of 40 AD, Trưng Trắc and her younger sister Trưng Nhị officially launched an uprising against the Eastern Han.

Their troops attacked the headquarters of Giao Chỉ District in Mê Linh, forcing Tô Định to flee for

bỏ chạy. Sau khi chiếm được nơi đây, Hai Bà Trưng tiến đánh huyện Tây Vu chiếm lấy thành Cổ Loa. Trên đà thắng lợi, từ Cổ Loa Hai Bà Trưng mang quân vượt sông Hoàng, sông Đuống tiến đánh thành Luy Lâu bên bờ sông Dâu (Bắc Ninh).

Quân hai bà khởi nghĩa như mãnh hổ tấn công quá nhanh, khiến các viên quan nhà Hán không kịp trở tay, không dám chống cự phải bỏ chạy về phương Bắc.

Cuộc khởi nghĩa Hai Bà Trưng được dân chúng khắp nơi hưởng ứng. Quân hai Bà đi đến đâu, như gió lướt đến đấy. Dưới trướng hai Bà, còn nhiều nữ tướng khác như Thánh Thiên Công Chúa, Bát Nàn Công Chúa, bà Lê Chân v.v...

Sau khi thành Luy Lâu bị hạ, các thành khác nhanh chóng tan vỡ và quy phục. Cuộc khởi nghĩa lan rộng vào Cửu Chân, Nhật Nam, sang Uất Lâm, Hợp Phố. Luy Lâu thất thủ đã kéo theo sự sụp đổ của toàn bộ chính quyền Đông Hán tại Giao Chỉ.

his life. They then launched a strike on Tây Vu county to take control of Cổ Loa citadel. Building on the winning momentum, the Trưng Sisters moved their troops from Cổ Loa, crossing the Hoàng and Đuống rivers, to attack Luy Lâu citadel by the Dâu river (Bắc Ninh).

Their troops were as strong and fierce as tigers, and their attacks were so swift that the Han troops could not respond and did not dare to fight back, had to escape back to China.

The Trưng Sisters' uprising had widespread support from people across the country. Their troops swept through the land like a gustwind. Under the leadership of the Trưng Sisters were other female military chiefs such as Princess Thánh Thiên, Princess Bát Nàn, Madam Lê Chân...

After the fall of Luy Lâu, other citadels were quickly defeated and surrendered. The uprising spread to Cửu Chân (Jiuzhen), Nhật Nam (Jihnan), through to Uất Lâm, Hợp Phố... The fall of Luy Lâu led to the collapse of the entire Eastern Han administration in Giao Chỉ (Jiaozhi) province.

Khởi nghĩa thành công, Hai Bà hạ được 65 thành ở Âu Lạc và Lĩnh Nam, được các Lạc Tướng tôn lên làm vua, xưng là Trưng Nữ Vương (hay Trưng Vương), đóng đô ở huyện Mê Linh thuộc quận Giao Chỉ.

Cuộc khởi nghĩa thành công của Hai Bà Trưng đã chính thức chấm dứt giai đoạn Bắc thuộc lần thứ nhất trong lịch sử Việt Nam.

After the successful uprising, the Trưng Sisters gained control of 65 citadels in Âu Lạc and Lingnan. With the support of the Lạc tướngs, the Trưng Sisters jointly proclaimed themselves queens (Trưng Nữ Vương or Trưng Vương), and chose Mê Linh as capital.

The successful uprisingof the Trưng Sisters officially marked the end of the first Chinese.

Illustration of the Trưng Sisters Advancing Troops
Hình minh họa cuộc tiến quân của Hai Bà Trưng

NHÀ HÁN SAI MÃ VIỆN SANG XÂM LĂNG ÂU LẠC

INVASION CAMPAIGN OF THE HAN LED BY MÃ VIỆN (MA YUAN)

Mã Viện là một danh tướng của triều đình Nam Hán, đã từng chiến thắng trong nhiều cuộc chinh phạt khắp các miền biên cương, cầm quân chiếm lại lãnh thổ Nam Việt.

Mã Viện (Ma Yuan), a very well known general of the Eastern Han dynasty who led many victorious military campaigns in China's frontiers, was assigned the mission of recapturing the territory of Giao Chỉ (Jiaozhi).

Tháng 4 năm 42, Mã Viện mang 10.000 binh lính từ các quận Trường Sa, Quế Dương (thuộc tỉnh Hunan) kéo xuống vùng Hợp Phố, kết hợp với thủy quân để tiến vào địa phận Giao Chỉ. Trên đường đi, đại quân của Mã Viện ghé qua Quận Thương Ngô thuộc Giao Chỉ Bộ lúc bấy giờ (nay là thành phố Wuzhou giáp ranh với Guangdong) tuyển thêm được 10.000 quân nữa. Năm 43 từ Hợp Phố, đoàn quân của Mã Viện men theo bờ biển, tiến vào Lãng Bạc (Bắc Ninh) giáp chiến với lực lượng của Trưng Nhị. Trận chiến giữa hai bên diễn ra khốc liệt trong nhiều ngày. Theo tự sự sau này, có lúc Mã Viện tưởng mình sẽ bỏ mạng nơi đây! Sau cùng Mã Viện đã chiến thắng,

In April of 42 AD, Mã Viện and his 10,000 troops from Trường Sa and Quế Dương districts (Hunan province) moved down to Hợp Phố area. They were then integrated with naval forces to advance to Giao Chỉ district. On the way, Mã Viện's main army stopped by Thương Ngô district, which was within Giao Chỉ province teriortory at the time (present-day Wuzhou adjacent to Guang Dong), and recruited additional 10,000 troops. In 43 AD, from Hợp Phố, Mã Viện's troops moved along the shorelines, approached Lãng Bạc (Bắc Ninh) and fought face-to-face against Trưng Nhị's army. The battle went on vigorously for many days, and according to Mã Viện's own admission later, there were moments he thought he could have been killed! In the end, the battle was in Mã

quân hai Bà tan vỡ phải rút về Cấm Khê (Phú Thọ). Bị giặc truy kích cùng đường Hai Bà đã tự trầm tại Hát Giang, hôm đó là ngày 6 tháng 2 năm 43. (Hát Giang là tên gọi của khúc sông Đáy, chảy song song với sông Hồng trong địa phận Hà Nội).

Sau khi bình định được quận Giao Chỉ, Mã Viện đem đại quân vào Cửu Chân tiêu diệt lực lượng của Hai Bà tại đây. Tướng của Trưng Vương là Đô Dương chống cự dũng mãnh, nhưng sau cùng bị thua. Sử Tàu chép trong trận này Mã Viện đã chém và bắt hơn năm ngàn người.

Viện's favor, the Sisters' army was crushed and they had to withdraw to Cấm Khê (Phú Thọ). Being pursued so viciously by Mã Viện and his troops, the Sisters committed suicide in the river of Hát Giang. That day was the 6th of February in 43 AD. (Hát Giang is the name of a section of the Đáy river, flowing parallel to the Red river in Hanoi).

After recapturing Giao Chỉ district, Mã Viện moved his main army to Cửu Chân (Jiuzhen), to destroy the Trưng Sisters' army in this area. Đô Dương, a general under the Trưng Queens, put up a strong and brave resistance, but in the end, he too lost the battle. According to Chinese history, Mã Viện killed and captured over five thousand people in this military campaign.

CHÍNH SÁCH CỦA NHÀ HÁN SAU CUỘC NỔI DẬY CỦA HAI BÀ TRƯNG

THE HAN POLICY POST THE TRƯNG SISTERS' UPRISING

Sau khi chiếm lại được toàn cõi Nam Việt, Mã Viện ở lại thêm một năm, để kiện toàn chế độ cai trị của nhà Đông Hán tại đây

After recapturing the whole of Giao Chỉ province's territory, Mã Viện stayed behind for one year to consolidate the governance

trước khi về nước. Chính sách nhà Hán thời này lấy trọng tâm là xóa bỏ vết tích của nước Văn Lang nguyên thủy, mang tính chất trả thù cuộc nổi dậy của Hai Bà Trưng.

Ngoài việc giết hại nhiều Lạc Tướng và Lạc dân trong cuộc giao tranh, Mã Viện đã đầy 300 người thuộc gia đình thế tộc lên miền Bắc, tại Linh Lăng (tỉnh Húnán), ở sâu trong lãnh thổ nhà Hán. Mã Viện cũng chia lại ranh giới các quận, huyện để ngăn cách hoặc phá bỏ các liên hệ gia tộc sẵn có.

Điều quan trọng nhất là Mã Viện đã triệt để phá bỏ các luật lệ, giao ước trong xã hội Văn Lang trước đây, và ép buộc người dân phải tuyệt đối tuân thủ luật của nhà Hán.

Để việc Hán hóa được toàn vẹn, kể từ thời Mã Viện, cư dân các quận Giao Chỉ, Cửu Chân và Nhật Nam bị coi như dân thuộc vùng Lĩnh Nam, tức là một trong các bộ tộc Việt trong nhóm Bách Việt.

machinery of the Eastern Han in the recaptured terrritory before returning to his country. The Han policy at this time focused on eradicating all traces of the original country of Văn Lang, an act of vengeance against the Trưng Sisters' uprising.

Besides killing many Lạc tướngs and Lạc people in the military campaign, Mã Viện exiled 300 members of distinguished families to Linh Lăng (Honan province) in the North, deep in the Han territory. He also redrew boundaries between districts and counties in order to seperate or remove family ties among the people.

The most critical goal that Mã Viện aimed to achieve was to eliminate all the rules and social conventions that had existed previously in Văn Lang, and to force people to absolutely abide by the Han rules.

In order to complete the Han assimilation purpose, since the time of Mã Viện, residents of Giao Chỉ (Jiaozhi), Cửu Chân (Jiuzhen) and Nhật Nam (Jihnan) districts were considered residents of Lingnan, meaning that they belonged to one of the clans in the Bách Việt group.

Danh từ "Lạc Dân" không còn được sử dụng nữa, mà sắc dân gốc Văn Lang nay chính thức được gọi là dân Lạc Việt. Sau những năm dài Bắc thuộc, danh xưng "Lạc Việt" đã gắn liền với dân tộc Việt Nam nhưng ý chí tự chủ vẫn không thay đổi.	The term "Lạc Dân" was no longer used, and the ethnic group originating from Văn Lang was officially classified as Lạc Việt people. After so many years under the Chinese domination, the term "Lạc Việt" was imprinted into everyone's mind, but the will to independence has remained unchanged.
Trong khi các nhóm Mân Việt, Âu Việt, Điền Việt, Sơn Việt thuộc miền Lĩnh Nam đều bị Hán hóa toàn bộ, đã trở thành người Tàu, duy có dân Lạc Việt vẫn giữ vững bản sắc dân tộc để sau nhiều thế kỷ phấn đấu tiếp tục duy trì một quốc gia độc lập.	While other groups such as Minyue (Mân Việt), Ouyue (Âu Việt), Dianyue (Điền Việt) and Shanyue (Sơn Việt)... in the Lingnan region were completely assimilated and became Chinese, Lạc Việt was the only group who still preserved their own identity, and after centuries under foreign domination, continued the struggle to exist as an independent nation.

THE SECOND CHINESE DOMINATION THE UPRISINGS OF LADY TRIỆU, LÝ TRƯỜNG NHÂN AND LÝ THÚC HIỂN

Bắc Thuộc Lần Thứ Hai và Các Cuộc Khởi Nghĩa của Bà Triệu, Lý Trường Nhân và Lý Thúc Hiển

Cuộc khởi nghĩa của hai Bà Trưng bị nhà Hán dập tắt đã đưa nước ta vào thời kỳ Bắc thuộc lần thứ hai kéo dài 500 năm. Tuy thời gian dài như vậy nhưng dân tộc Lạc Việt vẫn không bị Hán hoá, vẫn duy trì được bản sắc để phấn đấu trở thành một nước độc lập. Trong một chuỗi giao tranh đẫm máu suốt thời gian này, nếu chỉ căn cứ vào năm tháng đã xảy ra các cuộc biến động, thì các thế hệ về sau sẽ khó mà hiểu được, chưa nói đến việc nhớ các chi tiết lịch sử liên hệ. Các cuộc biến động đó, cần được theo dõi trong khung cảnh chính trị thời bấy giờ. Sau đây là 3 sự kiện chính xảy ra trong 500 năm đó.

The crushing of the uprising of the Trưng Sisters by the Han brought our country to the second Chinese domination period which lasted 500 years. Despite being dominated for such a long time, the Lạc Việt people were not assimilated by the Han, and still maintained our distinct identity and strived to become an independent nation. There were many bloody wars during this period. If, however, later generations only focus on the dates when these events occurred, they will find it difficult to understand, let alone remember the details of the historical events involved. These events, therefore, need to be viewed within the political context of the time. The three major events that took place during those 500 years are as follows.

SỰ THAY ĐỔI LIÊN TIẾP CỦA CÁC TRIỀU ĐẠI THỐNG TRỊ TỪ PHƯƠNG BẮC

Bắc triều thống trị Giao Chỉ Bộ (sau được đổi tên thành Giao Châu) vào năm 43 khởi đầu là nhà Đông Hán, sau đó là nhà Đông Ngô (196). Tới năm 280 Đông Ngô bị nhà Tấn thay thế. Năm 502, nắm giữ số phận Giao Chỉ Bộ là nhà Lương. Sự thay đổi liên tiếp do có sự suy yếu, tương tranh và chuyển tiếp giữa nhiều triều đại nên đã đưa tới 3 quyết định quan trọng sau đây:

Chính sách Nhu Viễn
Trong 150 năm đầu của thời kỳ Bắc thuộc lần 2, tại Giao Chỉ Bộ có ít nhất 4 cuộc nổi dậy quan trọng của người dân Việt. Cùng lúc nhà Hán cũng phải liên miên chống đỡ với sự vùng lên của dân Tàu, và các cuộc chiến chinh của các bộ tộc hiếu chiến lân cận nên buộc triều đình bên Tàu phải thi hành chính sách mềm mỏng đối với dân tại phần đất xa xôi này.

CONSTANT CHANGE OF RULING DYNASTIES IN CHINA

The Chinese domination of Giao Chỉ (Jiaozhi) in 43 AD started with the Eastern Han dynasty, then the Eastern Wu (196). By 280, the Eastern Wu was replaced by the Jin dynasty. In 502, holding the fate of Giao Chỉ was the Liang dynasty. The Chen and then the Sui were the last rulers of our country. Continuous changes due to weakened authority, internal conflict, and constant replacement of ruling dynasties in China led to three important decisions:

Soft rule for outer regions
In the first 150 years of Chinese domination in Giao Chỉ, there were at least four major uprisings of the Vietnamese people. During this period, the Hans also had to deal with constant revolts of the Chinese people and the wars with combative tribes of neighboring countries. This situation forced the Chinese government to implement a flexible policy towards the people in this remote land.

Thành công nhất của Hán triều là việc dùng Sĩ Nhiếp trong chức vụ Thái Thú quận Giao Chỉ (thuộc Giao Chỉ Bộ). Họ Sĩ người gốc Hán, đã nhiều đời sinh sống tại Giao Chỉ, được địa phương hóa và ngay như Hán Triều cũng coi ông như thổ dân Giao Chỉ.

Sĩ Nhiếp được lòng dân địa phương, tuy thần phục Hán triều nhưng đường lối cởi mở tiếp nhận các luồng văn hóa khác đến từ phương Nam, mở mang giao thương, biến Giao Chỉ thành một nơi bình yên và thịnh vượng. Về cung cách, họ Sĩ hành sử như một vị vua hùng cứ một phương.

Sau khi Sĩ Nhiếp chết, triều đình phương Bắc cai trị nước ta đã chuyển sang nhà Ngô. Ngô triều quyết định nắm lại quyền cai trị trực tiếp tại Giao Chỉ, cử Lữ Đại đem quân chiếm đóng, chấm dứt chính sách Nhu Viễn và tiến hành một cuộc đàn áp thô bạo tại đây.

Việc chia Giao Chỉ Bộ thành hai phần

Năm 203, theo đề nghị của Thái Thú quận Giao chỉ Sĩ Nhiếp và Trương Tân, Thứ Sử Giao Chỉ

The Han dynasty's most successful move was the use of Sĩ Nhiếp (Shi Xie) in the position of Administrator of Giao Chỉ district (in Giao Chỉ province). Sĩ Nhiếp, of Han origin, whose ancestor had lived in Giao Chỉ for many generations, was localized and even regarded as an indigenous person of Giao Chỉ by the Han court.

Sĩ Nhiếp was popular with local people. While submitting to the Han dynasty, he was also open to other cultures from the South. He expanded trade and made Giao Chỉ a peaceful and prosperous place. In essence, Si acted as a king ruling his own kingdom.

After Sĩ Nhiếp died, the Chinese court at that time was ruled by the Wu. The Wu court decided to take direct control of Giao Chỉ, sent Lu Dai to bring troops to occupy our land, terminated Nhu Viễn policy and carried out a brutal crackdown in our country.

The division of Jiaozhi Province (Giao Chỉ Bộ) into two parts

In 203, upon the submission by Shi Xie, the administrator of Giao Chỉ district, and Trương Tân,

Bộ, nhà Đông Hán đổi Giao Chỉ Bộ thành Giao Châu. Năm 226, Đông Ngô lại chia tách 5 quận Hải Nam, Tương Ngô, Uất Lâm, Châu Nhai và Đạm Nhĩ thành Quảng Châu và Giao Châu là phần đất còn lại bao gồm 3 quận Giao Chỉ, Cửu Chân và Nhật Nam (là lãnh thổ nước Âu Lạc trước đây) và quận Hợp Phố. Sự chia cắt đã có tác dụng giúp cho vùng đất Âu Lạc ít bị Hán hoá.

governor of Giao Chỉ Province, the Eastern Han changedGiao ChỉProvince to Giao Châu (Jiaozhou), In 226, Eastern Wu separated three districts Hainan (Hải Nam), Cangwu (Thượng Ngô) and Watlam (Uất Lâm) to become Guangzhou (Quảng Châu) and the remaining three districts of Giao Chỉ, Cửu Chân(Jiuzhen) and Nhật Nam (Jihnan) which were the territory of Âu Lạc, became Giao Châu. This separation made Lạc Việt less susceptible to Han assimilation.

Sự xuất hiện của nước Lâm Ấp ở phía nam Âu Lạc

Nước Lâm Ấp hình thành từ những cuộc bạo loạn vào năm 100 tại huyện Tượng Lâm thuộc quận Nhật Nam. Khi đó, Bắc triều không chống đỡ nổi cuộc nổi dậy của người dân và cuộc tấn công từ phía Nam nên phải nhượng bộ để quận Nhật Nam chính thức trở thành nước Lâm Ấp vào năm 190. Sự ra đời của nước Lâm Ấp có tác dụng khuyến khích ý chí độc lập của người Việt đối với phương Bắc, nhưng nó cũng đẩy nước Việt sau đó luôn luôn phải đối đầu với hai chiến tuyến trong các cuộc chiến tranh với Tàu ở phía Bắc và

The emergence of Lâm Ấp (Linyi) nation in the south of Giao Châu (Jiaozhou)

The nation of Lâm Ấp (Linyi) was founded after waves of riots in 100 in Tượng Lâm county, Nhật Nam (Jihnan) district. At that time, the Chinese court was unable to withstand the attacks from the South, so it had to make concessions by officially recognizing Nhật Nam (Jihnan) district as Lâm Ấp nation in 190. The birth of Lâm Ấp not only had the effect of encouraging the will of the Vietnamese people to independence from the Chinese but also pushed Vietnam later on to always have to face wars from

Lâm Ấp (sau là Chiêm Thành) tại phương Nam.

two fronts, with China in the North and Lâm Ấp (later Champa) in the South.

CÁC CUỘC NỔI DẬY CỦA DÂN ÂU LẠC SAU KHI CHẤM DỨT CHÍNH SÁCH NHU VIỄN

ÂU LẠC'S UPRISINGS POST NHU VIỄN POLICY

Chính sách Nhu Viễn của Bắc triều chính thức chấm dứt vào năm 226 khi Tôn Quyền triệt hạ Sĩ Huy (con của Sĩ Nhiếp) và cử Lữ Đại đem quân chiếm đóng Giao Chỉ và Cửu Chân.

Vùng Nhật Nam lúc này đã là nước Lâm Ấp, một nước có giao hảo với nhà Ngô nên không còn được coi như quận huyện thuộc Bắc Triều.

Lữ Đại thi hành chính sách đàn áp thô bạo dân Việt, sau đó đưa quan lại nhà Ngô sang cai trị, thi hành chính sách vơ vét tham tàn, dân tình vô cùng khốn đốn.

The Nhu Viễn policy of China officially ended in 226 when Sun Quan (Tôn Quyền) defeated Si Huy (Shi Hui son of Shi Xie) and sent Lu Dai to occupy Giao Chỉ (Jiaozhi) and Cửu Chân (Jiuzhen). The region of Nhật Nam (Jihnan) by now had already become Lâm Ấp nation, a country with good relationship with the Wu, so it was no longer considered a district of the Chinese court.

Lu Dai conducted a brutal crackdown policy on the Vietnamese people, used the Wu mandarins to rule our country, implemented a policy of exploitation and destruction. Life was extremely miserable for our people.

A BRIEF HISTORY OF VIETNAM. VOLUME 1

Cuộc nổi dậy của Bà Triệu

Năm 247 Lâm Ấp đem quân tấn công Cửu Chân và làm rúng động Giao Châu. Đồng thời với cuộc tấn công của Lâm Ấp là cuộc nổi dậy của Bà Triệu tại Cửu Chân.

Bà Triệu là người thuộc một bộ tộc miền núi dòng dõi Lạc Dân từ thời Hùng Vương, đã tạo được nhiều chiến thắng vẻ vang chống giặc Ngô.

Tuy thành quả của bà không được lớn rộng như dưới thời Trưng Vương, nhưng đã ghi dấu ấn quan trọng, ngay cả sử Tàu cũng phải thừa nhận. Cuộc nổi dậy của Bà Triệu, tức Triệu Trinh Nương, chỉ kéo dài non một năm nhưng đã được dân Việt ngưỡng mộ. Bà đã để lại câu nói bất hủ trong sử nước ta:

"Ta chỉ muốn cưỡi cơn gió mạnh, đạp luồng sóng dữ, chém cá tràng kình tại biển Đông, đánh đuổi quân Ngô, dựng lại giang sơn, cứu dân ra khỏi nơi đắm đuối, chứ không chịu khom lưng làm tỳ thiếp người ta".

Lady Triệu's uprising

In 247, Lâm Ấp attacked Cửu Chân (Jiuzhen), and that shook Giao Châu (Jiaozhou). At the same time with the Lâm Ấp's attack was the uprising of Lady Triệu at Cửu Chân.

Lady Triệu was from a mountain tribe of the Lạc Dân ethnicity from the reign of King Hùng, and won many glorious victories against the Wu.

Lady Triệu's accomplishments, although not as remarkable as those under the Trưng Vương, made important marks in our history. This was acknowledged even by Chinese historians. Lady Triệu's uprising, which lasted for only 3 years, has been greatly admired by the Vietnamese. One of her immortal statements of defiance was recorded in our history:

"I want to ride the strong wind, stomp the tidal waves, kill the sea monsters in the Đông Hải (Eastern Sea), expel the Wu, rebuild the country, save our people from misery, instead of bowing and becoming someone's mistress."

Lady Triệu Temple in Thanh Hóa
Đền thờ Bà Triệu tại Thanh Hóa

Sau cuộc khởi nghĩa thất bại của Bà Triệu, trong 200 năm kế tiếp, tình hình Âu Lạc lúc thì ổn định, lúc biến loạn. Nhưng các cuộc biến loạn này không mang tính chất sự nổi dậy của dân Âu Lạc chống lại sự thống trị của Bắc phương mà có nhiều sắc thái là sự nối tiếp của những tranh chấp bên Tàu trong đó triều đại này đã thay thế cho triều đại khác mà Âu Lạc là một phần trong lãnh thổ tranh chấp.

Điều cần ghi nhớ là trong 200 năm này, đã có một thời kỳ dân Âu Lạc được hưởng một cuộc sống trong cảnh thái bình thịnh trị, đó là thời gian Đỗ Tuệ Độ, một người Giao Châu gốc Hán

In the next 200 years after the defeat of Lady Triệu, Giao Châu's situation was stable at times and in turmoil at other times. The turmoil was not related in nature to Giao Châu' suprising against the Chinese domination. Instead, it had the characteristics of a continuation of internal conflicts in China itself, where one dynasty overthew another while Giao Châu was part of the disputed territory.

It is important to remember that during these 200 years, there was a period where life was peaceful and prosperous in Giao Châu. This period was during the tenure of Đỗ Tuệ Đô a Han Vietnamese,

được suy cử trong chức vụ Thứ Sử.

Cuộc nổi dậy của Lý Trường Nhân và Lý Thúc Hiển

Năm 468 khi Thứ Sử Giao Châu là Trương Mục chết. Lợi dụng cơ hội, Lý Trường Nhân là dân gốc Lạc Việt nổi lên cướp chính quyền, sát hại toàn bộ các di dân mới từ bên Tàu sang, tự phong mình là Thứ Sử Giao Châu.

Bắc triều lúc đó là nhà Tống cử Ngô Hỷ rồi Tông Phụng Bá sang đoạt lại chức nhưng không ai dám đi.

Sau đó nhà Tống phải cử Lưu Bột cầm quân qua chinh phạt. Khi Lưu Bột qua tới Giao Châu, Lý Trường Nhân dàn quân ra chống cự. Lưu Bột không sao thắng nổi. Tống triều miễn cưỡng phải chấp nhận để Lý Trường Nhân tiếp tục làm Thứ Sử Giao Châu.

Được vài năm, Trường Nhân chết, người em họ là Lý Thúc Hiển lên thay thế nhưng Tống triều không chịu, cử Thẩm Hoán

as a Governor of Giao Châu.

The uprising of Lý Trường Nhân and Lý Thúc Hiển

In 468, Trương Mục, Governor of Giao Châu, died. Taking advantage of the opportunity, Lý Trường Nhân, a Lạc Việt native, overthrew the government, killed all newly settled migrants from China, and declared himself Governor of Giao Châu.

The Song, which was the ruling dynasty of China at the time, sent Ngô Hỷ then Tống Phụng Bá to re-take the governorship, but no one dared to go.

The Song then had to order Lưu Bột to bring the troops over to attackas a punitive measure. When Lưu Bột arrived at Giao Châu, Lý Trường Nhân deployed his men to fight. Since it was almost impossible for Lưu Bột to win, the Song had to reluctantly agree for Lý Trường Nhân to continue his governorship of Giao Châu.

Several years later, Lý Trường Nhân died. His cousin, Lý Thúc Hiển, succeeded him, but the Song rejected this appointment

qua thay thế. Thẩm Hoán bị toán quân của Lý Thúc Hiển vốn được lòng dân địa phương đánh khiến phải quay về Uất Lâm rồi chết tại đây. Thế là Lý Thúc Hiển đương nhiên cai quản một vùng tự trị, tuy danh hiệu chưa được gọi là một nước.

Vào năm 479, nhà Tề thay thế nhà Tống, Lý Thúc Hiển tiếp tục không thần phục cầm cự được 6 năm. Đến năm 485 Nhà Tề cử quân qua đánh, Thúc Hiển thua và Âu Lạc lại rơi vào tay các quan lại phương Bắc.

Như vậy, kể từ cuộc khởi nghĩa của Hai Bà Trưng, cuộc nổi dậy của anh em Lý Trường Nhân và Lý Thúc Hiển với 17 năm tự trị là quan trọng hơn cả. Cuộc tàn sát các quan lại và di dân người Hán vào năm 468 bởi Lý Trường Nhân tuy mang tính cực đoan nhưng cũng phần nào thể hiện một tinh thần dân tộc độc lập trước thế lực phương Bắc.

and sent Thẩm Hoán as the replacement. Thẩm Hoán was attacked by Lý Thúc Hiển's troops, who were trusted by local people, and had to return to Uất Lâm and died there. As a result, Lý Thúc Hiển continued to govern an autonomous region, although it was not yet called a country.

In 479, the Qi replaced the Song in China. Lý Thúc Hiển continued to hold his position for 6 years. In 485, the Qi sent troops to conquer Giao Châu, Lý Thúc Hiển lost and Giao Châu once again fell into the hands of Chinese mandarins.

Thus, since the uprising of the Trưng Sisters, the revolts of brothers Lý Trường Nhân and LýThúc Hiển brothers, with 17 years of autonomy, were of utmost importance. The massacre of Han Chinese officials and migrants in 468 by Lý Trường Nhân was extreme, but somewhat expressed an independent nationalist spirit against Chinese forces.

SỰ ĐỊNH HÌNH CỦA XÃ HỘI VÀ DÂN TỘC LẠC VIỆT

THE SHAPING OF LẠC VIỆT'S SOCIETY AND PEOPLE

Khởi đi từ xã hội Lạc dưới thời các Vua Hùng, vùng Văn Lang đã là cửa ngõ đón nhận các nền văn hóa Nam phương, hòa đồng với văn hóa Hán từ phương Bắc.

Beginning from the Hùng kings era, Giao Châu was a gateway to various cultures from the South, harmonizing with the Han culture from the North.

Trong thời Bắc thuộc, Âu Lạc là một trong hai cửa ngõ để đạo Phật từ Đông Nam Á hòa nhập vào nước Tàu. Thành Luy Lâu, trị sở của Giao Chỉ thời Sĩ Nhiếp là trung tâm Phật học lớn cho toàn vùng trong thời gian đó.

Giao Châu was one of the two gateways for Buddhism from Southeast Asia to integrate into China. Luy Lâu citadel, headquarters of Giao Chỉ (Jiaozhi) during Sĩ Nhiếp's time, was a large center for Buddhist studies throughout the region.

Song song với việc phổ biến Phật Giáo, trong thời gian bên Tàu loạn lạc, Âu Lạc cũng là nơi lưu ngụ cho nhiều học giả người Hán chạy xuống miền Nam lánh nạn, đó là lý do dưới thời Sĩ Nhiếp cả ba trào lưu Nho, Phật, Lão đều được thịnh hành và là nền tảng cho văn hóa Lạc Việt.

In parallel with the promotion of Buddhism, Giao Châu was also a sanctuary to many Han scholars who ran South to take refuge during chaotic times in central China. This was the reason why during Sĩ Nhiếp's time, Confucianism, Buddhism and Taoism movements were all popular, and became the foundation of Lạc Việt's culture.

Bên cạnh lĩnh vực văn hóa, về kinh tế, ngành trồng lúa nước hai mùa với nông cụ bằng sắt, làm ra lúa gạo sung túc cho cuộc sống

Besides the cultural aspects, there were also important economic developments. The two-season rice farming with iron tools bringing

cũng là đặc trưng của Âu Lạc. Thêm vào đó còn các loài thảo mộc nhiệt đới khác đã giúp cho Âu Lạc không những phát triển được ngành trồng dâu nuôi tằm dệt lụa mà còn cả ngành trồng bông, dệt vải, làm giấy, các lâm sản và hương liệu khó kiếm, chưa kể tới khoáng sản cho ngành sản xuất vật dụng thủy tinh và mỹ nghệ.

prosperity to our country was a defining character of Giao Châu. In addition, there were tropical vegetation that helped Âu Lạc not only in developing mulberry farming and silkworm rearing for silk weaving, cotton farming, weaving, paper making, wood products but also rare spices, not to mention minerals for the industries of glass and fine arts production.

Dâu Pagoda, a Buddhist vestige in Luy Lâu
Chùa Dâu, di tích Phật giáo tại Luy Lâu

Lối sống của con người Lạc Việt cũng mang màu sắc riêng biệt khiến trong nhiều thế kỷ Bắc thuộc, người Việt đã không bị Hán hóa. Họ là hậu duệ của Lạc

The way of life of the Lạc Việt people also had its distinctive characteristics which helped prevent the Vietnamese from becoming part of the Han Chinese

dân từ thời Hùng Vương như Triệu Trinh Nương, Lý Trường Nhân, Lý Thúc Hiển hay các người gốc Hán đã được Việt hóa qua nhiều thế hệ sinh sống tại Âu Lạc như Sĩ Nhiếp, Đỗ Tuệ Độ.

Chính những con người trên và người dân Lạc Việt đã giúp cho Âu Lạc không pha trộn với Bắc triều trong mấy trăm năm dài bị cai trị.

after so many centuries under their domination. They were descendants of the Lạc Việt ancestors since the era of the Hùng kings, such as Triệu Trinh Nương, Lý Trường Nhân, Lý Thúc Hiển or those of Han origin, but had become Vietnamese living in Giao Châu for generations, such as Sĩ Nhiếp, Đỗ Tuệ Độ.

It was these great heroes and the Lạc Việt people that kept Âu Lạc from being assimilated with the Chinese, even after long centuries of being dominated.

LÝ BÝ ENDED THE SECOND CHINESE DOMINATION, FOUNDED THE EARLY LÝ DYNASTY AND VẠN XUÂN NATION

Lý Bí Chấm Dứt Bắc Thuộc Lần Thứ Hai Thành Lập Nhà Tiền Lý và Nước Vạn Xuân

Giai đoạn Bắc thuộc lần thứ hai bắt đầu năm 43 sau khi nhà Đông Hán sai Mã Viện đem quân qua đánh bại cuộc khởi nghĩa của Hai Bà Trưng. Giai đoạn này kéo dài 500 năm và chấm dứt vào năm 542 với cuộc khởi nghĩa của Lý Bí.

The second period of Chinese domination began in 43 AD, after Mã Viện (Ma Yuan) of the Eastern Han defeated the Trưng Sisters' uprising. This period lasted 500 years and ended in 542 with the uprising of Lý Bí.

CUỘC KHỞI NGHĨA CỦA LÝ BÍ, TINH THIỀU VÀ TRIỆU TÚC VÀO NĂM 542

THE UPRISING OF LÝ BÍ, TINH THIỀU, AND TRIỆU TÚC IN 542

Lý Bí và Tinh Thiều dòng dõi từ phương Bắc, tổ tiên di cư xuống Giao Châu đã nhiều thế hệ, sanh trưởng trong những gia đình cự phách tại đây. Hai ông đều tinh thông Hán học, nổi tiếng tài cao học rộng nhưng không được trọng dụng.

Lý Bí and Tinh Thiều both were from prominent families in Giao Châu whose ancestors had migrated from the north and lived there for generations. They were both well versed in Han studies and noted for being highly educated however they were not employed by the foreign ruler.

Lý Bí kết thân với Triệu Túc, quê quán tại vùng đầm lầy thuộc Châu Diên, là người gốc Lạc Việt thuần túy. Vùng này đồng thời cũng là nơi tập hợp nhiều gia đình gốc Lạc Dân hồi trước, tụ hội về đây vì không muốn hội nhập vào xã hội Hán hóa tại Giao Châu.

Lúc bấy giờ bên Tàu nhà Lương đang cai trị. Với chủ trương đặt người tin cẩn trị nhậm các nơi quan trọng như quan Thứ Sử Giao Châu là Tiêu Tư, một tôn thất nhà Lương.

Tiêu Tư là một viên quan nổi tiếng tham lam và tàn bạo khiến muôn dân cơ cực và bất bình. Vì thế vào đầu năm 542 khi Lý Bí nổi lên dành quyền tự chủ cho Âu Lạc, dân chúng theo rất đông.

Trước thế mạnh của người dân nổi dậy khắp nơi, và nhất là vốn dĩ chỉ lo vơ vét làm giầu, Sử Tàu chép rằng Tiêu Tư thấy vậy vội cầu hoà với Lý Bí xin chạy về Quảng Châu để giữ mạng sống. Ba tháng sau, vào giữa năm 542, nhà Lương bắt đầu phản công. Lý Bí không những đã chiến thắng dễ dàng quân Tàu mà còn

Lý Bí made friends with Triệu Túc, who was a native of Lạc Việt and grew up in the swamp area of Châu Diên. Châu Diên was also the place where many families with Lạc origin gathered, because they did not want to integrate into the Sinicized community in Giao Châu.

At that time, the Liang dynasty was the rulers of China. The Liang had a policy of putting people they trusted in important positions, and Xiao Zi, a descendant of the Liang, was made Governor of Giao Châu.

Xiao Zi was a notorious ruler for his greed and brutality, and caused much misery and resentment among the people. So, in the beginning of 542, when Lý Bí rose to fight for Giao Châu's independence, he had tremendous support from the people.

According to Chinese history, facing the power of the people in the widespread uprising, and especially because his sole interest was his own selfish wealth, Xiao Zi hurriedly made peace with Lý Bí and sought permission to return to Guangzhou to save his life. Three months later, in mid 542, the Liang dynasty began to launch a

chiếm được toàn vùng Âu Lạc trước đây. Vào cuối năm 542 Lương triều cử quân sang tấn công Lý Bí lần thứ nhì. Khi mới tới Hợp Phố thì đã bị quân sĩ của Lý Bí từ phía Nam tràn qua đánh bại trận nữa, tàn quân phải bỏ chạy về Quảng Châu.

Lợi dụng tình hình dân Âu Lạc nổi lên chống lại nhà Lương, quân Lâm Ấp tràn sang tấn công quận Đức Châu. Sau khi phá được quân nhà Lương, tới giữa năm 543, Lý Bí sai tướng Phạm Tu mang quân đánh Lâm Ấp giữ yên biên giới phía Nam từ đó.

counterattack. Not only did Lý Bí easily defeat the Chinese troops, he also took control of the whole former Âu Lạc region. By the end of 542, the Liang dynasty sent troops to attack Lý Bí for the second time. As soon as the Chinese troops approached Hợp Phố, they were defeated by Lý Bí's soldiers from the South and had to run back to Guangzhou.

Taking advantage of the chaos in Giao Châu, troops from Lâm Ấp crossed the border and attacked Đức Châu district. After defeating the Liang's army, in mid 543, Lý Bí ordered General Phạm Tu to attack Lâm Ấp. Peace was then maintained at the Southern border ever since.

QUỐC HIỆU VẠN XUÂN

THE FOUNDING OF VẠN XUÂN NATION

Sau khi đã dẹp yên phương Bắc, bình định phương Nam, tháng 2 năm 544, Lý Bí chính thức lên ngôi Hoàng Đế, xưng là Nam Việt Đế (còn gọi là Lý Nam Đế), đặt quốc hiệu là Vạn Xuân, ý mong xã tắc được bền vững tốt đẹp muôn

After crushing the enemies in the North, and pacifying those in the South, in February 544, Lý Bí officially ascended the throne, proclaimed himself Nam ViệtĐế (Emperor Nam Việt), also known as Lý Nam Đế. He renamed the nation to Vạn Xuân, a name thought to

đời.

Lý Nam Đế phong Triệu Túc làm Thái phó (chức vụ cao nhất triều đình), Tinh Thiều đứng đầu quan văn, Phạm Tu đứng đầu tướng võ, xây đài Vạn Xuân làm nơi triều hội. Lý Phục Man được phong chức tướng quân, coi một vùng từ Đỗ Động (Hà Đông) tới Đường Lâm (Sơn Tây) để phòng bị mặt tây và tây bắc.

Vai trò của Triệu Túc cho thấy nhà vua đặc biệt coi trọng vai trò của người bản địa, việc bố trí nhân sự này thể hiện sự hợp tác chặt chẽ giữa cư dân gốc Lạc dân thời Hùng Vương và cư dân gốc Hán, kết lại thành một thực thể độc lập với phương Bắc.

CUỘC XÂM LĂNG NƯỚC VẠN XUÂN

express the wishes of long lasting stability and prosperity for the nation.

Lý Nam Đế appointed Triệu Túc as Thái Phó (Premier, highest rank in the court), Tinh Thiều as head of the manderin, Phạm Tu as Military Chief, and built Vạn Xuân Monument to be used as a venue for royal court sessions.

Lý Phục Man was promoted to the rank of General, commanding the region from Đỗ Động (Hà Đông) to Đường Lậm (Sơn Tây) to provide defense for the Western and North-Western fronts.

The appointment of Triệu Túc to the highest ranking position in his court shows that the king greatly valued the contributions of indigenous people, and reflects a close co-operation between Vietnamese of Lạc origin from the Hùng kings era and those of Han origin. Despite being of different ethnic roots, they united as one integrated entity, independent of the Chinese in the North.

THE LIANG'S INVASION OF

HOÀNG CƠ ĐỊNH

CỦA NHÀ LƯƠNG

VẠN XUÂN

Vai trò lịch sử của nhà Lý hiện hữu từ năm 542, chính thức vào năm 544. Năm 545 nhà Lương cử tướng Trần Bá Tiên đem quân qua đánh chiếm. Tháng 6 năm 545, Lý Bí bị thua đạo quân nhà Lương ở Long Biên phải rút về cửa sông Tô Lịch. Bá Tiên truy đuổi khiến quân Lý Bí phải rút về giữ thành Gia Ninh.

Tại đây, Lý Bí cũng chỉ cầm cự được vài tháng đến đầu năm 546 phải chạy về động Khuất Liêu, để lại một cánh quân do tướng Triệu Quang Phục (con của quan thái phó Triệu Túc) chỉ huy, tiếp tục kháng cự quân Lương tại thung lũng sông Hồng. Sau khi rút về Khuất Liêu, Lý Nam Đế kết liên được với các bộ tộc người Lạo (sắc dân Thái hiện nay), thu phục được vài chục ngàn quân kéo ra kháng cự trở lại với Trần Bá Tiên.

Nhà Vua đóng quân tại hồ Điền Triệt, thuyền bè đậu kín dưới hồ, khí thế thật hùng tráng khiến bên quân Trần Bá

The Lý had a historical role in our country since 542, and officially in 544. In 545, the Liang sent its general Chen Baxian with troops to invade Vạn Xuân. In June 645, the Liang's army defeated Lý Bí at Long Biên, and Lý Bí had to withdraw to the mouth of Tô Lịch river. Baxian relentlessly pursued and forced Lý Bí to withdraw to Gia Ninh citadel.

Here, Lý Bí was able to withstand only a few months. At the beginning of 546, he had to retreat to Khuất Liêu cave, leaving behind a force commanded by general Triệu Quang Phục (son of Premier Triệu Túc), who continued the fight against the Liang's army in the Hồng River's valley. After withdrawing to Khuất Liêu, Lý Nam Đế was able to form an alliance with the Lạo tribes (today's Thai), and recruited tens of thousands of troops who were deployed to fight against Chen Baxian once again.

Lý Nam Đế stationed at Điền Triệt lake with anchored boats and rafts covering the entire lake. The sight was so mighty that made Chen

Tiên có phần nao núng. Không may vào một đêm, đột nhiên nước sông lên cao chảy ngược vào hồ, thủy quân của Bá Tiên tràn theo dòng nước tấn công, bên Lý Nam Đế trở tay không kịp, bị tan vỡ, nhà Vua lại phải tháo lui về động Khuất Liên một lần nữa rồi hai năm sau bị bệnh chết.

Cánh quân của Triệu Quang Phục trước thế giặc quá mạnh phải lui về giữ đầm Dạ Trạch (Hưng Yên ngày nay), dựa vào địa hình vùng lầy lội, có nhiều nơi nước sâu, rộng, kế bên những bãi lau sậy phủ kín, tiến binh rất khó. Phía Triệu Quang Phục dùng thuyền nhẹ, áp dụng lối đánh du kích trong nhiều năm, quân Lương không sao dẹp nổi.

Năm 548, hay tin Lý Nam Đế mất, Triệu Quang Phục xưng vương, hiệu là Triệu Việt Vương. Vào lúc này bên Tàu có loạn lớn, Trần Bá Tiên bị triệu hồi về nước nên trao quyền cho tùy tướng là Dương Sản thống lãnh sĩ tốt. Lợi dụng cơ hội,

Baxian's troops nervous. Unfortunately, one night, the rising river water at high tide overflowed into the lake. Chen Baxian's naval forces followed the tide to enter the lake and began to attack. Being caught by surprise, Lý Nam Đế's troops had no time to counter the attack and were broken up. The king once again had to withdraw back to Khuất Liêucave and died of an illness two years later.

Facing such strong enemy, General Triệu Quang Phục's troops had to retreat to Dạ Trạch swamp (Hưng Yên today). He relied on the advantages of the region with muddy terrain and large areas of deep water, completely hidden behind reeds, which made it very difficult for troops to advance. Triệu Quang Phục used light boats and implemented a guerrilla warfare strategy for many years. As a result, the Liang's troops were never able to defeat his army.

In 548, upon hearing of the passing of Lý Nam Đế, Triệu Quang Phục declared himself Triệu Việt Vương. At the same time, China was in great turmoil, and Chen Baxian was summoned back home. He delegated the command of the troops to his deputy Dương Sản. Taking advantage

Triệu Quang Phục tiến quân giết được Dương Sản, lấy lại được thành Long Biên, lên làm vua cho tới năm 571.

Khi Lý Nam Đế bị thua chạy về động Khuất Liêu, ngoài những binh sĩ của Triệu Quang Phục, còn một nhóm thứ ba do người anh họ của nhà vua là Lý Thiên Bảo cùng tùy tướng là Lý Phật Tử, chạy vào được Cửu Chân. Tại đây họ bị quân Lương đánh tiếp phải chạy qua Lào, đến đóng ở động Dã Năng. Thiên Bảo lập một triều đình tại đây, xưng là Đào Lang Vương.

Năm 555 Lý Thiên Bảo mất, binh quyền về tay Lý Phật Tử.

Năm 557 Lý Phật Tử đem quân về chống với Triệu Việt Vương. Hai bên không phân thắng bại nên giảng hòa chia phần cai quản. Lý Phật Tử đóng ở Ô Diên (nay thuộc Hà Đông), Triệu Việt Vương đóng ở Long Biên.

Năm 571 Lý Phật Tử đem quân đánh úp Triệu Việt Vương khiến Vương thua chạy tới Đại Nha (thuộc Nam Định) nhảy xuống sông tự vận.

Lý Phật Tử lấy được thành Long

of the opportunity, Triệu Quang Phục moved his troops to attack and killed Dương Sản recaptured Long Biên citadel, and remained king until 571.

When Lý Nam Đế was defeated and withdrew to Khuất Liêu cave, apart from Triệu Quang Phục and his soldiers, there was a third group led by a cousin of the king, Lý Thiên Bảo, and a subordinate general, Lý Phật Tử, who ran to Cửu Chân (Jiuzhen). Here, they were attacked by the Liang's troops and had to run to Laos, and stationed at Dã Năng cave. Thiên Bảo established a court here, calling himself King Đào Lang.

In 555 Lý Thiên Bảo died, the military power fell into Lý Phật Tử's hands.

In 557, Lý Phật Tử brought troops back to fight against Triệu Việt Vương. Since neither of them was in a winnable position, they had to make peace and divide up territories to rule. Lý Phật Tử stationed at Ô Diên (now in Hà Đông), King Triệu Việt in Long Biên.

In 571, Lý Phật Tử suddenly brought his troops to attack Triệu Việt Vương. Triệu Việt Vương was defeated and had to run to Đại Nha (Nam Định) and drowned himself in a river.

After capturing Long Biên citadel, Lý

Biên rồi, xưng đế hiệu (Hậu Lý Nam Đế), đóng đô tại Phong Châu (nay thuộc Phú Thọ).

Trong thời gian kể từ khi Trần Bá Tiên thắng được Lý Nam Đế vào năm 546, nước Tàu đã đổi chủ hai lần, nhà Lương đã chuyển qua nhà Trần rồi nhà Tùy. Một phần do sự xáo trộn này nên nhà Lý đã duy trì được nền tự chủ một thời gian tương đối lâu dài mặc dầu nội trị vẫn còn yếu ớt

Đầu năm 603, nhà Tùy cử Lưu Phương dẫn quân thuộc 27 doanh sang xâm lăng nước Vạn Xuân. Lưu Phương theo đường Vân Nam tiến xuống đánh tan quân của Lý Phật Tử rồi bắt Lý Phật Tử đem về Tàu, chấm dứt 61 năm tự chủ của nước Việt với ba triều đại Tiền Lý, Triệu và Hậu Lý.

Nước Việt từ đây lại rơi vào vòng thống trị của Tàu thêm ba trăm năm nữa, đó là thời kỳ Bắc thuộc lần thứ ba.

Phật Tử called himself Later Lý Nam Đế, based in Phong Châu (now Phú Thọ).

From the time Chen Baxian defeated Lý Nam Đế in 546, China changed rulers twice. The power was transferred from the Liang to the Chen and then the Sui. Partly due to these frequent dynastic changes, the Lý was able to maintain the independence for a relatively long time despite internal weakness.

In the early 603, the Sui sent Liu Fang with troops from 27 bases to invade Vạn Xuân. Liu Fang followed Yunnan (Van Nam) route and defeated Lý Phật Tử's army. Lý Phật Tử was then brought back to China, ending Vietnam's 61 years independence with three dynasties Early Lý, Triệu and Later Lý.

Vietnam from that point on ward begun another period of Chinese's rule. This period lasted for another three hundred years and was the third period of Chinese domination.

HOÀNG CƠ ĐỊNH

THE COLLAPSE OF THE FIRST LÝ DYNASTY AND THE THIRD CHINESE DOMINATION OF VIETNAM
Sự Sụp Đổ của Nhà Tiền Lý và Thời Kỳ Bắc Thuộc Lần Thứ Ba

Nhà Tiền Lý chính thức cáo chung vào năm 603 sau khi Lý Phật Tử bị Bắc Triều lúc đó là nhà Tùy đánh bại. Nước ta sau đó trở lại thành Giao Châu, được chia thành các quận:

- Giao Chỉ, vùng Bắc Bộ hiện nay (30.000 hộ)
- Cửu Chân, vùng Thanh Hóa (16.100 hộ)
- Nhật Nam, vùng Nghệ An, Hà Tĩnh (9.900 hộ)

Ngoài ra, còn ba quận nhỏ thuộc vùng Bình Trị Thiên. Vùng Nhật Nam trước đó bị Lâm Ấp chiếm đóng nhưng đã bị quân lính nhà Tùy đẩy lui về phía nam.

Vào năm 618, nhà Tùy bị nhà Đường thay thế. Giao Châu được nhà Đường chia thành hai Phủ Tổng quản, Phủ Tổng quản thứ nhất gồm vùng đồng

The First Lý dynasty officially ended in 603 after Lý Phật Tử was defeated by China's Sui dynasty. The Sui dynasty again named our country Giao Châu and divided it into three provinces:

-Giao Chỉ (Jiaozhi) (now North Vietnam) with 30,000 households
-Cửu Chân (Jiuzhen) (now Thanh Hóa) with 16,100 households
-Nhật Nam (Jihnan) (now Nghệ An, Hà Tĩnh) with 9,900 households

In addition, there were three smaller provinces in today's Bình Trị Thiên.
Previously, Nhật Nam had been occupied by Lâm Ấp, but they were pushed back further south by the Sui's army.

In 618, the Sui dynasty was replaced by the Tang dynasty. The Tang dysnasty divided Giao Châu (Jiaozhou) into two administrative provinces. The first province

bằng sông Hồng và sông Mã. Phủ Tổng quản thứ hai kiểm soát vùng biên thùy với Lâm Ấp và các tộc miền núi.

Trong thời gian đầu, Giao Châu được đặt dưới quyền của Thứ Sử Khâu Hòa. Khâu Hòa là một viên quan thanh liêm và có tài cai trị. Trong thời gian Khâu Hòa trị nhậm dân tình yên ổn, giao thương phát triển. Trong khi các nước loạn lạc thì Giao Châu là một ốc đảo bình yên trong nhiều năm. Trong thời kỳ này, thành phần di dân thường chỉ là một số người thân nhỏ thuộc gia đình các thương gia và binh sĩ cho nên mặc dầu số hộ tăng nhiều, nhưng nhân số thuộc mỗi hộ thì giảm. Một điều đặc biệt khác là một bộ phận quan trọng của khối di dân gồm những quan chức nhà Đường thuộc thành phần chống đối bị lưu đầy qua Giao Châu và nhiều nho sĩ danh tiếng. Điều này đã ảnh hưởng nhiều tới việc phát triển giáo dục tại Giao Châu thời gian sau.

Đến năm 679, Giao Châu được đổi thành An Nam đô hộ phủ. Danh từ An Nam để chỉ nước ta xuất hiện từ đó và sau hơn

included the plains of the Hồng and Mã Rivers. The second province administered the areas bordering Lâm Ấp and the hill tribes.

In the initial period, Giao Chau was placed under the rule of Governor Qiu He (Khâu Hòa). Qiu He was an honest and competent mandarin. During his rule, people lived in peace and trades developed. While the whole Tang empire was in chaos with rebellions and instabilities, Giao Châu was like an isolated oasis free of conflicts for many years. During this time, migrants to Giao Châu were usually by small numbers of mandarins, soldiers and traders, as well as their extended families. Therefore, it helped increase the population but the household numbers decreased. Another important aspect is that a significant section of the migrant population included dissenting mandarins who were exiled to Giao Châu and many famous scholars. This had a great impact on the development of education in Giao Châu in later years.

In 679, the Tang dynasty changed the name Giao Châu to Protectorate Province of An Nam. This was the first time the

nửa thế kỷ yên bình dưới triều nhà Đường, tình hình Giao Châu bắt đầu thay đổi.

term An Nam was used by the Chinese to refer to its occupied territory in the south of their country. After more than half a century of peace under the rule of the Tang, the situation in Giao Châu began to change for the worse.

CUỘC KHỞI NGHĨA TRONG THẾ KỶ THỨ 7 CỦA LÝ TỰ TIÊN VÀ ĐINH KIẾN

THE 7TH CENTURY UPRISING OF LÝ TỰ TIÊN AND ĐINH KIẾN

Sau khi đổi tên nước ta thành An Nam đô hộ phủ thì vào năm 684, nhà Đường cử Lưu Diên Hựu sang nắm quyền cai trị. Lưu Diên Hựu cho tăng thuế lên gấp đôi khiến dân chúng căm phẫn nổi dậy. Lưu Diên Hựu bắt giết người cầm đầu là Lý Tự Tiên khiến dân chúng càng căm hơn, cuộc khởi nghĩa lan rộng thêm ra. Lúc này, người chỉ huy các cuộc khởi nghĩa là Đinh Kiến, một trong những người tham gia vào cuộc nổi dậy của Lý Tự Tiên. Ông cho quân bao vây thành Tống Bình (tức Long Biên), nơi trị sở của An Nam đô hộ

After renaming our country as Protectorate Province of Annam, the Tang sent Lưu Diên Hựu in 684 to rule over the province. Lưu Diên Hựu doubled the taxes on the populace, causing resentment and revolts amongst the locals. Lưu Diên Hựu arrested and killed Lý Tự Tiên, the leader of the uprising movement, causing more resentment and spreading the uprising further. At this time, the leader of the uprising was Đinh Kiến. He ordered the seize of Tống Bình citadel (Long Biên), where the central administration of Protectorate Province of Annam was situated. The Tang ordered

phủ. Nhà Đường sai Phùng Nguyên Thường mang quân sang giải cứu. Nguyên Thường mưu tranh quyền với Lưu Diên Hựu nên tìm cách hoãn bình và thương lượng với Đinh Kiến.	Phùng Nguyên Thường to bring troops over on a rescue mission. Phung Nguyen Thuong was competing for power with Lưu Diên Hựu, so he tried to defuse the conflict and negotiated with Đinh Kiến.
Mùa hè năm năm 687, nghĩa quân tiến vào thành Tống Bình giết được Lưu Diên Hựu, Phùng Nguyên Thường sợ hãi bỏ chạy. Sau đó Đường triều phải phái một cánh quân khác qua bình định, giết được Đinh Kiến, cuộc nổi dậy mới bị tan vỡ.	In the summer of 687, our militias advanced to the citadel and killed Lưu Diên Hựu. Phùng Nguyên Trung was frightened and fled for his life. The Tang then had to dispatch another group of troops over to quell the situation. They managed to kill Đinh Kiến and the uprising was subsequently broken up.
Đây là một cuộc khởi nghĩa của dân chúng do chính người dân cầm đầu, thiếu vắng sự tham dự của tầng lớp hào tộc bản xứ.	This was the popular uprising led by the locals. The absence of members of the local noble class in the uprising showed that the Chinese policy of Sinolisation started causing the divisions amongst Vietnamese.

CÁC CUỘC KHỞI NGHĨA TRONG THẾ KỶ THỨ 8

THE 8TH CENTURY UPRISINGS

Cuộc khởi nghĩa của Mai Thúc Loan

Vào cuối thế kỷ thứ 7, đầu thế kỷ thứ 8, Bắc triều trải qua một giai đoạn suy thoái tạm kéo dài 15 năm. Trong suốt thời gian này, vùng biên duyên, trong đó có nước ta, được thả nổi cho các quan lại cầm quyền mặc sức tham nhũng, bóc lột và đàn áp người dân.

Năm 722, Mai Thúc Loan gốc người Diễn Châu (Nghệ An) chiêu mộ nghĩa sĩ nổi dậy tại Hoan Châu (Nghệ An) sau đó chiếm tiếp miền trung lưu sông Lam, xây thành đắp lũy trên núi Hùng Sơn (thuộc Nghệ An), tự xưng Hoàng Đế, tục gọi là Mai Hắc Đế.

Khác với các biến động trước đây tại Giao Châu, thường gắn liền với các chính biến từ phương Bắc, cuộc nổi dậy của Mai Thúc Loan lại có nhiều liên hệ với tình hình từ các nước tại phương Nam.

Chuyển biến quan trọng trong thế kỷ thứ 7 là sự xuất hiện của

Mai Thúc Loan led uprising

By the end of the 7th and early 8th centuries, China experienced a decline lasting for 15 years. During this time, occupied territories in the outer borders including Vietnam were let loose, allowing the ruling mandarins to indulge in corruption, exploitation and persecution of the locals.

In 713, Mai Thúc Loan from Diễn Châu (Nghệ An) recruited militias and led an uprising at Hoan Châu Province (Nghệ An), taking the plain of Lam River, building up trenches on Hùng Sơn Mountain (Nghệ An), declaring himself emperor, often referred to as Mai Hắc Đế.

Unlike previous unrests at Giao Châu which were often associated with political upheavals in China in the north, Mai Thúc Loan led uprising had much to do with the situation of many countries in the south.

One of the most important developments in the 7th century

đế quốc Chân Lạp, đế quốc này đã tiêu diệt đế quốc Phù Nam, mở rộng ảnh hưởng về phía Nam tới Sumatra và đã thôn tính một phần lãnh thổ của Lâm Ấp. Tình trạng ly loạn tại Lâm Ấp vì vậy đã đẩy một khối di dân lớn chạy lên phía nam của Âu Lạc. Chỉ trong nửa đầu của thế kỷ thứ 8 dân số trong vùng Hoan Châu đã tăng lên gấp 3 lần.

Đoàn quân của Mai Hắc Đế tiến ra bắc đánh chiếm thành Tống Bình (Hà Nội ngày nay) có tới 400.000 người, được sự hỗ trợ của 32 bộ tộc miền núi và có sự tham gia của cả những cánh quân Chân Lạp, Lâm Ấp và Sumatra. Thái Thú lúc bấy giờ là Quang Sở Khách phải bỏ thành chạy về nước. Vua Đường sai Dương Tư Húc sang tái chiếm Tống Bình. Lực lượng quân Đường lên tới 100.000 lính khiến quân của Mai Hắc Đế thua to. Cuộc khởi nghĩa tan vỡ, Mai Hắc Đế chết trong khi đi lánh nạn.

was the creation of the Chenla empire, which was responsible for the wiping out of the Funan empire, speading its influence all the way to Sumatra, and occupying part of Linji's territory. The chaos and the dislodging of people from their homes in Linji pushed a large portion of the population to move north to the southern part of Vạn Xuân/Âu Lạc, tripling the population of Hoan Province in the first half of the 8th century.

Mai Hắc Đế marched a strong army of 400,000 soldiers northward to attack Tống Bình citadel (now Hà Nội). He joined forces with the militias of 32 hill tribes and the armies from Chenla, Linji and Sumara. Guang Suo Ge, Tang's Governor at the time, had to flee back to China. Tang's king ordered Dương Tư Húc to recapture Tống Bình. Tang's army was 100,000 troops strong, causing the defeat of Mai Hắc Đế. The uprising collapsed and Mai Hắc Đế died on the retreat.

Cuộc khởi nghĩa của Phùng Hưng

Từ năm 749 Bắc triều bắt đầu rơi vào thời kỳ khủng hoảng. Các cuộc chiến tranh với các lân bang diễn ra liên tiếp. Tới năm 791, quan Thái Thú được cử cai trị An Nam đô hộ phủ là Cao Chính Bình. Bình vốn tham lam, đánh thuế rất nặng không chừa ai, nên dân từ giàu tới nghèo đều oán ghét. Phùng Hưng thuộc dòng dõi hào phú đất Đường Lâm, nhiều đời làm quan lang, nuôi chí cứu nước bèn cùng với em là Phùng Hải liên kết hào kiệt thành lực lượng nổi dậy. Quân sĩ của Phùng Hưng bao vây phủ thành đô hộ chống lại Cao Chính Bình nhưng đánh mãi không thắng nổi. Sau nhờ kết hợp được với Đỗ Anh Hàn, dùng mưu kế của Đỗ Anh Hàn vây phủ khiến Cao Chính Bình phải chạy về thành Đại La cố thủ sau đó sinh bệnh mà chết. Phùng Hưng nhân đó chiếm thành, gánh vác chính sự. Ông cầm quyền được bảy năm thì mất. Đức độ của ông dân chúng coi như cha mẹ, nên tôn là Bố Cái Đại Vương. Khi con ông là Phùng An lên nối nghiệp, nhà Đường đưa binh lực

Phùng Hưng led uprising

From 749 onwards, China experienced a period of crisis with ongoing and recurring wars with its neighbours. In 791, Cao Chính Bình were sent to our country to administer the Protectorate Province of Annam. Bình was greedy, imposing high taxes on the locals without exception. As a result, everyone, rich and poor, was enraged against the rulers. Phùng Hưng was from a wealthy family in Đường Lâm whose members were mandarins for generations. He and his younger brother Phùng Hải had long harboured the desire to save the country from Chinese occupation. They joined forces with the like-minded to build an army for forthcoming uprising. However, Phùng Hưng's forces did not seem adequate to achieve victory because after launching the attack, they surrounded the citadel, but could not advance any further. Later on, he defeated Cao Chính Bình after forming an alliance with Đỗ Anh Hàn. Being defeated, Cao Chính Bình escaped back to Đại La citadel, held up in there and later died of illness. Phùng Hưng captured the citadel and started his administration. He ruled for 7

hùng hậu sang tấn công. Phùng An yếu thế phải đầu hàng. Đất nước ta lại rơi vào ách đô hộ của Bắc phương.

years before passing away. People remembered him for the good deeds that he had done. They worshipped and elevated him to the status of father of the nation thus the title Bố Cái Đại Vương. His son Phùng An succeeded him but the Tang sent in a powerful army and forced Phùng An to surrender. Our country fell under the rule of China yet again.

TÌNH HÌNH NƯỚC TA Ở THẾ KỶ THỨ 9

OUR NATION'S SITUATION IN THE 9TH CENTURY

Cuộc nổi dậy của Dương Thanh

Từ năm 820, triều Đường tiếp tục rơi vào một cuộc suy thoái lâu dài. Viên quan cai trị nước ta lúc đó là Lý Tượng Cổ, một con người khắc nghiệt, hung bạo, bị nhân dân oán ghét. Cùng lúc đó ở Hoan Châu có người hào trưởng tên là Dương Thanh có nhiều uy thế trong vùng. E ngại trước thanh thế của Dương Thanh, Tượng Cổ đưa Dương Thanh về làm nha môn tướng giữ La Thành nhằm dễ theo dõi. Dương

Dương Thanh led uprising

From 820 onwards, the Tang dynasty continued to descend into a long decline. The Chinese mandarin in charge of our country at the time was Lý Tượng Cổ, who was a harsh and vicious ruler hated by our supressed people. Meanwhile, in Hoan Province, there was a wealthy local leader named Dương Thanh, who was well known and had significant influence in the area. Concerning about Thanh's reputation and his influence,

Thanh bất mãn nhưng nén chịu chờ thời.

Năm 819, khi người Man ở Hoàng Động nổi dậy, ông được sai đi đánh dẹp. Nhưng ông đã hợp nhất với người Man ở Hoàng Động đánh chiếm thủ phủ Tống Bình, giết Tượng Cổ, chiếm quyền cai trị. Nhà Đường muốn đánh lại Dương Thanh nhưng thế lúc đó đã suy yếu nên đành cử Quế Trọng Vũ sang làm Thái Thú, ra sắc phong cho Dương Thanh làm Thứ Sử Quỳnh Châu (thuộc đảo Hải Nam), Thanh không chịu và cho quân chặn Quế Trọng Vũ ở biên giới. Quế Trọng Vũ dùng kế mua chuộc các hào trưởng vùng này và tạo nội loạn trong hàng ngũ Dương Thanh. Kết quả, Quế Trọng Vũ đã diệt được Dương Thanh và chiếm lại được La Thành.

Cao Biền với cuộc chiến chống quân Nam Chiếu

Tại miền tây tỉnh Vân Nam vào thời đó có 6 bộ tộc người

Tượng Cổ brought Dương Thanh in and appointed him the General in Charge of Đại La Citadel in order to keep a close eye on him. Dương Thanh was discontented, but had to wait patiently for better opportunities.

In 819, when the Man people of Hoàng Động district revolted, he was sent to quell the unrest. However, he joined forces with the Man people to attack and occupied Tống Bình province, killing Tượng Cổ and taking over power. The Tang wanted to fight back but was then weakened, so Quế Trọng Vũ was sent over to be Governor and Dương Thanh was appointed as Administrator of Quỳnh Châu (part of Hainan). Thanh refused the appointment and sent troops out to stop Quế Trọng Vũ at the border. Quế Trọng Vũ employed divisive tactics by paying bribes to local leaders to create internal conflicts within Dương Thanh's forces. In the end, Quế Trọng Vũ captured Đại La Citadel and killed Dương Thanh.

Cao Biền (Gao Pien) and the war against Nam Chiếu (Nanzhao)

Back then, on the eastern side of Hunan province lived six tribes

Thái sinh sống. Mỗi bộ tộc là một tiểu quốc, vua của tiểu quốc gọi là Chiếu. Đầu thế kỷ thứ tám, Nam Chiếu thống nhất được các bộ tộc khác, trở nên hùng mạnh, nên bắt đầu đi xâm lược các vùng chung quanh. Từ năm 846, Nam Chiếu kéo xuống cướp phá Giao Châu nhiều lần. Dữ dội nhất là năm 863, giặc Nam Chiếu hai lần tràn xuống đánh phủ thành Giao Châu, giết dân, cướp của. Năm 865, Cao Biền một tướng nhà Đường được phái sang đánh dẹp. Năm 866, ông đánh tan quân Nam Chiếu và được phong làm Tiết Độ Sứ cai quản Giao Châu (lúc đó được gọi là Tĩnh Hải). Sử cũ lưu truyền về Cao Biền là người có công. Năm 868, ông được chuyển đi làm Tiết Độ Sứ Tứ Xuyên, rồi chết ở đó.

An Nam đô hộ phủ sau cuộc xâm lược của Nam Chiếu và Tiết Độ Sứ Tăng Cổn

Từ khi được bổ làm Tiết Độ Sứ Tĩnh Hải cho đến khi được thuyên chuyển về Thiên Bình bên Tàu, Cao Biền đã thực hiện được những công việc biến An Nam thành một vùng trù phú và yên ổn trong một thời gian khá

of Thai people. Each tribe was a small nation called Zhao. In the early 8th century, these six Zhaos unified to form a powerful nation called Nam Chiếu (Nanzhao), which started to invade surrounding nations. From 846 onwards, Nam Chiếu made many skirmishes into Giao Châu. The fiercest attacks were in 863 when Nam Chiếu came twice to attack Giao Châu citadels, killing innocent people and looting their properties. In 865, Cao Biền (Gao Pien), a Tang's general sent over to fight Nam Chiếu. In 866 Cao Biền defeated Nam Chiếu and was appointed Governor of Giao Châu (called Tĩnh Hải then). History credited Cao Biền as a great helper of Giao Châu. He was later appointed Governor of Sichuan and died there.

Protectorate Province of An Nam post Nam Chiếu invasion and Governor Tsang Kun (Tăng Cổn)

During the period of his appointment as Governor of Tĩnh Hải until his departure for Thiên Bình in China, Cao Biền had successfully turned An Nam into a prosperous and peaceful region for a long period of time.

dài.

Sau thời kỳ cai quản của Cao Biền, kế vị là Cao Tầm (cháu của Cao Biền) và Tăng Cổn, vùng đất An Nam vẫn yên ổn và phát triển do chính sách ổn định. Tăng Cổn làm Tiết Độ Sứ Tĩnh Hải được 14 năm, ông đã xây dựng một xã hội yên bình và để lại cho nước ta nhiều sáng tác văn chương giá trị. Nhưng món quà đáng quý nhất là hai câu thơ nói lên cảm quan của một vị quan Bắc triều về mảnh đất mà phương Bắc đã chinh phục và nỗ lực đồng hóa trong gần 1000 năm, hai câu thơ đó như sau:

"Giang sơn đất Việt có tự nghìn xưa.
Đường triều nhân sĩ chỉ là những người mới."

Cao Biền was succeeded by his nephew Cao Tâm and then Tsang Kun. Giao Châu continued to be peaceful with growth and development due to sound and stable policy environment. Tsang Kun served as Governor for 14 years. He helped build a peaceful society and he left the country with a legacy of many valuable literary works. But the most valuable gift he left behind was the two verses, reflecting the feelings of a Chinese mandarin about the land which China had tried to assimilate for nearly 1000 years. The two verses are:

"Land of Viet existed
since time immemorial.
Tang's scholars are just
New comers."

THE KHÚC FAMILY AND NGÔ QUYỀN ENDED CHINA DOMINATION, REGAINED INDEPENDENCE FOR VIETNAM

Họ Khúc và Ngô Quyền Xóa Bỏ Thời Kỳ Bắc Thuộc, Giành Lại Tự Chủ Cho Đất Nước

Những năm đầu thế kỷ thứ 10, tình trạng nước Tàu cực kỳ rối ren, nhà Đường không còn đủ quyền lực để kiểm soát các vùng lãnh thổ ngoại biên. Tăng Cồn là viên quan Tiết Độ Sứ sau cùng của Đường triều tại nước ta được cổ sử ghi lại. Sau đó không thấy ghi chép lại rõ ràng các viên quan cai quản khác. Như thế có thể thấy vào đầu thế kỷ thứ mười tại nước ta có một khoảng trống quyền lực Bắc phương kéo dài và đó là cơ hội cho dân tộc Việt Nam giành lại độc lập.

In the beginning of the 10th century, China's situation was very bleak, the Tang dynasty could no longer hold control over their outer territories. As recorded in historical documents, Tsang Kun was the last of the Tang's Jiedushis in Vietnam. There were not verifiable governing mandarins succeeding Tsang Kun. Thus it could be said that in the initial period of the 10th century, there was a vacuum of Chinese power in Vietnam for a considerable period of time, and this was an obvious opportunity for Vietnamese people to regain her independence.

HỌ KHÚC DẤY NGHIỆP

Trong bối cảnh quyền lực của nước Tàu bị suy yếu, Khúc Thừa Dụ, một hào phú quê ở Hồng Châu (Hải Dương) đã tự đứng lên làm Tiết Độ Sứ cai quản Giao Châu.

Theo sách Tư Trị Thông Giám: "Họ Khúc là một họ lớn lâu đời ở Hồng Châu, Thừa Dụ tính khoan hòa, hay thương người, được dân chúng suy tôn. Gặp thời buổi loạn lạc, nhân danh là hào trưởng một xứ, Thừa Dụ tự xưng là Tiết Độ Sứ và khéo léo xin mệnh lệnh của nhà Đường"

Năm 906, vua Chiêu Tuyên nhà Đường buộc phải công nhận Khúc Thừa Dụ có toàn quyền chính trị trong vùng, phong ông làm Tĩnh Hải quận Tiết Độ Sứ và Đồng Bình Chương Sự.

Năm 907, nhà Đường sụp đổ bị thay thế bởi nhà Hậu Lương. Khúc Thừa Dụ cũng mất, giao quyền lại cho con trai là Khúc Hạo. Nhà Hậu Lương cũng công nhận Khúc Hạo là Tiết

THE RISE OF THE KHÚC FAMILY

Sensing the demise of the Tang dynasty in China, Khúc Thừa Dụ, from a wealthy farming family in Hồng Châu (Hải Dương) took advantage of the situation and declared himself the Jiedushi of the then Giao Châu.

According to Tự Trị Thông Giám: "The Khúc family was a large and well established family in Hồng Châu. Thừa Dụ was a gentleman full of compassion and well admired by the people. In the mist of chaos, in the name of a wealthy local leader, Thừa Dụ declared himself Jiedushi and sought the approval from the Tang dynasty"

In 906, king Zhaoxuan of the Tang dynasty was forced to accept Khúc Thừa Dụ's full political control of the area and awarded him the title of Tĩnh hải quân Jiedushi and Chancellor (Đồng bình chương).

In 907, the Tang collapsed and was replaced by the Later Liang. Khúc Thừa Dụ also passed away and the power fell onto his son Khúc Hạo. The Later Liang also recognised Khúc Hạo as the new

Độ Sứ nhưng ngầm mưu chiếm lại Giao Châu nên năm 908 đã phong cho Lưu Yểm kiêm nhiệm chức Tĩnh Hải quận Tiết Độ An Nam. Mầm mống xung đột giữa họ Khúc và nhà Hậu Lương bắt đầu từ đó.

Khúc Hạo nắm giữ vai trò Tiết Độ Sứ, cho lập ra lộ, phủ, châu, xã ở các nơi, đặt quan lại, sửa sang thuế má, sưu dịch, cải cách hành chính nhằm xây dựng một lãnh thổ thống nhất, độc lập tách khỏi ảnh hưởng của chính quyền phương Bắc.

Khúc Hạo cầm quyền được mười năm từ 907 đến 917 thì mất, giao quyền lại cho con là Khúc Thừa Mỹ. Trong giai đoạn này, Lưu Yểm ở Phiên Ngung, Quảng Châu tự xưng đế, quốc hiệu Đại Việt (sau đổi thành Nam Hán).

Khúc Thừa Mỹ nhận chức Tiết Độ Sứ của nhà Lương và không thần phục nhà Nam Hán. Khúc Thừa Mỹ liên minh với Vương Thẩm Trí, người chiếm giữ đất Phúc Kiến lúc đó, và dựa vào nhà Lương để

Jiedushi, but secretly planned to recapture our country. So, in 908, The Later Liang appointed Lưu Yểm, as Chancelor Jiedushi of An Nam. The seeds of conflict between the Khúc Family and the Later Liang started from there.

As a Jiedushi, Khúc Hạo established province, city, district and villages in his territory, appointed mandarins, reformed taxation and community services. He also reformed the administration to build a unified territory independent of the influence of the Chinese authorities.

Khúc Hạo ruled the country for 10 years from 907 to 917 before his death. The power was then passed onto his son, Khúc Thừa Mỹ. During this time, Lưu Yểmin Panyu, Quangzhou, declared himself emperor of the Great Yue, which later on was changed to the Southern Han.

Khúc Thừa Mỹ inherited the role of Jiedushi recognised by the Liang, but refused to submit to the Southern Hán. Khúc Thừa Mỹ allied with Wang Shenzhi, who occupied Fujian at the time, and relied on the Liang to resist the

chống sự bành trướng của nhà Nam Hán. Năm 923, nhà Hậu Lương sụp đổ. Vài năm sau Vương Thẩm Trí chết, đất nước bị tan rã vì nội chiến khiến Khúc Thừa Mỹ không còn thế lực liên kết. Nhân cơ hội đó năm 930, vua Nam Hán đem quân tiến đánh và bắt được Khúc Thừa Mỹ. Nhà Nam Hán sai Lý Tiến sang làm Thứ Sử cùng với Lý Khắc Chính giữ Giao Châu.

expansion of the Southern Han. In 923, the Later Liang dynasty collapsed. A few years later Wang Shenzhi died. This country then disintergrated due to internal conflict, and Khúc Thừa Mỹ lost his alliance partners. In 930, the Southern Han took advantage of the situation and sent troops, led by Li Shouyong, to attack. Khúc Thừa Mỹ was captured during the attack. Li Jin was then appointed Governor to rule Giao Châu together with Li Shouyong.

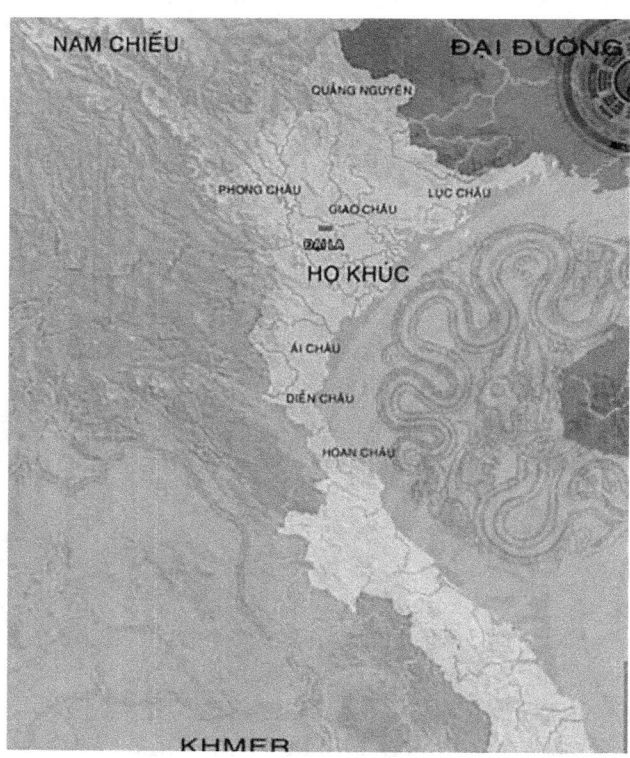

Jiaozhou during Khúc Thừa Dụ era
Giao Châu thời Khúc Thừa Dụ

DƯƠNG DIÊN NGHỆ VÀ KIỀU CÔNG TIỄN

Năm 931, tướng của Khúc Hạo ngày trước là Dương Diên Nghệ vùng Ái Châu dấy binh, mộ quân đánh đuổi Lý Tiến và Lý Khắc Chính, tự xưng là Tiết Độ Sứ giành quyền cai quản nước ta. Ngô Quyền được Dương Diên Nghệ cử giữ Ái Châu (Thanh Hóa) và gả con gái cho.

Dương Diên Nghệ nắm giữ quyền bính được sáu năm thì bị nha tướng là Kiều Công Tiễn giết chết vào tháng 3 năm 937 nhằm chiếm đoạt binh quyền. Dương Diên Nghệ cai trị chỉ vỏn vẹn sáu năm, nhưng đóng một vai trò rất quan trọng trong xã hội nước ta thời đó về vấn đề quyền độc lập dân tộc.

DƯƠNG DIÊN NGHỆ AND KIỀU CÔNG TIỄN

In 931, Dương Diên Nghệ, who was a general under Khúc Hạo, started recruiting militias for the armed struggle in Ái Châu to oust Li Jin and Li Shouyong. Dương Diên Nghệ declared himself Jiedushi to rule over the country. Dương Diên Nghệ appointed his general Ngô Quyền to govern Ai Châu. Dương Diên Nghệ also married off his daughter to Ngô Quyền.

Dương Diên Nghệ held the power for six years before being killed by his subordiante general Kiều Công Tiễn in a coup on March 937. Although Dương Diên Nghệ governed for only six years, but he had a critical role in Vietnamese society at the time on the issue of national independence.

NGÔ QUYỀN ĐẠI PHÁ QUÂN NAM HÁN	NGÔ QUYỀN DEFEATED THE SOUTHERN HAN
Nghe tin Dương Diên Nghệ bị giết chết, Ngô Quyền liền đem quân từ Ái Châu ra đánh Kiều Công Tiễn để báo thù cho chủ tướng và cũng là cha vợ. Ngô Quyền xuất thân ở Phong Châu (Phú Thọ) - vùng đất tổ của dân tộc Âu Lạc. Bị Ngô Quyền tiến đánh, Kiều Công Tiễn cầu cứu nhà Nam Hán. Hán chủ nhân cơ hội phái thái tử Hoằng Tháo (Lưu Hồng Thao) dẫn quân xuống giúp Kiều Công Tiễn nhưng thực chất là để xâm chiếm nước ta. Vì vậy, bản thân Hán chủ Lưu Yểm cũng dẫn quân đi tiếp ứng theo sau con trai.	Up on the news of the killing of Dương Diên Nghệ, Ngô Quyền mobilized his army from Ái Châu to attack Kiều Công Tiễn in retaliation for the death of his superior commander and also his father-in-law. Ngô Quyền was from Phong Châu (Phú Thọ), the ancestral land of Vietnamese people. Being attacked by Ngô Quyền, Kiều Công Tiễn sough help from the Southern Han. The Han king sent his crown prince Liu Hongcao with troops to invade our country under the disguise of helping Kiều Công Tiễn, but their real intention was to reoccupy the country. For this reason, the Han king Liu Yan also followed his son with reinforcements.
Khi Hoằng Tháo tiến vào gần sông Bạch Đằng, thì Ngô Quyền đã giết chết Kiều Công Tiễn (938), làm chủ toàn bộ lãnh thổ nước ta và đang chuẩn bị binh lực chống nhà Nam Hán. Chiến lược của Hoằng Tháo là dùng thủy quân tiến vào sông Bạch Đằng rồi đi ngược lên vùng Tiên Du, nơi quân Nam Hán	When Hongcao approached the Bạch Đằng River, Ngô Quyền had already killed Kiều Công Tiễn (938). He was then in full control of the country and in the process of mobilizing his troops to fight the Southern Han. Hongcao's strategy was to use the navy to penetrate the Bạch Đằng river and then moved back up to the Tiên Du area, where they hoped to have more

hi vọng có nhiều thành phần ủng hộ mình, sau đó sẽ đổ quân xuống băng qua sông Đuống tiến về thành Đại La.

Đoán biết được chiến lược này, Ngô Quyền đem quân chặn ngay cửa sông Bạch Đằng và bố trí nhiều cọc gỗ lớn cắm xuống lòng sông để bẫy giặc. Khi thủy triều lên cao, đầu cọc chìm dưới nước không trông thấy, khi thủy triều hạ xuống thì cọc mới nhô lên.

Cuộc chiến diễn ra vào mùa Thu năm 938, Ngô Quyền đợi lúc thủy triều lên thì cho thuyền nhỏ ra đánh khiêu khích, dẫn dụ thủy quân địch vào trận địa vượt qua bẫy cọc chông. Sau đó, khi thủy triều bắt đầu rút thì tập trung lực lượng đánh bật trở lại, đẩy thuyền địch mắc kẹt vào trận địa cọc chông khiến cho phần bị vỡ, phần không di chuyển được. Chiến thuyền quân Nam Hán bị đánh đắm rất nhiều, quân địch chết đuối quá nửa. Hoằng Tháo cũng bị giết chết. Chúa Nam Hán Lưu Yểm nhận tin bại trận phải rút quân về Phiên Ngung, không dám sang quấy nhiễu nữa.

supporters. From there, the Han troops would cross the Đuống river and advance to Đại La citadel.

In anticipation of this strategy, Ngô Quyền moved his troops to block the enemy at the mouth of the Bạch Đằng River. He ordered the planting of large poles in the riverbed to trap the enemy. The poles would submerge under water at high tide and could only be seen at low tide.

The battle of Bạch Đằng took place in the fall of 938. Ngô Quyền waited until high tide to send small boats out on skirmish missions to lure the enemy fleet past the areas where the poles were planted. When the tide receded, he ordered a counter-attack pushing the enemy naval ships back to the planted poles. At low tide, the poles were exposed and became effective weapons which trapped and impaled the ships. Consequently, many ships were sunk while others were stranded in the middle of the river. The Southern Han lost a lot of warships and more than half of their troops were drowned. Hongcao was also killed in the battle. On receiving the news of the defeat, the Han king Liu Yan had to retreat

Chiến thắng Bạch Đằng được xem là cột mốc quan trọng trong tiến trình tự chủ và độc lập của dân tộc. Với chiến thắng này, dân tộc Việt Nam đã chứng tỏ được năng lực tự chủ của mình sau hơn một ngàn năm bị đô hộ bởi nhiều triều đại phương Bắc. Thời kỳ Bắc thuộc lần thứ ba chính thức kết thúc.

Ngô Quyền trong giết được nghịch thần, ngoài đánh tan ngoại bang xâm lược, tấm lòng trung nghĩa lưu truyền thiên cổ và mở đường cho các triều đại Đinh, Lê, Lý, Trần nắm giữ quyền tự chủ đất nước ta từ đó.

back to Panyu and never dared to invade Vietnam ever again.

The Bạch Đằng victory is considered as an important milestone in the long struggle for autonomy and independence of Vietnam. With this victory, Vietnamese people proved that our aspiration and striving for independence from Chinese domination never waned after more than a thousand years under their rule. The Chinese domination of Vietnam officially ended with this resounding victory.

Ngô Quyền not only managed to eliminate internal rebels, but also defeated foreign invaders. His loyalty and devotion to the country would be remembered for enternity. His dynasty paved the way for the later dynasties of Đinh, Lê, Lý and Trần to persevere and maintain our independence in our own land.

NHÀ NGÔ VÀ THỜI KỲ TỰ CHỦ

THE NGÔ DYNASTY AND THE INDEPENDENCE ERA

Năm 939, Ngô Quyền xưng Vương, đóng đô ở Cổ Loa (Hà Nội), đặt quan chức, chế triều nghi, định phục sắc và chỉnh đốn chuyện triều chính, chí hướng dựng nghiệp lâu dài. Ngô Quyền lập Dương thị làm vương hậu. Tuy nhiên, Ngô Vương chỉ làm vua được sáu năm thì mất, thọ 47 tuổi.

In 939, Ngô Quyền proclaimed himself king and moved the capital to Cổ Loa (Hà Nội). He reorganised the administrative system, established procedures and dress codes for the royal court. He reformed national policies with a long-term vision for the dynasty. Ngô Quyền instated madam Dương as his empress. However, king Ngô Quyền ruled for only six years before passing away at 47 years of age.

Năm 945 Ngô Quyền mất, Dương Tam Kha là em trai của Dương hậu tiếm quyền cháu ruột Ngô Xương Ngập tự xưng là Bình vương. Ngô Xương Ngập sợ hãi phải chạy trốn sang Nam Sách (thuộc Hải Dương), Dương Tam Kha bắt em trai Ngô Xương Ngập là Ngô Xương Văn, nhận làm con nuôi làm bình phong cho việc nắm giữ binh quyền.

Ngô Quyền passed away in 945. Dương Tam Kha, younger brother of empress Dương, usurped the throne of his nephew Ngô Xương Ngập, and declared himself Bình Vương. Fearing for his life, Ngô Xương Ngập escaped to Nam Sách (Hải Dương). Dương Tam Kha took Ngô Xương Văn, younger brother of Ngô Xương Ngập, in as his adopted son as a front for the illegitimate holding of power.

Năm 950, Dương Tam Kha sai Ngô Xương Văn cùng Dương Cát Lợi và Đỗ Cảnh Thạc đem quân đi dẹp loạn ở thôn Thái Bình (thuộc Sơn Tây). Ngô

In 950, Dương Tam Kha assigned Ngô Xương Văn, Dương Cát Lợi và Đỗ Cảnh Thạc on a mission to quell a rebellion in Thái Bình (Sơn Tây). However, Ngô Xương Văn

Xương Văn dẫn quân đi rồi lập mưu với hai tướng, quay lại bắt Dương Tam Kha. Nể tình cậu cháu, Ngô Xương Văn không giết Dương Tam Kha, chỉ giáng chức xuống làm Trương Dương Công. Sau đó, Ngô Xương Văn xưng là Nam Tấn Vương, cho đón anh là Ngô Xương Ngập về, cùng nhau cai quản việc nước. Ngô Xương Ngập xưng là Thiên Sách Vương. Thời kỳ hai vua này được các nhà sử học gọi là Hậu Ngô vương.

Được ít lâu, Ngô Xương Ngập mất (954), quyền hành hoàn toàn trong tay Ngô Xương Văn nhưng thế lực nhà Ngô ngày một sa sút, giặc giã nổi lên khắp nơi. Từ khi Dương Tam Kha tiếm quyền, các sứ quân nổi lên nhất quyết không quy phục, Ngô Xương Văn phải đích thân dẫn quân đánh dẹp mãi không yên rồi bị tên bắn chết ở thôn Thái Bình, làm vua được mười lăm năm (965).

conspired with the two generals to turn the troops back and arrested Dương Tam Kha. Ngô Xương Văn spared the life of his uncle Dương Tam Kha, but demoted him to Earl of TrươngDương. Thereafter, Ngô Xương Văn proclaimed himself king Nam Tấn and invited his brother Ngô Xương Ngập back to co-rule the country. Ngô Xương Ngập became king Thiên Sách. This era of two kings was called the Later King Ngô.

Ngô Xương Ngập died in 954 after a short reign, leaving Ngô Xương Văn as the sole occupier of the throne. However, the power and authority of the Ngô was on the decline with rebellions springing up everywhere. Since the illegitimate usurpation of power by Dương Tam Kha, various local warlords emerged and rebelled against the government. Despite the return of the legitimate heirs to the throne, rebellions continued to afflict the country. Ngô Xương Văn had to personally lead his troops to quell the rebellions. In 965, in a rebellion quelling operation, king Ngô Xương Văn was killed by an arrow in Thái Bình village in 965. He was on the throne for 15 years.

Sau khi Nam Tấn Vương mất, con trai của Ngô Xương Ngập là Ngô Xương Xí lên nối nghiệp thế lực nhà Ngô càng lụn bại. Các sứ quân loạn nổi lên cát cứ mỗi kẻ một vùng. Ngô Xương Xí cũng rút về nắm giữ đất Bình Kiều, nước ta rơi vào cảnh nội loạn kéo dài đến hơn 20 năm với 12 sứ quân. Sau đây là tên và vùng cát cứ của 12 sứ quân:

After the death of Ngô Xương Văn, Ngô Xương Xí, son of Ngô Xương Ngập, inherited the throne, but the Ngô dynasty already lost most of its territory and authority. The warlords seized powers and established local governments in their own regions. Ngô Xương Xí also had to withdraw to Bình Kiều. The country descended into a chaos of civil war between 12 warlords which lasted for more than 20 years. Names of the warlords and regions they occupied are as follows:

		Occupied Regions Cát Cứ	Regions' Name Today Tên Hiện Nay
1	Ngô Xương Xí	Bình Kiều, Hưng Yên	Hưng Yên
2	Đỗ Cảnh Thạc	Đỗ Động Giang	Thanh Oai, Hà Nội
3	Trần Lãm (Trần Minh Công)	Bố Hải Khẩu	Thái Bình
4	Kiều Công Hãn (Kiều Tam Chế)	Phong Châu	Bạch Hạc, Phú Thọ
5	Nguyễn Khoan (Nguyễn Thái Bình)	Tam Đái	Yên Lạc, Vĩnh Phúc
6	Ngô Nhật Khánh (Ngô Lãm Công)	Đường Lâm	Sơn Tây, Hà Nội
7	Lý Khuê (Lý Lăng Công)	Siêu Loại	Thuận Thành, Bắc Ninh
8	Nguyễn Thủ Tiệp (Nguyễn Lịnh Công)	Tiên Du	Bắc Ninh

9	Lữ Đường (Lữ Tá Công)	Tế Giang	Văn Giang, Hưng Yên
10	Nguyễn Siêu (Nguyễn Hữu Công)	Tây Phù Liệt	Thanh Trì, Hà Đông
11	Kiều Thuận (Kiều Lịnh Công)	Hồi Hồ	Cẩm Khê, Phú Thọ
12	Phạm Bạch Hổ (Phạm Phòng Át)	Đằng Châu	Hưng Yên

Suốt 20 năm ròng các sứ quân liên tục đánh chiếm lẫn nhau làm cho người dân đói khổ triền miên. Loạn 12 sứ quân chỉ chấm dứt khi Đinh Bộ Lĩnh ở Hoa Lư dẹp tan, thu gom giang sơn về một mối lập nên triều nhà Đinh.

For more than 20 years, the warlords continued fighting each other and the people of Vietnam had to endure enormous sufferings and destruction. The armed conflicts only ended when Đinh Bộ Lĩnh from Hoa Lư defeated all of the warlords, unified the country and then established the Đinh dynasty.

VIETNAM'S EARLY YEARS OF INDEPENDENCE THE DYNASTIES OF NGÔ, ĐINH AND EARLY LÊ

Những Năm Đầu Giành Lại Quyền Tự Chủ của Nước Âu Lạc Các Triều Đại Ngô, Đinh và Tiền Lê

Kể từ khi Ngô Quyền chiến thắng quân Nam Hán, đem lại nền tự chủ cho đất Việt Nam, đã có 3 triều đại ngắn trị vì trong khoảng thời gian 70 năm, đó là các nhà Ngô, nhà Đinh và nhà Tiền Lê. Tuy thời gian tại vị ngắn ngủi nhưng mỗi triều đại đã có những đóng góp quan trọng cho nền tự chủ của dân tộc.

Since Ngô Quyền defeated the invading force of the Southern Han (Nam Hán) and brought the independence to Vietnam, there were three short dynasties ruling our country for 70 odd years. These were the dynasties of Ngô, Đinh and Early Lê. Despite these short reigns, each dynasty had important contributions to the independence of our people.

NHÀ NGÔ (939 - 965)

THE NGÔ DYNASTY (939-965)

Có hai giai đoạn:

There are two periods:

Tiền Ngô Vương (939 - 945)

Early Ngô King (939-945)

Năm 939 Ngô Quyền xưng Vương đóng đô ở Cổ Loa, kinh đô cũ của An Dương Vương, dấu ấn của thời kỳ độc lập của dân tộc Lạc Việt. Nhà Vua đã xây dựng một triều đình độc lập với Bắc phương nhưng rập khuôn theo hình thức phương Bắc, từ các lễ nghi tôn giáo cho đến các chức vụ và phẩm phục của triều đình nhà Hán. Sau 6 năm cầm quyền, Ngô Quyền mất, truyền ngôi cho con là Ngô Xương Ngập. Ngô Xương Ngập bị cậu ruột cướp ngôi chấm dứt giai đoạn Tiền Ngô.

In 939, Ngô Quyền proclaimed himself king and transferred the capital to Cổ Loa, which was the old capital under king An Dương and the symbol of the Lạc Việt's independent period. The king established a royal court which was independent of China in the north, but similar in form to the Chinese counterpart, from religious rituals to official positions and dress codes. After six years reign, king Ngô Quyền passed away and the throne was passed on to his son Ngô Xương Ngập, who was later overthrown by his own uncle, ending the Early Ngô reign.

Hậu Ngô Vương (950 - 965)

Later Ngô King (950-965)

Năm 950, Ngô Xương Văn là em trai Ngô Xương Ngập đã dành lại ngôi từ tay cậu ruột. Ngô Xương Văn cho người đón anh về cùng trị vì thiên hạ. Thời gian hai anh em Xương Ngập và Xương Văn cùng trị vì sách sử gọi là Hậu

In 950, Ngô Xương Văn dethroned his uncle, proclaimed himself king, and sent an envoy to bring his older brother Ngô Xương Ngập back to become joint rulers. The period when the Ngo brothers ruled the country is referred to as the Later Ngô dynasty.

Ngô.

Dưới thời Hậu Ngô giặc giã nổi lên khắp nơi, đất nước lâm vào cảnh đại loạn, giao tranh giữa 12 Sứ quân.

Thập nhị sứ quân

Nguyên nhân của sự kiện lịch sử đau thương này là do có sự tranh giành ngôi báu giữa Dương Tam Kha và các cháu ruột họ Ngô của mình. Thời kỳ loạn lạc đó kéo dài trên 20 năm khoảng từ 944 đến 968.

During the reign of the Later Ngô dynasty rebels sprung up everywhere, plunging the country into a major chaos with constant warring among twelve warlords.

The Twelve Warlords

The cause of this traumatic historical period was the scramble for the throne between Dương Tam Kha and his nephews who were from the Ngô kings' family. This civil war lasted for 20 years from 944 to 968.

NHÀ ĐINH
(968 - 980)

ĐINH DYNASTY
(968-980)

Đinh Tiên Hoàng
(968 - 979)

Đinh Bộ Lĩnh người ở Hoa Lư, con ông Đinh Công Trứ làm Thứ Sử Hoan Châu thời Dương Diên Nghệ và Ngô Vương Quyền. Sau khi cha mất, Đinh Bộ Lĩnh theo mẹ về quê sống, nên tuy con quan nhưng tuổi thơ chơi với trẻ chăn trâu, lấy bông lau làm cờ, bày đánh trận. Thiếu niên họ Đinh được bọn trẻ tôn xưng làm anh. Thời loạn 12 sứ quân,

Đinh Tiên Hoàng
(968-979)

Đinh Bộ Lĩnh was from Hoa Lư, son of Đinh Công Trứ, the Governor of Hoan Châu during the reigns of Dương Diên Nghệ and the First King Ngô. Bộ Lĩnh, although being a son of high ranking mandarin, was raised by his mother in the countryside, befriending with children who were buffalo shepherds in open fields. During his childhood, Bộ Lĩnh often used the flowers of wild sugarcanes as flags for games of wars. The young Đinh was elevated to the

Đinh Bộ Lĩnh cùng con trai là Đinh Liễn kết thân với sứ quân Trần Minh Công ở Bố Hải Khẩu. Khi Trần Minh Công mất, Đinh Bộ Lĩnh lên thay và đem quân về Hoa Lư, chiêu mộ anh hùng hào kiệt, trấn giữ một phương.

Năm 951 đời Hậu Ngô Vương, Ngô Xương Ngập và Ngô Xương Văn đã đem quân vào đánh mà không được. Đến khi nhà Ngô mất rồi, Đinh Bộ Lĩnh được sứ quân Phạm Bạch Hổ hàng phục, phá được sứ quân Đỗ Cảnh Thạc. Thế từ đó mạnh lên đánh đâu thắng đấy, dân chúng tôn là Vạn Thắng Vương.

Năm 968 Vạn Thắng Vương lên ngôi Hoàng Đế, xưng Tiên Hoàng Đế, đặt quốc hiệu là Đại Cồ Việt, đóng đô ở Hoa Lư. Vua Đinh Tiên Hoàng phong Nguyễn Bặc làm Định quốc công, Lê Hoàn làm Thập đạo tướng quân và phong con Đinh Liễn là Nam Việt Vương.

Năm 970 vua Đinh Tiên Hoàng đặt năm ngôi hoàng hậu. Trong năm hoàng hậu, một vị họ Dương gốc Thanh Hóa là nơi khởi nghiệp của Tiên Hoàng, một vị khác họ

role of big brother by other children. During the Civil War of the Twelve Warlords, Bộ Lĩnh and his eldest son Đinh Liễn befriended with Lord Trần Minh Công of Bố Hải Khẩu. When Trần died, Bộ Lĩnh took over the lordship and moved his base to Hoa Lư, recruiting more brave and honorable men to rule over this region.

In 951, during the Later Ngô dynasty, Ngô kings, Xương Ngập and Xương Văn sent troops in to attack but failed. When the Ngô dynasty ended, Bộ Lĩnh received the surrender of Lord Phạm Bạch Hổ and defeated Lord Đỗ Cảnh Thạc. Thereafter, his army grew stronger and won every battle. Bộ Lĩnh was then crowned as king Vạn Thắng (Thousands of Victories).

In 968, king Vạn Thắng ascended the throne, proclaiming himself Tiên Hoàng emperor, named the country Đại Cồ Việt (Great Big Viet), declared Hoa Lu as capital. Emperor Đinh Tiên appointed Nguyễn Bặc as the Đinh Quốc Công (Prime Minister), Lê Hoàn as The Ten Armies Commander and crowned his son Đinh Liễn as King of Nam Việt (Southern Viet)

In 970, emperor Đinh Tiên established five empresses. Among the five empresses was empress Dương Vân

Ngô thuộc gia tộc của Ngô Vương Quyền (là mẹ của sứ quân Ngô Nhật Khánh), ba vị còn lại đều thuộc các dòng họ cự phách tại nước Việt lúc bấy giờ.

Phật giáo dưới triều đại nhà Đinh

Phật giáo đóng vai trò quan trọng dưới triều đại của Đinh Tiên Hoàng. Sau Phật giáo là đạo Lão rồi mới đến đạo Nho. Vua Đinh phong cho Ngô Chân Lưu, một vị sư dòng dõi Ngô Vương làm Tăng Thống và ban quốc hiệu Khuông Việt Đại Sư. Ngô Chân Lưu được tham dự triều chính như một vị Tể Tướng.

Giao thiệp với nhà Tống bên Tàu

Năm 970 vua Thái tổ nhà Tống là Triệu Khuôn Dẫn sai tướng là Phan Mỹ đem quân xâm chiếm Nam Hán tiếp giáp với nước ta. Đinh Tiên Hoàng nhìn thấy nguy cơ cận kề nên một mặt chủ trương hòa hiếu, mặt khác lo tổ chức một quân đội hùng mạnh để sẵn sàng ứng chiến. Vua Tiên Hoàng chia lãnh thổ Đại Cồ Việt thành 10

Nga from Thanh Hóa, the place where emperor Đinh Tiên started his political life. Another empress was from the royal family of king Ngô Quyền (mother of Lord Ngô Nhật Khánh). The remaining three were most likely from noble families in Vietnam at that time.

Buddhism under the Đinh dynasty

Buddhism had an important role during the reign of emperor Đinh Tiên. It was the most influential religion, followed by Daoism and then Confucianism. Emperor Đinh appointed Ngô Chân Lưu, a monk from king Ngo royal family as Tang Thong (Head of Venerable monks) and awarded him the title the Most Venerable Khuông Việt. Ngô Chân Lưu was allowed to participate in royal court sessions as a premier.

Relationship with China's Song dynasty

In 970, Song's emperor Taizu Zhao Kuangyin ordered his general Pan Mei to invade the Southern Han, which was neighboring our country. Sensing an imminent threat, emperor Đinh Tiên pursued a friendly relationship with China on the one hand, and organized a strong army to be ready for war on the other. Emperor Đinh Tiên divided the country into 10 provinces, with

đạo, mỗi đạo có một lực lượng dân quân khoảng 100.000 người.

Năm 973 thấy nhà Tống bình định được Nam Hán, Tiên Hoàng bèn cử sứ sang Bắc triều xin giao kết nhằm giữ thế. Vua nhà Tống phong cho Đinh Liễn (con trai Đinh Tiên Hoàng) làm Kiểm Hiệu Thái Sư Tĩnh Hải quận Tiết Độ Sứ An Nam, Đinh Tiên Hoàng được phong làm Giao Chỉ Quận Vương. Đây là một sự nhượng bộ của Tống triều, vì nhà Tống lúc đó chưa sẵn sàng xâm chiếm nước ta, trong khi vua Đinh biết thế mình nên đã có bước ngoại giao hợp thời tránh xung đột.

Nhà Đinh suy vong
Năm 979 vua Đinh Tiên Hoàng và Nam Việt Vương Đinh Liễn bị quân hầu Đỗ Thích ám sát. Triều đình hành tội Đỗ Thích và tôn Vệ vương Đinh Toàn lên làm vua. Đinh Toàn mới 6 tuổi, nên Hoàng thái hậu Dương Vân Nga nhiếp chính việc triều đình. Trải qua những cuộc binh biến trong nội triều và sự can

each province having an armed force comprising both regular soldiers and militias of 100,000 people.

In 973, as the Song dynasty had pacified the Southern Han, emperor Đinh Tiên sent his envoys to the Song court to improve the diplomatic relation as a safeguard measure. As the Song emperor was not yet powerful enough, he had to award Đinh Liễn (son of emperor Đinh Tiên) the titles Kiểm Hiệu Premier, Tĩnh Hải Knight, Governor of An Nam, whereas Đinh Tiên Hoàng was given the title King of Giao Chỉ. This was a concession from the Song dynasty because they were not strong enough to invade our country yet. As for emperor Đinh, he was aware our own position, and thus chose an appropriate diplomatic policy to avoid conflict.

The end of the Đinh Dynasty
In 979, emperor Đinh Tiên and his son, King of the Southern Việt Đinh Liễn, were killed by a royal servant named Đỗ Thích. The royal court executed Đỗ Thích and then declared Vệ Vương Đinh Toàn as king. Since Đinh Toàn was just 6 years old, dowager empress Dương Vân Nga assumed the role of regent. Having undergone through a number of

thiệp của quân Chiêm Thành, Lê Hoàn Thập Đạo Tướng Quân từ thời Đinh Tiên Hoàng vẫn giữ được quyền lực lớn nhất, có ảnh hưởng nhiều trong triều chính.

Tháng 7 năm 980, nhà Tống phương Bắc rục rịch mang quân đánh Việt Nam. Trong tình thế đó Thái hậu Dương Vân Nga đã cởi long bào trao ngôi báu nhà Đinh cho Lê Hoàn. Ngôi vị nhà Đinh chấm dứt.

internal military conflicts within the royal court and various skirmishes by Champa forces from the south, The Ten Armies Commander Lê Hoàn from emperor Đinh Tiên era still retained the greatest power with the most influence in the running of the court.

In July 980, the Song dynasty in the north was ready to send troops to invade Đại Việt. Confronting with such situation, dowager empress Dương Vân Nga took the royal robe off the young king and put it onto Lê Hoàn, effectively transferring the throne to him. The Đinh dynasty ended with that decision.

NHÀ TIỀN LÊ
(980 - 1009)

THE EARLY
LÊ DYNASTY
(980 – 1009)

Lê Hoàn lên ngôi, xưng là Đại Hành Hoàng Đế, đó là năm 980. Triều đại của Lê Đại Hành được sử nước ta gọi là nhà Tiền Lê để phân biệt với một triều đại họ Lê thứ nhì của Lê Lợi, vị vua trị vì năm thế kỷ sau đó.

Lê Hoàn claim the throne, called himself Đại Hành Hoàng Đế in 980. The Lê Đại Hành dynasty is also known as the Tiền Lê era in Vietnam's history to differ from the Second Lê Dynasty ruled by Lê Lợi, the second ruling king in five centuries later.

Lê Đại Hành chống quân nhà Tống

Tháng 8 năm 980, vua Tống sai sứ mang chiếu thư sang dụ Lê Đại Hành đầu hàng, lời lẽ ban phát:

"Giao Châu của ngươi ở xa cuối trời, thực là ngoài năm cõi. Nhưng phần thừa của tứ chi, ví như ngón chân ngón tay, tuy một ngón bị đau, bậc thánh nhân lại không nghĩ đến hay sao? Cho nên phải mở lòng u tối của ngươi để thanh giáo của ta trùm tỏa, người có theo chăng?"

Tiếp theo đoạn phủ dụ đầu hàng này là lời đe dọa sẽ *"làm cỏ nước Nam"* nếu vua Nam không chịu theo giáo hóa của Bắc triều.

Lê Đại Hành hồi đáp với lời lẽ nhún nhường, nhân danh Đinh Toàn xin được nối ngôi Cha, nhưng phía nhà Tống lờ đi và đem quân tiến đánh.

Quân Tống do Tôn Toàn Hưng cầm đầu tiến vào nước Nam theo 2 ngả thủy bộ. Trên bộ, tiền quân do Hầu Nhân Bảo chỉ huy đã tiến sâu vào nội địa dọn đường cho

Emperor Đại Hành defeated the Song's invading army

In August 980, Song king sent his emissary with diplomatic letter to entice emperor Đại Hành to surrender, with contemptuously wordings like:

"Your Giao Châu is from a faraway land, in fact in the outer of the border, similar to the extra bits of the limbs like fingers and toes, but if there is an ailment in any of them, would a heavenly man like myself not think of it? Therefore you must open up your ignorant mind to receive the knowledge my teachings. Are you willing to follow?"

Following the enticing to surrender was a threat of *"obliteration of the Southern State"*, if its king refused to follow China's teaching.

Emperor Đại Hành calmly replied with humble words, and in the name of Đinh Toàn, seeking the approval to succeed his father to the throne. However, the Song court ignored the plea and instead decided to send its army over to attack.

The Song force led by Sun Toan Hung entered Vietnam by both sea and land routes. The advanced land force led by Hou Ren Bao already entered deep inside Vietnam,

đại quân chủ lực đi sau đợi thủy binh. Thủy binh do Lưu Trừng chỉ huy, ngược sông Bạch Đằng tiến vào nước Nam.Tại đây Lê Đại Hành sai quân đóng cọc dưới lòng sông, chặn không cho vào nên Lưu Trừng phải rút lui. Nhóm quân Hầu Nhân Bảo bị cô lập, đợi lâu không nhận được tiếp viện nên phải rút về phía Lạng Sơn, dọc đường bị quân của Lê Đại Hành phục kích giết chết nhiều.

Giữa mùa hè, quân Tống phần bị cảm mạo, lại bị quân Lê Đại Hành tấn công dữ dội khiến tan vỡ phải bỏ chạy về nước. Tướng nhà Tống là Trọng Tuyên vội cấp báo với triều đình xin rút quân về, một mặt chia quân phòng thủ các châu quận bên Tàu để đề phòng quân Nam tiến qua. Vua Tống cực chẳng đã, phải chấp thuận lời tâu của Trọng Tuyên, đổ lỗi thất trận cho các tướng cầm quân. Tôn Toàn Hưng bị gọi về triều, hạ ngục rồi bị giết chết. Lưu Trừng sợ quá ốm chết.

Quân ta tuy thắng trận nhưng Lê

preparing the groundwork for the main expeditionary force to follow together with the naval force. The naval force led by Liu Cheng moved upstream along the Bạch Đằng River to enter Vietnam. There, emperor Đại Hành had already ordered his troops to build barriers of piles of large poles in the river bed, blocking the Song force from entering, so they had to retreat back to China. In the meantime, the advanced troops led by Hou Ren Bao were cornered, and also had to withdraw because reinforcement never came. Along the withdrawal route, they were ambushed and killed in thousands by emperor Đại Hành's army.

In mid-summer, Song troops suffered from tropical illness, as well as from fierce attacks by Đại Hành's army, so they had to run off back to their country. Song general Zhong Xuan urgently reported to the Song's court seeking permission to withdraw troops back home. At the same time, they had to deploy troops all over China's provinces and districts to prevent a possible advance of Đại Hành's army. Song emperor reluctantly agreed to Zhong Xuan's request, blaming the defeats on the battlefields on the generals in charge of the army.

Although victorious in the

Đại Hành vẫn nhún nhường sai sứ sang cầu hoà, triều cống. Vua nhà Tống đành thuận phong cho vua Đại Hành là Tiết Độ Sứ, năm 993 phong làm Giao Chỉ Quận Vương rồi tới năm 997 phong làm Nam Bình Vương. Sau trận giao tranh năm 981, nhà Tiền Lê và nhà Tống phương Bắc luôn giữ được mối giao hảo hòa hiếu. Ngay cả sau khi vua Lê Đại Hành mất mối giao hảo này vẫn được duy trì.

Vua Lê Đại Hành đánh Chiêm Thành, dẹp loạn và sửa sang đất nước

Từ năm 972, trị vì nước Chiêm Thành là vua Parvaravarman (Bồ Mi Thuế). Đây là thời kỳ Chiêm Thành thường xuyên đánh phá nước Việt tại phía nam. Năm 979 vua Chiêm đã cùng Ngô Nhật Khánh đem chiến thuyền tấn công Hoa Lư song gặp bão lớn nên thất bại. Sau khi lên ngôi, vua Đại Hành đã cử hai sứ giả sang thông hiếu nhưng cả hai đều bị vua Chiêm bắt giữ.

Trước tình thế đó, sau khi phá tan cuộc xâm lăng của nhà Tống tại phương bắc, năm 982 Lê Đại Hành đã mang quân chinh phạt Chiêm Thành. Quân Chiêm đại

battlefields, emperor Đại Hành still humbly sent his envoy over to China to seek peace and pay tribute. Song king agreed to award Emperor Đại Hành the title Tiết Độ Sứ (Jiedushi), and in 993, King of Giao Chỉ, and then in 997, The South Pacifying King. After the 981 war, the Early Lê dynasty and the Song dynasty always maintained a good relationship, and the status quo was sustained even after emperor Đại Hành passed away.

Emperor Đại Hành's offensive against Champa, crushing rebels and rebuilding the country

From 972, the ruler of Champa was king Parvaravarman (Bồ Mi Thuế). This was the period when Champa regularly attacked Đại Việt from the south. In 979, Champa king joined forces with Ngô Nhật Khánh and used warships to attack Hoa Lư, but their offensive effort failed due to strong typhoon. After ascending the throne, emperor Đại Hành sent two envoys to establish good relationship, but both were detained by Champa king.

Facing with such hostile situation, one year after defeating the Song invading army, emperor Đại Hành embarked on a long campaign to the south to punish Champa. Champa's

bại, vua Chiêm Thành bị chết tại trận. Quân Lê tiến vào kinh đô Chiêm Thành tịch thu của cải, phá bỏ thành trì rồi rút về. Nước Chiêm Thành sau đó phải dời đô về sâu phía Nam. Đây là cuộc chiến tranh đầu tiên với Chiêm Thành của các triều đại độc lập Việt Nam.

Sau khi đánh bại cuộc xâm lăng từ phương Bắc và bình định được đối thủ tại phương Nam, vua Lê Đại Hành tổ chức lại triều chính vẫn rập theo khuôn mẫu của đời Đường bên Tàu. Lê Đại Hành cũng lập nhiều hoàng hậu thuộc các cự tộc trong nước giống như Đinh Tiên Hoàng trước đó. Điều đáng lưu ý là vua Lê đã dùng một vị thái sư người Tàu là Hồng Hiến và tiếp tục trọng dụng các vị sư Phật giáo trong guồng máy triều đình như dưới triều đại nhà Đinh. Thiền sư Ngô Chân Lưu, là người từng được vua Đinh Tiên Hoàng trước đây tín cẩn nay tiếp tục được vua Lê trọng dụng.

Ngoài ra một vị sư danh tiếng khác là Sư Vạn Hạnh cũng được nhà vua thỉnh ý trong các quyết định quan trọng như phá Tống, bình Chiêm.

army was soundly beaten with their king killed in battlefield. King Lê's troops entered Champa's capital, seized all treasures, destroyed all strongholds and then retreated. After this defeat, Champa had to move its capital further to the south. This was the first war with Champa by independent dynasties of Vietnam.

After defeating the invading force from the north and pacifying the southern rival, emperor Đại Hành reorganized his court in the mould of the Chinese Tang court. Emperor Đại Hành also established a few empresses from the main clans in the country, just like his predecessor emperor Đinh Tiên Hoàng. It is noteworthy that the emperor appointed an advisor of Chinese origin and continued to use Buddhist monks in his court apparatus just like under the Đinh dynasty. Ngô Chân Lưu, a senior distinguished monk trusted by emperor Đinh Tiên Hoàng, continued to enjoy the Lê emperor's trust and was allowed to serve in the new court.

Another distinguished monk, Thích Vạn Hạnh, also enjoyed the emperor's trust and his advices were sought on important matters such as defense of the country against the Song invading army and the pacification of Champa.

Thời vua Lê Đại Hành, mặc dầu đạt được nhiều chiến công chống ngoại xâm nhưng tình hình trong nước không yên, có nhiều cuộc nội loạn khiến nhà vua phải thân chinh đi đánh dẹp. Vua cũng giao cho các hoàng tử binh quyền để trấn giữ các nơi hiểm yếu, nhưng chính điều này đã tạo nên tình trạng các hoàng tử có sẵn quân trong tay đã đánh giết lẫn nhau để giành ngôi khi nhà vua băng vào năm 1005.

Cuộc huynh đệ tương tàn kéo dài một năm, kết thúc khi Lê Long Đĩnh đoạt được quyền lực. Trong số bốn hoàng tử của vua Lê Đại Hành, Lê Long Đĩnh nổi tiếng là một người tàn ác. Sau khi đoạt được ngôi báu, Long Đĩnh hành động bạo ngược lấy việc giết người làm thú vui, say đắm sắc dục, biến việc triều chính thành trò tiêu khiển. Nhà vua dần mắc bệnh trĩ, phải nằm mà coi chầu, nên người ta còn gọi là Lê Ngọa Triều. Lê Long Đĩnh chỉ làm vua được 4 năm thì chết khi mới 24 tuổi.

During the reign of emperor Đại Hành, despite all the triumphs against foreign invaders, the country was not peaceful domestically with many rebellions that required the emperor himself leading the troops to put down. The emperor also gave his princes the authority to govern different strategic locations. With these deployments, the princes were provided with power and armies, and they turned on each other for the throne when the emperor passed away in 1005.

This internal conflict between the princes lasted for one year, and it only ended when Lê Long Đĩnh killed his brother king Lê Trung Tông to assume the throne. After capturing the prized throne, Long Đĩnh acted with brutality. He enjoyed the killings, submerged in sexual gratification, and turned the running of his court into games for pleasure. Lê Long Đĩnh ruled for just four years and died at a very young age of 24 years.

THE LÝ DYNASTY: THE WARS AGAINST CHAMPA AND THE SONG
Nhà Lý và Công Cuộc Bình Chiêm, Phá Tống

Cuối năm 1009, vua Lê Long Đĩnh chết, con còn nhỏ. Lúc bấy giờ, triều thần cũng như dân chúng và tăng đạo đều chán ghét Lê Long Đĩnh do thói càn ngông, ăn chơi sa đoạ. Vì vậy, sư Vạn Hạnh và các tướng lãnh trong triều, đứng đầu là Đào Cam Mộc bèn tôn Điện Tiền Chỉ Huy Sứ Lý Công Uẩn lên làm vua. Lý Công Uẩn lên ngôi lấy hiệu là Thuận Thiên sau được tôn miếu hiệu Lý Thái Tổ, mở đầu cho triều nhà Lý.

At the end of 1009, king Lê Long Đĩnh died while his children were still young. At the time, court mandarins, the general public and the Buddhist clergy strongly disapproved of Lê Long Đĩnh for his stubbornness and his indulgence in a lavish and wasteful lifestyle. Therefore, prominent monk Vạn Hạnh and the generals in the royal court, headed by Đào Cam Mộc, propelled Lý Công Uẩn, the then Điện Tiền Chỉ Huy Sứ (Commander of the Palace Guards), to the throne as king Thuận Thiên, thus founding the Lý dynasty. King Thuận Thiên was later given the posthumous title of Lý Thái Tổ.

LÝ CÔNG UẨN VÀ VIỆC ĐỊNH ĐÔ THĂNG LONG
LÝ CÔNG UẨN AND THE ESTABLISHMENT OF THE CAPITAL AT THĂNG LONG

Lý Công Uẩn lên ngôi, lập sáu hoàng hậu, lập con trưởng Phật

Lý Công Uẩn ascended to the throne, established six empresses,

Mã làm thái tử, các con khác đều phong tước hầu. 13 người con gái đều phong công chúa. Ông gả con gái trưởng là An Quốc công chúa cho Đào Cam Mộc và phong cho Đào Cam Mộc làm Nghĩa Tín hầu. Đặc biệt triều Lý là triều đầu tiên mang tục đặt tên thụy cho vua như Thái Tổ, Thái Tông… sau khi vua băng hà dựa theo các hành động và đức độ của nhà vua lúc sinh thời. Đó là một tập tục phổ biến bên Tàu nhưng chưa được áp dụng tại đất Đại Việt dưới thời Đinh và Lê.	appointed his eldest son Phật Mã as crown prince and other sons as marquis. All of his 13 daughters were awarded the title of princess. He married off his eldest princess An Quốc to Đào Cam Mộc and awarded him the title of Nghĩa Tín Hầu (Marquis of Nghĩa Tín). The Lý dynasty was the first to use posthumous names to refer to deceased kings like Thái Tổ, Thái Tông … based on the deeds of the kings during their rules. This was a common tradition in China, but was not used in Đại Việt during the dynasties of the Đinh and the Lê.
Lý Công Uẩn lên ngôi Hoàng Đế năm 1010. Một trong những điều đầu tiên nhà vua làm là dời đô từ Hoa Lư ra Đại La. Theo truyền thuyết khi thuyền của nhà vua tạm đỗ dưới thành, có một con rồng vàng hiện lên che phủ lấy thuyền. Nhân thế bèn đổi tên thành Đại La thành Thăng Long. Việc dời đô từ Hoa Lư (vùng Trường Yên, Ninh Bình) bấy giờ về Thăng Long đánh dấu một bước ngoặt lớn trong lịch sử đất nước.	After being enthroned in 1010, one of the first major tasks that Lý Công Uẩn did was to move the capital from Hoa Lư to Đại La. According to mythology, when the king's boat anchored at the citadel wall, there appeared a golden dragon the shade of which entirely covered the boat. The king thus changed the name of the new capital from Đại La to Thăng Long (Rising Dragon). The move of the capital from Hoa Lư (Trường Yên, Ninh Bình) to Thăng Long marked an important turn in the history of our country.

Hoa Lư là một địa điểm có rừng, núi, sông hiểm trở bao quanh, tốt để tổ chức phòng ngự khi đất nước có binh biến, nhưng không phải là nơi thích hợp cho việc định đô lâu dài trong thời bình. Lý Công Uẩn dời đô về Thăng Long với tầm nhìn xa trông rộng về một kinh đô hiện đại của một quốc gia đủ sức đương đầu với các nước khác. Cái nhìn đó phù hợp với quá trình vận động phát triển của dân tộc Đại Việt sau ba lần Bắc thuộc đã dành được độc lập với các triều đại Ngô, Đinh và Lê trước đó.

Hoa Lư was a well hidden site surrounded by forests, rivers and mountains, which was an ideal location for defense when the country was at war, but not suitable as a capital city for long term development in peace times. The move of the capital to Thăng Long affirmed the far-sighted vision of Lý Công Uẩn for the development of a modern capital of a country capable of dealing with external threats. This vision was consistent with the progression and development of the people of Đại Việt, following the regain of independence from the three periods of Chinese domination, as well as the achievements of the preceding dynasties of Ngô, Đinh and Lê.

ĐỊNH HÌNH CHẾ ĐỘ PHONG KIẾN Ở VIỆT NAM

THE ESTABLISHMENT OF THE FEUDAL DYNASTY IN VIETNAM

Tổ chức chính quyền, quân đội thời Lý

Thời Tiền Lê, các con của vua đều được phong vương và chia ra trấn giữ các miền trong nước. Lý Thái Tổ cũng theo gương Lê Đại Hành phong tất

Civil and military governance in the Lý era

Under the Early Lê dynasty, all male children of emperor Lê Đại Hành were granted royal titles, and each was assigned the duty to govern specific regions in the

cả các con tước vương trấn giữ thái ấp những nơi hiểm yếu. Bên cạnh đó các đại thần cũng được phong thái ấp, có gia nô và quân lính riêng. Như thế việc vua Lý Thái Tổ lập các thái ấp riêng biệt khắp nước đã biến nó trở thành như những tiểu quốc bên trong một đại quốc. Các vị vương hoặc đại thần này trở thành những lãnh chúa có quyền lực. Tuy nhiên, các lãnh chúa Việt Nam lệ thuộc nhiều vào vua chứ không rộng quyền như các lãnh chúa châu Âu, hoặc Nhật Bản bởi vì đất đai của các thái ấp chỉ chiếm một phần nhỏ tổng số đất đai toàn quốc. Phần lớn các làng xã ngoài thái ấp nộp thuế trực tiếp cho triều đình.

Về tổ chức triều đình, quan chế đời Lý đại lược là, phẩm trật các quan đều có 9 bậc.

Trong triều, đứng đầu văn võ có Tể Tướng và Á Tướng. Tể Tướng giữ chức Phụ Quốc Thái Phó với danh hiệu "Bình Chương Quân Quốc Trọng Sự". Các Á Tướng thì giữ chức Tả Hữu Tham Tri Chính Sự.

country. Lý Thái Tổ also adopted this policy and awarded royal titles to all his sons with authority to govern fiefdoms in the most strategic regions. High-ranking mandarins were also rewarded with fiefdoms, servants and private armies. The fiefdoms were governed like separate small states within a larger country. These royal members and high-ranking mandarins became fiefdom lords with authority and powers. However, these lords were submissive to the king and not as powerful as their counterparts in Europe or Japan, because the fiefdoms amounted to just a small portion of land of the country. All villages and towns outside the fiefdoms paid taxes directly to the royal court.

In relation to the organization of central government under the Lý, a nine-tiered hierarchy structure was adopted for the ranking of court mandarins.

At the top of the hierarchy were Tể tướng (Premier) and Á tướng (Deputy Premier). Tể tướng held the position of Phụ quốc Thái phó (Deputy to the Crown) with the title of "Bình Chương Quân Quốc Trọng Sự" (Chancellor, managing national

Dưới Tể Tướng và Á Tướng là các Hành Khiển. Các Tể Tướng, Á Tướng và Hành khiển nằm trong cơ quan gọi là Mật Viện. Dưới bộ phận trung khu (mật viện) là 6 Bộ, các Sảnh, các Viện.

Năm 1010, Lý Thái Tổ chia các khu vực hành chính, đổi mười đạo thời Đinh - Lê thành các lộ và phủ. Đến đầu đời Lý Nhân Tông, trên địa bàn cả nước có 24 phủ-lộ. Dưới phủ là huyện và dưới huyện là hương, giáp, thôn. Về cơ bản, quan chế đời nhà Lý khá giống với nhà Tống bên Tàu. Đây là công cuộc tổ chức hành chính quy mô lớn, xây dựng bộ máy chính trị-hành chính cai trị cả nước.

Quân đội thời Lý có quân triều đình, thường gọi là cấm quân và quân các địa phương gọi là lộ quân hoặc sương quân (quân ở phủ, châu).
Ngoài ra còn có lực lượng dân binh gồm hương binh ở vùng

matters). The two Á tướng held the positions of Tả Hữu Tham Tri Chính Sự (Deputy Premiers). Ranking below Tể tướng and Á tướng were Hành khiển (Ministers or Heads of Departments). All these mandarins were included in an organ called Mật Viện (Cabinet). Under Mật Viện were 6 ministries, departments and offices.

In 1010, Lý Thái Tổ reorganized the administrative regions, changing the 10 regions under the Đinh-Lê era into lộ and phủ (provinces). Under the reign of Lý Nhân Tông, the country was divided into 24 lộ and phủ. The lộ and phủ were subdivided into huyện (districts), which were further subdivided successively into hương, giáp, thôn (villages, hamlets, neighborhoods). In essence, the government structure under the Lý was very similar to that of the Song dynasty. This was a major governmental reform to improve the political and administrative governance for the whole country.

The military during the Lý dynasty included the royal court army, often called Cấm Quân (Regular Army) and local armies called Lộ Quân or Sương Quân (Provincial Armies). There were also local militias in both plain and highland

đồng bằng và thổ binh ở miền núi. Lực lượng dân chúng vũ trang này được động viên trong thời chiến.

Chính sách của nhà Lý với các sắc tộc thiểu số và cuộc nổi loạn của Nùng Trí Cao
Triều Lý tuy rằng đã củng cố được chính quyền trung ương vững mạnh hơn các triều Đinh và Lê, nhưng tại những nơi xa xôi, nhất là ở những vùng miền núi, thế lực của chính quyền trung ương vẫn còn yếu. Chính quyền thực sự tại các vùng này nằm trong tay các tầng lớp thế tộc địa phương như các tù trưởng ở các sách, các động. Quan hệ của những thế tộc này với triều đình ở miền xuôi khá lỏng lẻo. Trên thực tế các vùng này vẫn tự trị. Các châu mục chỉ có nhiệm vụ cống nạp lâm thổ sản hoặc khoáng sản của vùng họ cho chính quyền trung ương mà thôi.

Tại nhiều nơi thuộc vùng biên giới với nước Tàu, tùy theo tình hình, các thế tộc này lúc thì thần phục triều Tống, lúc lại theo nhà Lý. Chính vì vậy mà các vua nhà Lý đặc biệt

regions, which would be called up in times of war.

Policies on minority groups and the rebellion of Nùng Trí Cao (Nong Zhigao)
Although the central government under the Lý was more consolidated than those under the previous dynasties of Đinh and Lê, its authority in remote areas, especially in mountain regions, was limited. The real authority in these regions rested with members of the local noble class such as the heads of the tribes in the sách (shires) and động (villages). The relationship between these locally based powers and the royal court was still quite weak. In reality, these regions still enjoyed their autonomy from the central government. The heads of these regions only had the duty to pay tributes in the forms of local produces or mineral products from their regions.

In many regions bordering China, depending on existing circumstances, these local powers might switch their allegiance between the Lý and the Song from time to time. It was for this reason

quan tâm đến việc tạo ra quyền lực cai trị ở vùng này.

Các phương pháp được triều Lý sử dụng bao gồm vừa mua chuộc tầng lớp thế tộc miền núi qua các quan hệ về hôn nhân, vừa dùng vũ lực để trấn áp những thành phần nào không chịu thần phục. Ngay từ khi mới lên ngôi, Lý Thái Tổ đã gả con gái cho cho tù trưởng động Giáp ở Lạng Châu là Giáp Thừa Quý, Thừa Quý đổi họ sang họ Thân và được phong làm châu mục Lạng Sơn. Dòng họ Thân làm châu mục Lạng Sơn liên tục được kết thông gia với các vua nhà Lý vì tầm quan trọng của vùng yếu địa cửa ngõ đất nước. Ngoài họ Thân tại Lạng Sơn, các vua triều Lý còn gả con gái cho nhiều tù trưởng khác nữa.

Chính sách hôn nhân đã ràng buộc được một số tù trưởng quan trọng đi theo triều đình. Nhưng nó đã không ràng buộc được tất cả các sắc tộc thiểu số vào với triều Lý và nhiều cuộc nổi dậy đã xảy ra buộc nhà Lý phải dùng vũ lực đàn áp. Trong các cuộc nổi dậy này, có cuộc nổi dậy của Nùng Trí Cao là to

that the Lý kings had a strong emphasis on imposing their authority on these regions.

The approaches employed by the Lý included bribing the tribal leaders through matrimonial relations, as well as military intimidation to subdue those who refused to submit to their rule. Early in his reign, Lý Thái Tổ married off his daughter to a tribal leader of Giáp in Lạng Châu, Giáp Thừa Quý. Giáp Thừa Quý changed his surname to Thân and was awarded the position of governor of Lạng Sơn. The Thân family who held the governorship of Lạng Sơn was able to continue the marriage alliance with the Lý because of the importance of this strategic region as a gateway to Vietnam. Apart from the Thân family, the Lý also married off their daughters to other tribal leaders.

The marriage diplomacy policy clearly bound several important tribal leaders and the central government together. However, not all minority groups were submissive to the Lý. Many rebelled against the government which necessitated the Lý to use forces to quell them. One of these rebellions was led by Nùng Trí

lớn nhất và có tầm quan trọng vì ảnh hưởng đến cả hai nước, Tống và Đại Việt.

Họ Nùng vốn là giòng họ đầu mục có thế lực từ nhiều thế kỷ tại châu Quảng Nguyên. Vùng Quảng Nguyên thuộc địa phận tỉnh Cao Bằng bây giờ là vùng đất nổi tiếng nhiều khoáng sản, nhất là vàng. Triều Lý và triều Tống đều rất quan tâm tới vùng này. Đầu thời Lý, vùng này nằm trong tầm kiểm soát của Đại Việt. Lúc bấy giờ, Nùng Tồn Phúc làm thủ lĩnh châu Thảng Do nổi loạn bị Lý Thái Tông dẹp tan. Nhà Lý cho Nùng Trí Cao là con của Nùng Tồn Phúc làm quan với chức châu mục châu Quảng Nguyên. Năm 1048, Nùng Trí Cao tụ tập lực lượng nổi dậy. Vua Lý sai thái úy Quách Thịnh Dật lên đánh nhưng không thắng nổi. Trí Cao đem quân chiếm châu An Đức (thuộc huyện Tĩnh Tây, tỉnh Quảng Tây hiện nay) làm căn cứ địa, đặt quốc hiệu là Nam Thiên, lấy niên hiệu là Cảnh Thụy, mở cuộc chiến tranh lấn sang cương vực nhà Tống. Binh lực Tống bấy giờ yếu ớt,

Cao (Nong Zhigao), which was not only the largest but also very important as it had major influences on countries, the Song and Đại Việt.

The Nongs was a powerful leading family for centuries in Quảng Nguyên province. Quảng Nguyên was in present-day Cao Bằng, renowned for its abundance of minerals, especially gold. Both the Song and the Lý were particularly interested in this region. At the start of the Lý dynasty, this region was under the control of Đại Việt. At the time, Nong Quanfu, who was the leader of Thảng Do province, started a rebellion and was crushed by Lý Thái Tông. Nong Quanfu was killed. The Lý, took pity on their loss, appointed Quanfu's son, Nùng Trí Cao, as governor of Quảng Nguyên. In 1048, Nùng Trí Cao gathered forces to rebel and the Lý king dispatched general Quách Thịnh Dật to pacify the rebellion, but was not successful. Nùng Trí Cao moved his troops to capture An Đức province (in present-day Quangzi) for use as a base, named his country as Nam Thiên Quốc (Nantian Guo), proclaimed

quân tinh nhuệ đều ở phía bắc đối phó với Bắc Liêu và Tây Hạ, cho nên quân Tống bị Trí Cao đánh thua một cách dễ dàng. Trí Cao đã tấn công vào sâu đất Tống, đến dưới thành Quảng Châu, xong không hạ nổi thành phải trở lại Quảng Tây.

Năm 1053, vua Tống cử Địch Thanh làm tuyên phủ sứ đi đánh Trí Cao. Gặp phải tướng giỏi và quân tinh nhuệ của nhà Tống, Trí Cao liên tục thua trận, sau cùng bị người Đại Lý giết và cuộc khởi loạn đã bị nhà Tống dẹp tan.

Trong cuộc chiến của Nùng Trí Cao với nhà Tống, nhà Lý lựa chọn cách đối xử tùy theo tình hình, tình thế các bên. Nhà Lý có lúc ngả sang ủng hộ nhà Tống, lúc lại ngả sang ủng hộ Nùng Trí Cao.

Cuộc nổi loạn của Nùng Trí Cao khiến cho tình hình tại biên giới Việt-Tống thời bấy giờ vô cùng phức tạp. Tuy nhiên, đối với nhà Lý, kẻ thù nguy hiểm nhất vẫn là triều

himself king Cảnh Thụy, and spread his war into the territory of the Song. At the time, the Song army was very weak and its elite troops were all stationed in the north to deal with North Liao and Western Xia, so it was easily defeated by Trí Cao. Trí Cao moved deep inside the Song territory to the wall of Guangzhou citadel, but could not capture it and had to retreat back to Guangxi.

In 1053, the Song king dispatched Di Qing to fight Nùng Trí Cao. Facing a competent general with elite troops of the Song, Nùng Trí Cao was repeatedly beaten. In the end, he was killed by the people of Dali and the rebellion was quelled.

During the war between Nùng Trí Cao and the Song, the Lý adopted a flexible stand depending on the circumstances. Such flexibility led them to side with the Song at times, but with Nùng Trí Cao at other times.

The rebellion led by Nùng Trí Cao created an extremely complex situation at the border of China and Vietnam. However, for the Lý, the Song remained the most dangerous enemy, thus the border region was

Tống. Vì vậy nhà Lý rất chú trọng đến vùng biên giới giữa Đại Việt và Tống triều. Dưới thời nhà Lý, một đường biên giới xác định giữa hai nước đã dần dần được hình thành. Đường biên giới này về căn bản đã không thay đổi trong suốt một nghìn năm sau đó.

always under a close watch. During the Lý dynasty, a borderline between the two countries was gradually established. This boundary has remained essentially unchanged ever since.

CÔNG CUỘC BÌNH CHIÊM PHÁ TỐNG

CAMPAINS TO PACIFY CHAMPA AND AGAINST THE SONG'S INVASION

Công cuộc bình Chiêm

Chiêm Thành ngay từ thời nước ta còn bị Bắc thuộc vẫn thường đem quân xâm lấn đất đai và cướp bóc dân chúng.
Năm 1020, Lý Thái Tổ đã sai con là Khai Thiên Vương và tướng Đào Thục Phụ đánh vào Bố Chánh. Năm 1044, Lý Thái Tông (vị vua thứ nhì triều Lý) đem quân tiến vào kinh đô Chiêm Thành, giết vua Chiêm thành là Sạ Đẩu, tàn sát và bắt vô số tù nhân. Bị thất bại nặng nề, Chiêm Thành bề ngoài thần phục, cống nạp nhà Lý, nhưng bên trong rất muốn báo thù. Vào những năm 50 thế kỷ 11,

The military pacification of Champa

From the time ourcountry was under Chinese rule, Champa often raided our land and looted properties of the people.
In 1020, Lý Thái Tổ ordered his son Khai Thiên Vương and general Đào Thục Phụ to attack Bố Chánh. In 1044, Lý Thái Tông (the second king of the dynasty) brought troops into Champa's capital, killing their king Xạ Đẩu, massacring and capturing scores of prisoners. Suffering heavy defeat, Champa pretended to submit to the Lý and paid tributes, but deep down they wanted to revenge. In the 1050s, Champa's

vua Chiêm Thành là Chế Củ thường khiêu khích Đại Việt và âm thầm chuẩn bị quân lực để chờ thời cơ đánh Đại Việt.	king Rudravarman III (Chế Củ) often provoked Đại Việt while quietly preparing his army and waiting for an opportunity to attack Đại Việt.
Năm 1065, được nhà Tống ủng hộ, Chế Củ cắt đứt hẳn quan hệ với Đại Việt, thường xuyên đem quân quấy nhiễu vùng biên giới. Trước tình hình đó, Lý Thánh Tông (vị vua thứ ba triều Lý) quyết đem quân đi đánh Chiêm Thành. Ngày 24 tháng 2 năm 1069 Lý Thánh Tông hạ chiếu thân chinh đi đánh phạt Chiêm Thành. Lý Thường Kiệt được phong làm đại tướng quân kiêm chức nguyên soái, dẫn năm vạn quân tiên phong. Quân Chiêm Thành ban đầu còn chống đỡ được một thời gian, sau thua chạy tan tác. Chế Củ bị bắt cùng với năm vạn quân đầu hàng. Chế Củ xin tha mạng sống với lời cam kết cắt ba châu Bố Chánh, Địa Lý, Ma Linh (Quảng Bình và bắc Quảng Trị) cho nhà Lý cai quản.	In 1065, with the support of the Song, Rudravarman III cut off all ties with Đại Việt and launched skirmishes into border regions. Under the circumstances, Lý Thánh Tông (the third king of the Lý) decided to attack Champa. On 24 February 1069, Lý Thánh Tông issued a royal decree to invade Champa. Lý Thường Kiệt was appointed Commanding General, leading 50,000 advanced troops. The Champa's army put up some resistance at first but then was battered in defeat. Rudravarman III was captured and 50,000 troops surrendered. Rudravarman III begged for his life and pledged to cede to the Lý three provinces of Bố Chánh, Địa Lý, Ma Linh (Quảng Bình and North Quảng Trị).

Cuộc kháng chiến chống quân Tống xâm lược

The resistance war against the Song

Năm 981, Lê Đại Hành đã đánh tan hai đạo quân xâm lược của nhà Tống, bảo vệ vững chắc nền độc lập của Đại Cồ Việt, buộc nhà Tống phải

In 981, Lê Đại Hành defeated two invasion corps of the Song, firmly defending the independence of Đại Cồ Việt and forcing the Song to maintain peace for a long period

tạm giữ hòa khí trong một thời gian dài, nhưng trong thâm tâm các vua Tống vẫn chưa từ bỏ ý đồ thôn tính nước ta.	of time. However, deep down, the Song kings never abandoned their intention to invade and annex our country.
Bước qua thời nhà Lý, triều Tống phương Bắc ráo riết chuẩn bị chu đáo cho một cuộc chiến xuống phía nam với ý định mở mang bờ cõi đồng thời phô trương thanh thế với các nước phía bắc đang quấy nhiễu mình. Vương triều Lý đoán định được điều đó nên cũng ra sức chuẩn bị phòng chiến.	Under the Lý dynasty, the Song aggressively prepared for a southward military expedition with the intention to expand their borders, while showing off their military strengths to the northern countries which had been harassing them. The Lý court anticipated the Song's intention, so they also promptly prepared the army for the defense of the country.
Năm 1075, triều đình Lý quyết định tấn công để phá tan âm mưu và thăm dò tiềm lực quân sự của nhà Tống. Lý Thường Kiệt nói: *"Ngồi im đợi giặc không bằng đem quân ra trước để chặn thế mạnh của giặc."*	In 1075, the Lý court decided to launch a pre-emptive attack to kill off the Song's invasion plan and to explore their military potential. Lý Thường Kiệt said: *"It is better to attack first to alter the enemy's strength than to wait for them to come".*
Ông tổ chức một cuộc tập kích chiến lược vào các cơ sở quân sự và hậu cần của nhà Tống tại Ung Châu. Ngày 30 tháng 12 năm 1075, quân nhà Lý tiến đánh Khâm Châu, ngày 2 tháng 1 năm 1076, quân ta đánh Liêm Châu dễ dàng. Quân Tống không cản nổi	He organized a strategic attack on military and logistic support bases deep inside the Song territory in Yongzhou (Hunan). The Lý troops attacked Qinzhou (Guangxi) on 30/12/1075 and Lianzhou (Guangdong) on 2/01/1076. The Song troops could not stop the advance of the Lý army. To

bước tiến của quân nhà Lý. Để tạo thuận lợi cho cuộc tấn công, sáng tỏ mục đích của cuộc tập kích, Lý Thường Kiệt đã cho niêm yết cáo thị "phạt Tống lộ bố văn", nói lý do tại sao mang quân sang đánh, trong các nguyên nhân được đưa ra, có nêu lý do là để trừng trị những đám dân chúng chống lại Đại Việt lẩn trốn trên đất Tống. Ngày 18 tháng Một, các cánh quân thủy bộ của Đại Việt đã kéo đến thành Ung Châu. Thành Ung Châu được tướng Tô Giám lão luyện, nhiều mưu kế giữ thành. Nhưng chênh lệch quân số quá lớn, lại bị giam hãm nhiều ngày, dù gây nhiều tổn thất cho quân Lý nên cuối cùng thành Ung Châu vẫn bị hạ sau 42 ngày đêm. Cuộc tập kích đã giành thắng lợi, phá hủy được căn cứ quân sự, hậu cần của quân Tống.

support and justify the attack, Lý Thường Kiệt ordered the display of posters of "Edict of the Song attack" outlining the reasons for the military campaign such as to capture the anti-Đại Việt elements hiding in the Song territory, etc. On 18/01/1076, the Lý infantry and naval forces already besieged Yongzhou citadel. Yongzhou was defended by the experienced and skillful general Su Jian. However, because the balance of troops was so great and the defending forces had been confined for many days, Yongzhou fell after 42 days under siege. While the Lý army suffered many losses, the attack was successful in destroying the Song military and logistic support bases.

Căm giận vì thua, nhà Tống huy động 10 vạn quân bộ binh, một vạn kỵ binh chia ba đường đánh sang Đại Việt. Hai toán quân đánh vào châu Quảng Nguyên (Cao Bằng) và châu Vĩnh An (Móng Cái). Toán quân chính dự định đánh vào Lạng Châu, đi dọc theo sông Thương tiến đến sông Cầu rồi

Angered by the defeats, the Song mobilized 100,000 infantrymen and 10,000 horsemen to attack Đại Việt via three routes. Two groups attacked Quảng Nguyên (Cao Bằng) and Vĩnh An (Móng Cái). The main force planned to attack Lạng Châu by travelling along the Thương river to advance to Cầu river, and then crossing the Lô

vượt sông Lô tiến vào Thăng Long. Ngoài ra nhà Tống còn chuẩn bị thủy quân nhằm phối hợp với bộ binh và dùng để chở quân bộ vượt qua các con sông của Đại Việt.

Lý Thường Kiệt cho chuẩn bị ba phòng tuyến nhằm ngăn quân xâm lược. Phòng tuyến đầu là ải Quyết Lý ở phía bắc châu Quang Lang. Phòng tuyến thứ hai là ải Giáp Khẩu (Chi Lăng) phía nam châu Quang Lang. Hai phòng tuyến này đều được đặt trên một con đường hầu như độc đạo từ Nam Ninh tới Thăng Long (qua ải Nam Quan hiện nay). Phòng tuyến thứ ba, quan trọng cuối cùng là phòng tuyến nam ngạn sông Như Nguyệt (sông Cầu hiện nay), qua được con sông này đến phủ Thiên Đức là tới kinh đô Thăng Long. Tướng Lý Kế Nguyên được giao nhiệm vụ chỉ huy phòng tuyến quan trọng này.

Mùa thu năm 1076, quân Tống bắt đầu xâm lược nước ta. Vào giữa tháng 8 năm 1076, chúng đánh chiếm được trại Ngọc Sơn ở biên giới châu Vĩnh An (Móng Cái) sau đó tiến vào Đông Kinh định đi tiếp vào

river to enter Thăng Long. In addition, the Song also prepared the navy which was to be integrated with the infantry to ferry troops across the rivers in Đại Việt.

Lý Thường Kiệt ordered the formation of three battlefronts to confront the invasion forces. The first front was at Quyết Lý pass north of Quảng Lăng. The second front was at the pass of Giáp Khẩu (Chi Lăng). These two fronts were on the only route from Nanning to Thăng Long (via Nam Quan pass). The third front, the last and most important, was at the southern bank of the Như Nguyệt River (now Cầu river). If the Song troops could cross this river, they could reach Thiên Đức province and then Thăng Long capital city. Lý Kế Nguyên was assigned the command of this important defense line.

In Autumn 1076, the Song troops started the invasion of our country. By mid-August 1076, they managed to occupy the border commune of Ngọc Sơn, Vĩnh An province (Móng Cái). They then entered deeper to

Bạch Đằng. Lý Kế Nguyên lập tức cho quân ra chặn đánh tan thủy quân Tống. Đây là chiến thắng có ý nghĩa chiến lược vì cắt đứt sự phối hợp quân thủy, bộ của quân Tống. Các cánh quân bộ của Tống, dù gặp phải sự chống trả mạnh mẽ của quân Đại Việt, vẫn vượt qua được hai phòng tuyến Quyết Lý và Giáp Khẩu của quân nhà Lý. Ngày 18 tháng Một năm 1077, đại quân của Quách Quỳ đã tiến đến bờ bắc đoạn sông Như Nguyệt, từ đó với đường cái lớn hướng về Thăng Long.

Đại quân Tống giao tranh dữ dội với tuyến phòng thủ của tướng Lý Thường Kiệt, nhưng không sao vượt sang bờ nam của sông Như Nguyệt được. Gần hai tháng trôi qua, quân Tống đã bị tiêu hao nhiều về lực lượng, lương thảo cũng không còn, tinh thần binh sĩ hoang mang, nao núng.

Trước tình trạng hai bên cầm cự nhau không phân thắng bại như vậy, Lý Thường Kiệt liền chủ động đưa đề nghị giảng hòa. Đó là chủ trương kết thúc chiến tranh mềm dẻo của Lý Thường Kiệt:

Đông Kênh to advance to the Bạch Đằng river. Lý Kế Nguyên sent his troops out to confront and smashed the Song naval force. This was a strategic victory which cut off the communication between the Song infantry and naval forces. The Song infantry units, despite fierce resistance from the Lý troops, still managed to cross Quyết Lý and Giáp Khẩu defense lines. On 18th January 1976, Guo Kui's major force advanced to the northern bank of the Như Nguyệt River and from the river there was a main road leading to Thăng Long.

The Song major force met with the ferocious resistance from Như Nguyệt defense line led by Lý Thường Kiệt and could not cross the river. After nearly two months, the Song force lost a substantial number of troops and foods supplies were also running out. Their troops were of low morale and high anxiety

Facing with such unwinnable situation, Lý Thường Kiệt took the initiative to propose a ceasefire. That was a tactful diplomatic move by Lý Thường Kiệt to end the fighting:

"*Dùng biện sĩ bàn hòa, không nhọc tướng tá, khỏi tốn xương máu mà bảo toàn được tôn miếu.*"

"*Employing envoys to discuss peace, save our troops from hardships and the bloodshed but still protect and preserve our country.*"

Quân Tống chấp thuận rút quân về nước vào đầu tháng Ba năm 1077. Đây là cuộc xâm lăng lần chót của nhà Tống với nước Đại Việt và được đánh dấu bằng một thất bại nặng nề. Từ đó về sau, cho đến khi nhà Tống bị quân Mông Cổ tiêu diệt, quan hệ hai nước luôn giữ được trong tình trạng hoà bình.

The Song force accepted the peace deal and withdrew in March 1077. This was the last invasion of Đại Việt by the Song dynasty and it was marked with a heavy defeat. Since that time onward, peace was maintained between the two countries until the Song was defeated by the Mongolian Yuan dynasty.

HOÀNG CƠ ĐỊNH

VIETNAM UNDER THE LÝ DYNASTY
Việt Nam Dưới Triều Nhà Lý

Nhà Lý là triều đại có nhiều cải cách trong chính sách cai trị. Điều này đã làm nên sự thay đổi lớn tới xã hội Việt Nam thời đó. Nổi bật nhất là triết lý Nho giáo được đề cao, Khổng Tử và các môn đệ của ông được tôn sùng.

The Lý was a dynasty that had many reforms in administrative policies. This led to significant changes to Vietnamese society of that time. The most prominent change was increased recognition of Confucianism. Confucius and his disciples were revered.

SỰ PHÁT TRIỂN CỦA NHO HỌC

THE ADOPTION OF CONFUCIANISM

Trong thời kỳ Bắc thuộc lần thứ nhất, tầng lớp cai trị gồm các quan do nhà Hán cử sang và những Lạc dân được theo Hán học, việc truyền bá tư tưởng Nho giáo có mục đích gắn bó thuộc quốc với Bắc triều và duy trì ổn định xã hội. Tuy nhiên, cuộc nổi dậy của Hai Bà Trưng cho thấy ảnh hưởng của Nho giáo trong quần chúng còn rất giới hạn. Trong các thời kỳ Bắc thuộc sau đó, Nho giáo được sử dụng trở lại như phương tiện tạo sự thần phục Bắc triều. Qua tới

During the first period of Chinese rule of Vietnam, with mandarins sent over by the Han dynasty as well as Han's educated locals, the spreading Confucius' philosophy was for the purposes of tying the occupied territory to China and maintaining an orderly society. However, the revolt by the Trưng Sisters showed that the influence of Confucianism on the population was still very limited. During later periods of Chinese rules, Confucianism was again used as a tool to promote allegiance to China. Throughout the reigns of the independent dynasties of the Đinh,

các triều đại tự chủ của nhà Đinh, nhà Tiền Lê và nhất là dưới thời nhà Lý, ý thức tự chủ đã trở nên mạnh mẽ, triết lý Nho giáo không còn là phương tiện duy trì sự thần phục Bắc triều nữa, mà đã trở thành một phần văn hoá Đại Việt giúp duy trì ổn định xã hội nội tại mà thôi.

Năm 1070, Lý Thánh Tông (vị vua thứ ba triều Lý), đổi quốc hiệu là Đại Việt, cho lập Văn Miếu, đắp tượng Khổng Tử và các môn đệ thờ tại ngoại ô Thăng Long. Nhà Vua còn lập trường dạy về Nho học và mở các kỳ thi tuyển chọn nhân tài cho guồng máy chính quyền. Có thể nói, Nho giáo được triều đình Đại Việt chính thức dùng làm tư tưởng chủ đạo trong việc trị quốc từ đó.

the Early Lê and especially the Lý, there was a growing sentiment of self-determination amongst the locals. Confucianism was no longer an effective means to promote compliance with the Chinese rule, but became parts of Đại Việt philosophy to maintain the social orders and cohesion.

In 1070, Lý Thánh Tông (the third king of the Lý dynasty) changed the country name to Đại Việt (Great Viet), established the Temple of Literature, and commissioned the sculptures of Confucius and his disciples for worshipping in a suburb of Thăng Long. The king also established schools to teach Confucian philosophy and organized examinations to recruit talented people for the administration. It is fair to say that Confucianism was adopted and endorsed by Đại Việt royal courts ever since.

HOÀN THIỆN TỔ CHỨC CHÍNH QUYỀN PHONG KIẾN

IMPROVING THE ORGANIZATION OF THE FEUDAL GOVERNMENT

Sự cai trị dưới triều đại nhà Lý được tổ chức theo thể chế Quân chủ tập quyền dựa trên nền tảng Nho giáo.

The administration of the Lý dynasty was an absolute monarchy based on Confucian philosophy, but it was not a bureaucracy-based monarchy model.

Mô hình quân chủ tập quyền dồn mọi quyền lực quốc gia vào tay hoàng đế. Dưới vua có một bộ máy quan lại giúp việc phân cấp thành Khu Mật Viện và các Bộ là cơ quan đầu não của triều đình. Ngoài ra còn có các Sảnh và Hàn lâm viện. Dưới đó là các Viện, Ty, Cuộc. Các cấp địa phương từ cao tới thấp được chia ra từ phủ, lộ, châu, trại, huyện, hương, giáp, phường, sách, động.

The absolute monarchy under the Lý entrusted all authority to the monarch ruler. Under the monarch was a bureaucratic administrative machinery, including the Cabinet, its ministries and departments, which was the court's central governance. There were also Offices and Boards. Under them were offices for various levels of government including Viện and Ty for states and provinces, Cuộc for district, shire and villages.

Các vương hầu và đại thần được cấp thái ấp, gia nô và quân lính riêng, nhưng khi hữu sự thường được giao trách nhiệm bình định tại các nơi ngoài vùng sở hữu của mình để tránh tệ trạng hùng cứ tại địa phương.

Members of the royal family and high ranking mandarins of the royal court were granted fiefdoms, servants and had private armies. However, when needs arose, they were often deployed outside their territories to avoid being too powerful in their own regions.

Các quan trong triều và ngoài

Mandarins in the royal court and out

các lộ đều không có lương bổng mà được hưởng thuế ruộng đất đầm ao của dân trong vùng thái ấp cai trị. Khi được đổi tới địa phương khác thì sẽ được hưởng lộc tại địa phương mới. Tới năm 1067, để tránh tình trạng nhũng lạm, các quan được trợ cấp thêm lúa, muối, cá và một khoản tiền nhỏ đủ sống, gọi là "tiền dưỡng liêm".

Về luật pháp, dưới triều nhà Lý, lần đầu tiên nước ta có hệ thống luật lệ được ghi chép thành văn bản. Năm 1042 Lý Thái Tông (vua thứ nhì triều Lý) cho soạn các sách ghi điều luật. Hình thư là bộ sách luật gồm 3 quyển quy định các hình phạt tương ứng với các tội có ghi trong Luật.

Điều đặc biệt là trong triều đại nhà Lý, các công chúa và phi tần được tham dự vào các sinh hoạt triều chính. "Mùa hạ tháng 4 năm 1064, vua Lý Thánh Tông ngự tại điện Thiên Khánh xử kiện. Sử chép có công chúa Động Thiên đứng hầu cạnh. Như vậy hẳn là việc các công chúa tham gia công việc triều chính là chuyện thường xảy ra" (theo Đại Việt Sử Ký Toàn Thư)

in the provinces were not paid salaries, but were entitled to collect land tax within their regions. When transferred to a new post, they would be entitled to the benefits in the new location. By 1067, to avoid corruption, mandarins were provided with an "integrity payment" including a small sum of money, rice, salt, fishes to sustain their living expenses.

It was during the Lý era that laws were recorded into texts for the first time. In 1042, Lý Thái Tông (the second king of the Lý dynasty) commissioned a set of law books. A Penal Code was then enacted, which consisted of three volumes stipulating penalties for listed offences.

The Lý dynasty uniquely allowed female members of the royal family to participate in the royal court sessions. As stated in the History of Đại Việt (Đại Việt Sử Ký Toàn Thư), "In the summer of April 1064, king Lý Thánh Tông sat at Thiên Khánh Palace to preside over a trial. It was recorded in history books that Princess Đông Thiên stood beside him. Thus it was common for princesses to participate in the royal court proceedings".

HOÀNG CƠ ĐỊNH

QUÂN CHẾ THỜI LÝ

Quân chế thời Lý được tổ chức rất hoàn chỉnh. Cấm Vệ Quân lên tới hơn ba ngàn tướng sĩ, để bảo vệ hoàng đế và triều đình tại kinh đô. Năm 1059, đời Lý Thánh Tông, cấm quân còn xăm trên trán 3 chữ "Thiên tử quân". Ngoài ra còn có các đạo quân "tấn công" và "trấn thủ" rất thiện chiến, đây là chủ lực quân dưới thời nhà Lý.

Dân đinh không thuộc các thái ấp đến tuổi 18 đều phải xung vào quân đội, được cấp lúa gạo hàng tháng, được thưởng thêm vải lụa và thực phẩm mỗi năm. Hàng tháng binh lính thay phiên nhau về nhà làm ruộng để đảm bảo việc canh nông. Chính sách luân phiên quân lính về nhà làm ruộng đã giúp bảo đảm quân số cần thiết khi có chiến tranh và ổn định sản xuất phát triển kinh tế.

Dưới thời Lý đã có những đội quân được huấn luyện chiến đấu rất giỏi, kỷ luật rất nghiêm, người nào cũng có một kim bài để làm hiệu riêng. Trong chiến trận, đã có lúc

THE MILITARY IN THE LÝ ERA

The military under the Lý was well organized. The Royal Guards consisted of more than three thousand men to protect the king and the royal court in the capital. In 1059, during the reign of Lý Thánh Tông, these guards also had the terms "King's guard" tattooed on their foreheads. There were also other fierce "offensive" and "defensive" corps, which were regular army units during the Lý era.

Men who were not in fiefdoms had to be enlisted in the army when they turned 18. Once in the army, they were provided with monthly ration of rice, and annual supply of fabrics and other foods. Soldiers rotated monthly to allow them to look after their crops at home. The rotation of soldiers helped maintain the troops' numbers required in times of war and stabilize production and economic development.

In the Lý era, there were army units which were well trained with highly disciplined and competent combatants. Each soldier had a metal plaque for identification. There was a time during a battle, a

thuyền của đội quân này bị đắm, người nào cũng nắm vững kim bài chết theo thuyền. Bởi vậy, quân lực dưới thời nhà Lý rất hùng mạnh. Đã có lần tướng Lý Thường Kiệt đem quân đánh sang Tàu, tạo nên những chiến công thật hiển hách.

boat carrying members of one of these units was sunk and everyone held on to their own metal plaque and died with the boat. The military under the Lý was very strong, thus enabling Lý Thường Kiệt to advance troops into Chinese territory to destroy the Song's war preparation effort. These were very rare victories by Đại Việt army inside China.

TÌNH HÌNH KINH TẾ XÃ HỘI DƯỚI TRIỀU NHÀ LÝ

SOCIO-ECONOMY UNDER THE LÝ DYNASTY

Chính sách nông nghiệp
Ruộng đất nông nghiệp được quản lý dưới các hình thức sau:
- Ruộng đất do triều đình quản lý trực tiếp. Gồm các doanh trại, đồn điền chiếm đoạt lại từ các quan lại của Tàu trước đây và những đất đai chung quanh các lăng tẩm của nhà vua ở vùng Thiên Đức thuộc Bắc Ninh, quê hương của vua nhà Lý.
- Ruộng công của các hương ấp. Đây là phần lớn đất đai canh tác thời bấy giờ, nông dân khai thác hưởng lợi chung và đóng thuế cho công quỹ. Quỹ này là lợi tức chính yếu

Agricultural Policy
Farmlands were managed under the following categories:
- Farmland under direct control of the royal court: including military bases, plantations seized from Chinese mandarins, and lands around the Kings' tombs in Thiên Đức region, Bắc Ninh, the ancestral home of the Lý dynasty.

- Communal lands controlled by villages: This was the main category of farmlands at the time. Farmers cultivated, collected the harvests and paid taxes to the government. These taxes were

của chính quyền phong kiến thời nhà Lý.

- Ruộng đất của tư nhân. Loại ruộng đất này chủ điền khai thác, đóng thuế, có quyền sang nhượng vì không thuộc triều đình.

- Ruộng đất thuộc các thái ấp do vua lập nên, được giao cho các vương hầu hay cho các nhà chùa, đây là loại đặc quyền ưu đãi của nhà Lý đối với quan lại và hệ thống Phật giáo. Các chùa chiền này đa số là do nhà vua hay các vương hầu, quí tộc tạo dựng, quy tụ đông đảo tăng ni tu trì.

Tình hình công thương nghiệp
Về công nghệ trong thời đại nhà Lý, thịnh hành nhất là những ngành nghề liên quan tới sự phát triển của Phật giáo. Trong thời kỳ này, nhiều chùa, tháp được xây dựng, do đó ngành kiến trúc rất phát triển cùng với những nghề như đúc chuông, tạc tượng và nghề kim hoàn cũng phổ biến không kém. Triều đình nhà Lý đã có nhiều lần cung cấp hàng nghìn cân đồng cho các công trình đúc chuông, đúc tượng Phật khắp nơi.
Song song với công nghiệp tư nhân, triều đình nhà Lý có các

the main sources of revenue for the government under the Lý dynasty.

- Private farmlands: These farmlands belong to landowners who cultivated and paid taxes. Landowners had rights to sell or transfer these lands as they did not belong to the Royal Court.

- Farmlands established by the king to be distributed as fiefdoms to royal members or pagodas: These were privileges given to mandarins and Buddhists. These pagodas were usually built by the king or royal family members and noble people, and occupied by large numbers of Buddhist clergy.

Industrial and Trade policy
In the Lý era, the most prevalent occupations were those relating to the development of Buddhism. During this period, many pagodas and stupa towers were built, thus architecture was well developed. Other relevant professions such as bell castings, sculpting and jewelry making were also very popular. The Lý on many occasions provided thousands of pounds of brass for works such as bell and Buddha statue castings all over the country.
Along with private enterprises, the Lý had facilities like the

cơ xưởng để đúc tiền, chế tạo binh khí, làm các đồ dùng cho hoàng gia và quan lại. Các vật dụng làm cho hoàng cung và quan chức không được phép lưu hành trong dân gian. Ngược lại triều đình lại mua nhiều phẩm vật từ các nguồn do dân chúng cung cấp.

Royal Mints to cast coins, factoriesto manufacture weaponry and household appliances for the royal family and mandarins. Goods manufactured for the imperial palace and mandarinswere not allowed to be circulated to the general public. On the other hand, the royal court bought many goods from ordinary suppliers.

Thời vua Lý Thái Tông, nhà vua còn cho truyền dạy các cung nữ dệt gấm vóc và thiết lập các trại trồng dâu nuôi tằm ngay trong hoàng cung. Các phẩm phục của nhà vua không còn phải dùng tới hàng hóa của nhà Tống bên Tàu nữa.

During the reign of king Lý Thái Tông, the king even issued decrees that imperial concubines be taught the skills of silk and satin weaving, and established silkworm farms within the imperial palace. As a result, it was no longer necessary to use products of the Song in China to make the king's costumes.

Ngành khai thác khoáng sản cũng được triều đình đặc biệt chú ý. Năm 1062 mỏ vàng tại Vũ Kiến và mỏ bạc tại Hạ Liên được khai thác. Năm 1198 tìm thấy mỏ thiếc tại Lạng Châu.

Mining industry also received special attention from the court. In 1062, the gold mine at Vũ Kiến and the silver mine at Hạ Liên were established. In 1198, a tin mine was discovered at Lạng Châu.

Nghề làm đồ gốm dưới triều nhà Lý đạt độ tinh xảo ngang với Tàu. Nội thương và ngoại thương dưới triều đại các vua

Pottery making under the Lý was as sophisticated as China's products. Domestic and foreign trades were growing and thriving.

nhà Lý đều phát triển mạnh. Kinh thành Thăng Long trở thành một trung tâm thương mại quan trọng. Hoạt động giao thương giữa miền xuôi và miền ngược đã hình thành. Dân ở các đồng bằng thường chở muối, các đồ dùng bằng sắt lên miền núi đổi lấy lâm sản và vàng bạc. Tiền kim loại đã được dùng để trao đổi, buôn bán. Sự phồn thịnh về thương mại đã kéo theo việc phát triển về giao thông.

Việc buôn bán với nước ngoài được mở mang. Hầu hết hàng hóa được trao đổi với Tàu. Thương nhân Việt, Hoa buôn bán với nhau bằng đường bộ xuyên qua biên giới và bằng cả thương thuyền. Ngoài ra, các thương nhân Việt còn trao đổi hàng hóa với Chiêm Thành, tuy chưa nhiều. Quan hệ ngoại thương thời Lý cũng đã bắt đầu vươn tới các nước ở xa hơn như đảo quốc Qua Oa (Java ngày nay), Xiêm La, Tam Phật Tề (phía nam Xiêm La). Vân Đồn (Quảng Ninh ngày nay) đã trở thành trung tâm giao dịch quốc tế thời đó.

The imperial city of Thăng Long became an important trading center. Tradings between the plain and highland regions were formed. People in the plain regions often transported salt, iron goods and appliances up to highland regions in exchange for forest products, gold and silver. Coins were used to facilitate trade. The prosperity of trades led to the development of transport networks.

Trades with foreign countries were expanded. Dominant trades were with China. Vietnamese and Chinese merchants traded with each other via trade routes across land borders and by merchant ships. Goods were also traded with Champa, although to a lesser extent. Foreign trades under the Lý expanded to distant countries such as the island nation of Qua Oa (Java today), Siam, and Srivijaya (south of Siam). Vân Đồn (Quảng Ninh province) became a major foreign trade center at the time.

Tình hình xã hội dưới triều Lý

Giai tầng xã hội dưới thời nhà Lý đã được phân biệt một cách

Socio-economy under the Lý dynasty

Social classes were clearly defined in the Lý era. At the top

rõ rệt. Cao nhất là các dòng tộc quyền quí và thấp nhất là giai cấp nô lệ. Giai cấp quyền thế phong kiến nắm hầu hết quyền lực xã hội. Trong việc thi cử ra làm quan, chỉ có con cái của giai cấp này được dự thi.

Một giai cấp đặc biệt trong thời nhà Lý là giai cấp tăng lữ. Họ là những người được hưởng đặc quyền về cả kinh tế lẫn chính trị. Về giai cấp nô lệ, họ là những tù binh trong các cuộc chiến, những người có tội bị trừng phạt buộc phải làm nô lệ, hoặc dân thường nghèo khổ phải bán mình và con cái làm nô lệ. Họ thường là các gia bộc, nô tỳ của tầng lớp giàu có, vương giả. Họ bị chủ nhân mua đi bán lại không thương tiếc.

Số đông trong xã hội là thành phần dân thường, họ là những nông dân, thợ thuyền, doanh nhân v.v... Giai cấp này là nguồn chủ lực của xã hội. Họ có bổn phận phải đóng thuế và đi lính. Luật lệ nhà Lý cấm dân chúng không được bán con trai dưới 18 tuổi làm nô lệ cho các tư gia với mục đích bảo vệ nguồn nhân lực, tài lực của

of the social structure were nobles and at the lowest were slaves. The feudal noble class held all the powers. Only children of the noble class were allowed to participate in hierarchical examinations to become mandarins.

A special social class in the Lý era was Buddhist monastic class. They enjoyed both political and economic privileges. As for the slave class, they included prisoners of wars, criminals whose punishment was slavery, and impoverished citizens who sold themselves and/or their children into slavery. They normally were servants, housemaids of the wealthy or noble classes. They were mercilessly bought and resold by their owners.

The majority of society was ordinary citizens. They were farmers, tradesmen, and entrepreneurs, etc. This class was the main workforce for the society. They had a duty to pay taxes and serve in the army. Laws in the Lý dynasty prohibited the sales of males under 18 years of age into slavery in private households in order to preserve

quốc gia.	human and financial resources of the country.
Nói tóm lại, xã hội Việt Nam dưới triều nhà Lý đã có nhiều thay đổi và phát triển mạnh về mọi mặt. Sự thay đổi và phát triển này là những đóng góp quan trọng của nhà Lý cho dòng lịch sử dân tộc Việt Nam.	In short, Vietnamese society in the Lý era had a lot of changes and thrived in all aspects. These changes and developments were important contributions of the Lý dynasty to the flow of history of Vietnam.

THE TRẦN DYNASTY AND THE WARS AGAINST THE YUAN-MONGOLIAN

Nhà Trần và Cuộc Kháng Chiến Chống Quân Nguyên - Mông

Nhà Lý suy yếu, quyền lực rơi vào tay Trần Thủ Độ. Trần Thủ Độ ép Lý Chiêu Hoàng (8 tuổi) nhường ngôi cho chồng là Trần Cảnh (cũng 8 tuổi). Ngôi vị nhà Lý chuyển sang nhà Trần một cách ôn hòa. Trong khoảng 175 năm trị vì, nhà Trần đã lãnh đạo dân Đại Việt ba lần kháng chiến chống quân Nguyên thành công lập nên trang sử sáng chói cho dân tộc.

After the Lý dynasty was in decline, the power fell onto Trần Thủ Độ. Thủ Độ forced the 8 years old ruling monarch Lý Chiêu Hoàng to cede the throne to her husband Trần Cảnh, also 8 years old. The throne was peacefully passed from the Lý to the Trần dynasties, In its 175 years reign, the Trần dynasty led Đại Việt to three victorious wars against the Yuan-Mongolian invaders, established one of the glorious periods in our history.

HỌ TRẦN KHỞI NGHIỆP

THE RISE OF THE TRẦN DYNASTY

Vào năm 1209, vua Lý Cao Tông nghe lời tặc thần Phạm Du bức hại công thần là Phạm Bỉnh Di. Tướng của Bỉnh Di là Quách Bốc đem quân phá cửa thành vào cứu Bỉnh Di. Lý Cao

In 1209, king Lý Cao Tông wrongly persecuted his trusted mandarin Phạm Bỉnh Di. General Quách Bộc sent his troops to break into the capital's citadel to save Bỉnh Di. King Cao Tông escaped to

Tông phải chạy lên châu Qui Hóa. Con của Cao Tông là hoàng tử Sảm phải về nương náu tại Hải Ấp, Thái Bình, là căn cứ địa của dòng họ Trần.

Trần Lý (Trần Nguyên Tổ) người làng Tức Mặc (thuộc tỉnh Nam Định) làm nghề đánh cá, nhà giàu có được nhiều người tùng phục. Trần Lý gả con gái cho Thái Tử Sảm. Thực chất, đây là phương thức để họ Trần tìm cách bước vào vòng quyền lực. Với danh nghĩa phò nhà Lý, họ Trần mộ quân về kinh dẹp loạn, rồi lên Qui Hóa rước vua Lý Cao Tông về lại kinh đô. Một năm sau thì vua Lý Cao Tông mất ngôi báu truyền cho Thái tử Sảm tức Lý Huệ Tông.

Vua Lý Huệ Tông nhờ ơn họ Trần nên giao mọi chức vị quan trọng cho người họ Trần điều hành chính sự. Đặc biệt Trần Thủ Độ được phong làm Điện Tiền Chỉ Huy Sứ thống

Qui Hóa province. Crown prince Sảm, had to take refuge at Hải Ấp, Thái Bình, which was a stronghold of the Trần family.

Trần Lý (Trần Nguyên Tổ) was from Túc Mặc village (now in Nam Định province). He was a wealthy fishery businessman and well respected by locals. From the moment he harbored the young prince Sảm, Trần Lý set out to make prince Sảm the future king of the Lý dynasty. He used his wealth and influences to build a strong support for prince Sảm, and married off his own daughter to the prince. The undelying motive was for the Trần clan to step-by-step take over the reign of power. Under the banner of the Lý dysnasty, the Trần clan built up an army and marched to the capital to quell the rebels, and then went to Qui Hóa province to bring king Cao Tông back to the capital. A year later, king Cao Tông passed away and the throne fell onto his son Prince Sảm, who became king Huệ Tông.

Owing a deep debt of gratitude to the Trần clan, king Huệ Tông entrusted all important positions to members of Trần clan to run his court. He especially appointed Trần Thủ Độ as the commander of the royal guard

lãnh các đội ngự lâm quân. Năm 1224, Huệ Tông truyền ngôi cho công chúa Lý Chiêu Hoàng, lúc đó mới 7 tuổi, rồi vào tu ở chùa Chân Giáo.

Năm 1225, Trần Thủ Độ tìm cách thao túng đưa hàng loạt người họ Trần vào cung vua. Trần Cảnh là cháu của Trần Thủ Độ khi đó 8 tuổi chính thức trở thành chồng của Lý Chiêu Hoàng. Đến cuối năm 1225, Trần Thủ Độ ép Lý Chiêu Hoàng nhường ngôi vua cho chồng.

Nhà Lý chấm dứt sự nghiệp chính trị tại đây sau 9 đời làm vua kéo dài 216 năm từ năm 1010 đến năm 1225.

units. In 1224, king Huệ Tông abdicated the throne to his daughter princess Chiêu Thánh, who was crowned as queen Chiêu Hoàng at the age of 7 years old, to become a Buhhdish monk at Chân Giáo pagoda.

In 1225, Trần Thủ Độ started his manipulation by bringing in scores of members of the Trần family to serve in the royal court. Trần Cảnh, a nephew of Thủ Độ, who was just 8 years old, officially became the husband of queen Chiêu Hoàng. By the end of 1225, Thủ Độ presssured the queen to abdicate the throne to her husband.

The Lý dynasty ended its rule after 9 generations on the throne for 216 years from 1010 to 1225.

NHÀ TRẦN XÂY DỰNG VÀ CỦNG CỐ CHÍNH QUYỀN	THE ESTABLISHMENT AND CONSOLIDATION OF THE TRẦN DYNASTY LONGEVITY
Cuộc đổi ngôi từ dòng họ Lý sang họ Trần diễn ra trong hoàng cung với sự thao túng của Trần Thủ Độ không để lại một sự xáo trộn nào ngoài xã hội. Có nhiều ý kiến trái nghịch về công và tội của vị tướng nhà Trần này. Vai trò của Trần Thủ Độ trong lịch sử đã được sử gia khách quan đánh giá rằng mặc dầu ông đã phạm tội tày đình là phế bỏ nhà Lý để dành ngôi báu cho họ Trần của mình và vì lòng trung thành với giòng họ Trần mà ông đã ra tay sát hại thân tộc họ Lý để tận diệt mọi mưu toan giành lại ngai vàng của con cháu họ Lý.	The handover of the throne from the Lý to the Trần dynasties took place inside the royal court under the direction of Trần Thủ Độ, and did not cause any disruption in the wider society. There are conflicting views about the merits and crimes of Trần Thủ Độ. Historians acknowledged that Thủ Độ committed atrocious acts against the Lý family out of blind loyalty to his Trần family, including seeking to wipe out members of the Lý family to ensure no resurrection of the Lý dynasty that could threaten the survival and longevity of the Trần dynasty.
Tuy nhiên, ông là một nhà chính trị lỗi lạc, thanh liêm, cương trực một tay tạo dựng nên cơ nghiệp nhà Trần. Bên trong, ông củng cố ngôi vị cho tân vương trẻ và dẹp yên nội loạn, bên ngoài ông chẳng những là chỗ dựa tinh	However, he was also a brilliant politician who single handedly established the Trần dynasty and was strong and committed figure in the wars against the invading Yuan-Mongolian army with his famous quote to the young king Thái Tông: *"My head has*

HOÀNG CƠ ĐỊNH

thần mà còn đóng góp rất lớn cho cuộc kháng chiến chống quân Nguyên-Mông trong đợt xâm lặng lần thứ nhất. Lịch sử ghi lại lời nói cương quyết của ông với vua Trần Thái Tông: *"Đầu tôi chưa rơi xuống đất, thì xin bệ hạ đừng lo"*

not yet fallen down, Your Majesty must not worry!"

Nhà Trần thay nhà Lý mở ra một thời kỳ lịch sử mới phát triển cao hơn thời nhà Lý. Chính quyền nhà Trần trong thế kỷ 13 vững vàng, năng động đã tạo ra một nền chính trị thống nhất và ổn định cho đất nước, kéo dài 175 năm cho đến giữa thế kỷ 14.

Replacing the Lý dynasty, the Trần dynasty opened up a new period in our history with better opportunities for national development. The governments of the Trần dynasty were strong and dynamic in the 13 century, providing a united and stable political system for our country, which lasted 175 years until the mid 14 century.

Để bảo đảm vững chắc vị trí, khả năng nắm chính quyền và để tránh những vụ tranh chấp ngôi báu trong nội bộ hoàng tộc nhà Trần áp dụng chế độ Thái Thượng Hoàng. Vua con nắm ngôi nhưng quyền lực thuộc về vua cha (Thái Thượng Hoàng). Ngôi vị Thái Thượng Hoàng không chỉ là cố vấn mà còn có quyền phế truất ngôi vua tại vị và chỉ định người khác kế vị.

To ensure it could remain in power and to avoid the infighting for the throne within the royal family, the Trần dynasty adopted a Succession system called Supreme Monarch (Thái Thượng Hoàng). According to this system, when a king abdicated the throne to his designated crown prince, he would assume an advisory role to keep an eye on the young king, who effectively was on probation and would be forced to abdicate if not fulfilling his regal duty and a new king would be appointed.

Sự liên kết dòng họ nắm chính quyền nhà Trần thực hiện như

The linkage between members of the Trần clan to ensure they could keep on

một nguyên tắc để giữ an xã hội. Hầu hết các chức vụ quan trọng trong triều đình và ở các địa phương phủ, lộ đều do tôn thất nắm giữ. Để quyền lợi dòng họ thêm vững vàng, lâu bền, ngoài chế độ kế thừa quyền lợi và quan chức theo họ, nhà Trần còn áp dụng lối kết hôn đồng tộc. Cũng như thời Lý, các vương hầu thời Trần đều có lực lượng quân đội riêng.

**Bộ máy cai trị
của triều nhà Trần**

Bộ máy cai trị của nhà Trần phỏng theo mô hình của nhà Tống, bao gồm bộ máy chính quyền trung ương và địa phương.

Ở triều đình, bộ phận trung khu gồm 6 bộ: Lại, Lễ, Hộ, Binh, Hình, Công để giải quyết các công việc hành chính, ngoại giao, tín ngưỡng, kinh tế, quân sự, pháp luật và xây dựng. Các cơ quan sáu bộ càng về sau phần

staying in power was implemented as a fundamental policy to maintain the stability of the country. Most key positions in the royal court and in administration councils of provinces and towns were held by members of the royal extended family. To ensure the longevity of the Trần dynasty, apart from the hereditary rights, there was also a rule that forced marriages among members of the royal clan. In addition, whoever married into the royal family would not be appointed to government positions; and conversely, royal family members who married commoners would have their hereditary rights stripped off. Like during the Lý dynasty, all members of the Trần dynasty were allowed to have their own army.

The Trần dynasty administration

The administrative system of the Trần dynasty was similar to that of the Song dynasty, comprising central government and local governments.

In the royal court, there was a central government with six ministries, namely, Lại (Personnel), Lễ (Protocols), Hộ (Civil Affairs), Binh (Military Affairs), Hình (Justice), Công (Public Works). These ministries

lớn đều do các nho thần đảm nhiệm.

Ở các địa phương, nhà Trần tổ chức chính quyền thành ba cấp: phủ lộ, huyện châu, hương xã. Ở các lộ còn có một số chức quan chuyên trách các công việc như: Hà Đê trông coi đê điều, Thủy Lộ Đề hình trông coi việc giao thông thủy và bộ... Năm 1344, nhà Trần tăng cường thêm cơ quan chính quyền địa phương, đặt Đồn Điền Sứ và Phó Ty Sứ lo việc khuyến nông.

Tổ chức quân đội
Nhà Trần rất chú trọng phát triển quân đội để bảo vệ giang sơn cũng như vương triều. Quân chủ lực nhà Trần gồm cấm quân và quân các lộ. Quân các lộ ở đồng bằng gọi là chính binh, ở miền núi gọi là phiên binh. Cấm quân hay còn gọi là quân túc vệ. Đứng đầu mỗi quân là một đại tướng quân. Nguyên thành Thăng Long có khoảng gần 20.000 binh lính trấn đóng.

looked after the administration, foreign affairs, religious matters, economy, defense, law and justice, and construction. Later on, most of the positions in the departments of these six ministries were held by Confucian mandarins.

Outside the court, the Trần dynasty organized the government into three levels: provinces, districts and villages. At the provincial level, there were also government official responsible matters such as dyke management, transportation on land and water... In 1344, the Trần dynasty added more departments to local governments, including the establishment of Head and Deputy Head of Lands Department to promote agriculture.

Defense
The Trần dynasty had a very strong emphasis on the development of the military for the defense of the country as well as the dynasty. Regular army consisted of royal guards and provincial soldiers. Provincial soldiers in the plains were called regular soldiers, whereas those in the highlands were called rangers. Royal guards were also called royal soldiers. The commander of each army was a

general. In Thăng Long alone, there were nearly 20,000 soldiers deployed.

Ngoài cấm quân và lộ quân là bộ phận do triều đình tổ chức và chỉ huy, các vương hầu được phép chiêu mộ quân riêng khi có lệnh vua. Nhà Trần vẫn giữ chính sách "ngụ binh ư nông" để vừa khai thác sức dân vào sản xuất khi hoà bình, vừa động viên được lính khi có chiến tranh.

Besides the royal guards and the provincial soldiers, which were organized and commanded by the royal court, royal members were allowed to recruit their own armies on the king's decree. The Trần dynasty maintained the policy of "ngụ binh ư nông" (soldiers working as farmers) to utilize the army for agricultural production during peacetime.

CUỘC KHÁNG CHIẾN CHỐNG QUÂN NGUYÊN-MÔNG

THE WARS AGAINST THE YUAN–MONGOLIAN INVASION

Cuộc kháng chiến chống quân Nguyên-Mông là một cuộc chiến bảo vệ giang sơn của quân và dân Đại Việt vào đầu thời nhà Trần (dưới thời các Vua Trần Thái Tông, Trần Thánh Tông và Trần Nhân Tông) trước sự tấn công của đế quốc Mông Cổ. Thời gian của cuộc kháng chiến bắt đầu từ năm 1258 đến năm 1288 chia làm 3 đợt. Cùng với các hoạt

The wars against the Yuan-Mongolian invasion were to defend the country by the people and army of Đại Việt at the start of the Trần dynasty (under the reigns of kings TrầnThái Tông, TrầnThánh Tông and Trần Nhân Tông). From 1258 to 1288, the Mongolian empire launched three invasions into Đại Việt. Along with diplomatic activities, our triumphs in all three

động ngoại giao, thắng lợi của ba cuộc chiến này được xem là chiến công tiêu biểu của vương triều nhà Trần chống giặc ngoại xâm và cũng được xem là một trong những trang sử chiến tranh hào hùng nhất lịch sử Việt Nam.

Sơ lược về đế quốc Mông Cổ

Mông Cổ (còn gọi là nhà Nguyên) là một sắc dân ở phía Bắc nước Tàu sống ở khu thượng lưu sông Hắc Long Giang trải dài tới vùng sa mạc lớn tại châu Á. Người Mông Cổ rất hung bạo, hiếu chiến, giỏi cưỡi ngựa và bắn cung tên. Binh lính thường là đội quân kỵ mã thiện chiến. Dưới thời Thành Cát Tư Hãn niên hiệu là Nguyên Thái Tổ, quân Nguyên-Mông chiếm giữ được cả vùng Trung Á, đất Ba Tư và kéo dài sang đến phía Đông Bắc châu Âu. Năm 1227, quân Mông Cổ tiêu diệt nước Tây Hạ, năm 1234 chiếm được nước Kim và tràn sang đến nước Triều Tiên. Năm 1279 Nhà Nguyên đem quân đánh chiếm Bắc Tống chinh phục được nhà Nam Tống. Kể từ đó nước Tàu thuộc về nhà Nguyên Mông Cổ cai trị.

invasions were typical of the Trần dynasty's victories against invading forces, it's also considered as one of the most glorious pages in Vietnamese military history.

A brief account of the Mongolian empire

The Mongols (also called the Yuan) were an ethnic minority in northern China, living in the upper Heilongjiang River that extended to the great desert in Asia. The Mongols were very violent, aggressive, and good on horseback and archery. Their soldiers were usually fierce cavaliers. During the reign of Genghis Khan, who was crowned as Yuan Taizu, the Mongols occupied Central Aisa, Persia, and extended their control all the way to northeastern Europe. The Mongols defeated Xi Xia in 1227, conquered Jin and ran over to Korea, in 1234. In 1279, the Yuan attacked the Northern Song and then conquered the Southern Song. Thereafter, China came under the rule of the Mongolian-Yuan.

Cuộc kháng chiến chống quân Nguyên-Mông lần thứ nhất năm 1257 - 1258

Hốt Tất Liệt là em trai của Mông Kha, lúc đó đang là vua Mông Cổ, tức là Nguyên Hiến Tông. Ngay từ thời Mông Kha còn sống Hốt Tất Liệt đã thể hiện mộng bá vương với khát vọng chinh phục nhà Tống. Tháng 9 năm 1257, quân Mông Cổ đã chinh phục và chiếm được nước Đại Lý với ý định sau đó đánh chiếm Đại Việt và từ Đại Việt đánh lên Nam Tống. Như vậy, việc chiếm được Đại Việt mang ý nghĩa lớn cho đế quốc Mông Cổ vì ngoài ra còn được quân Nguyên-Mông dự kiến dùng Đại Việt làm bàn đạp cho cuộc viễn chinh xuống Đông Nam Á. Danh tướng Ngột Lương Hợp Thai của Mông Cổ đã đem binh đến Khai Viễn là nơi sát biên giới với nước Đại Việt. Sau đó sai sứ giả sang ép vua Trần đầu hàng. Trần Thái Tông bắt giam ngay ba tên sứ giả vào ngục. Ngột Lương Hợp Thai tức giận xuất quân tiến đánh Đại Việt. Vua Trần Thái Tông cử Hưng Đạo Vương Trần Quốc Tuấn cầm quân chống cự, phong làm Tiết Chế thống lĩnh quân đội vùng biên giới phía Bắc để ngăn quân Mông Cổ.

The war against Mongolian-Yuan's first invasion 1257- 1258

Thành Cát Tư Hãn (Kublai Khan), also known as Yuan Shizu, was the younger brother of Mong Ke (Mông Kha) who was the emperor of Mongolia at the time. When Mong Ke was still alive, Thành Cát Tư Hãn already showed his expansionary ambition and an aspiration to conquer the Song dynasty. In September 1257, the Mongol army conquered and occupied Dali with the intention of launching an offensive to conquer Đại Việt, and then from Đại Việt to the Southern Song. Thus, the seizure of Đại Việt was of great significance important for the Mongolian empire. In addition, Đại Việt could also be used as a springboard for military expeditions to South East Asia. The Mongol's most famous general Uriyangqatai brought his troops to Khai Viễn, adjacent to the border with Đại Việt and then sent envoys to pressure the Trần king to surrender. King Trần Thái Tông immediately sent the three envoys to prison. Uriyangqatai was enraged and moved his troops to attack Đại Việt. King Trần Thái Tông appointed Trần Quốc Tuấn as the Commander (Tiết Chế) in charge of the troops in the

Bộ binh Mông Cổ tiến quân vào Đại Việt chia làm 2 cánh. Cánh quân đi đầu của Mông Cổ do Triệt Đô chỉ huy tiến dọc theo bờ sông Thao. Còn một cánh khác do con trai của Ngột Lương Hợp Thai là A Truật đi sau một đoạn để yểm trợ. Hai cánh quân này vừa tiến vừa thăm dò tình hình quân bên nhà Trần để cấp báo cho đại quân phía sau. Chưa kể đạo quân lớn nhất do con vua Nguyên đi sau tiếp viện.

Cuộc hỗn chiến đầu tiên giữa quân Đại Việt và quân Mông Cổ đã xảy ra. Các cánh quân Đại Việt phải rút lui từ Bình Lệ Nguyên về Thăng Long, sau đó lại rút từ Thăng Long về Thiên Mạc (Duy Tiên, Hà Nam)

Đứng trước tình thế nguy ngập đó vua Thái Tông ngự thuyền đến hỏi ý Thái úy là Trần Nhật Hiệu. Nhật Hiệu không nói gì cả, cầm sào viết xuống nước hai chữ nhập Tống (tức là nên chạy sang lánh nạn ở đất Nam Tống). Vua Thái Tông lại đến hỏi Thái sư

northern border regions to confront the Mongol.

The Mongol troops entered Đại Việt in two groups. The first group led by Cacakdu (Triệt Đô) advanced along the Thao River; and the second group led by the Aju, son of Uriyangqatai, followed behind to provide support. These two groups moved forward on a reconnaissance mission to gain essential information on the Trần army, and to report to the main force behind. There was also another group, which was the largest and positioned at the back, led by the son of Yuan king to provide reinforcements.

The first fierce engagement between Đại Việt and Mongolian troops occurred. Đại Việt troops had to retreat from Bình Lệ Nguyên (Vĩnh Phúc) to Thăng Long, and then from Thăng Long to Thiên Mạc (Hà Nam).

Facing such dired situation, king Thái Tông took a boat trip to see his brother TrầnNhật Hiệu, who was the Defender-in-chief (Thái úy), and sought his advice. Nhật Hiệu did not say anything, but used the oar to trace in the water two words "Enter Song" (meaning

Trần thủ Độ. Thủ Độ nói rằng: *"Đầu tôi chưa rơi xuống đất, thì xin bệ hạ đừng lo!"*
Thái Tông nghe thấy Thủ Độ nói cứng cỏi như thế, trong bụng mới yên.

Quân Mông Cổ tràn vào Thăng Long tìm thấy ba sứ giả bị giam ở trong ngục mà một người đã chết nên tức giận cướp của, đốt phá, tàn sát hết cả dân chúng trong thành, không trừ người già và con trẻ.

Được ít lâu, tới ngày 29 tháng 1 năm 1258, lợi dụng tình hình quân binh Mông Cổ bắt đầu suy yếu do không quen khí hậu vua Trần Thái Tông cùng thái tử Hoảng đem chiến thuyền ngược sông Hồng đánh trả bất ngờ, khiến địch không kịp trở tay. Quân Mông Cổ bị thua tan rã tại trận Đông Bộ Đầu nên tháo chạy khỏi thành Thăng Long về Vân Nam. Khi chạy đến Quy Hóa (vùng Lào Cai, Yên Bái), quân Mông Cổ bị chủ trại Hà Bổng tiếp ứng chặn đánh tơi tả.

to take refuge in the Southern Song). The king then went on to seek guidance from his uncle Grand chancellor (Thái sư) Trần Thủ Độ. Thủ Độ said,
"My head has not fallen on the ground yet, so Your Majesty must not worry!"
Upon hearing the strong and assertive words from Thủ Độ, the king felt assured.

The Mongol troops swamped Thăng Long and found the three envoys, one already dead, still in prison. They were enraged and went on rampant looting, burning raids and slaughtered all people in Thăng Long, including the children and the elderly.

Soon after that, Mongol troops, due to unfamiliar climate, became weakened. Taking advantage of the situation, on 29 January 1258, king Trần Thái Tông and his crown prince Trần Hoảng moved their naval ships upstream along the Hồng River to launch a surprise counter offensive, causing the Mongol troops to panic. The Mongols were soundly defeated at Đông Bộ Đầu. Mongol troops escaped from Thăng Long toward Yunnan. Along the withdrawal route, they were ambushed at Quy Hóa (Lào Cai, Yên Bái) by the local chief, Hà

Bổng and his men.

Cuộc kháng chiến chống quân Nguyên-Mông lần thứ hai năm 1284 - 1285

Năm 1284, Hốt Tất Liệt phong con trai là Thoát Hoan làm Trấn Nam Vương chuẩn bị tiến hành cuộc chiến lần thứ hai. Hai thượng tướng Ô Mã Nhi và Toa Đô cùng với A Lý Hải Nha, viên tướng xuất sắc người Duy Ngô Nhĩ của nhà Nguyên, được chọn làm phó tướng cho Thoát Hoan.

Ngày 27 tháng 1 năm 1285, Thoát Hoan xua 50 vạn quân lấy cớ mượn đường qua đánh Chiêm Thành để xâm lược Đại Việt. Quân Nguyên chia làm 2 đạo tiến xuống nước ta. Đạo thứ nhất do Bột La Hợp Đáp Nhĩ chỉ huy theo đường Khâu Ôn, đạo thứ hai do Khiếp Tiết Tản Lược Nhi chỉ huy đi theo đường núi Cấp Lĩnh. Đại quân của Thoát Hoan đi sau đạo thứ hai của Khiếp Tiết Tản Lược Nhi. Ngoài ra, vào khoảng tháng 3 năm 1285, một đạo quân nữa đang chiến đấu ở Chiêm Thành do Toa Đô chỉ huy cũng được điều động quay lên phía Bắc đánh Đại Việt

The war againstMongolian-Yuan's second invasion 1284-1285

In 1284, Thành Cát Tư Hãn (Kublai Khan) awarded his son Thoát Hoan (Toghan) the title of King of the Southern Region, as part of the preparation for the upcoming second invasion. Two top generals Omar (Ô Mã Nhi) and Sotegu (Toa Đô) together with Ariq Qaya (A Ly Hai Nha), a brilliant Yuan general from Uyghuir, were choosen as Thoát Hoan (Toghan)'s deputies.

On 27 January 1285, Thoát Hoan used the guise of having to cross over Đại Việt to attack Champa to move 500,000 troops to invade our country. The Yuan army was split into two groups. The first led by Bolqadar (Bột La Hợp Đáp Nhĩ) entered Đại Việt via Khâu Ôn (Ôn Châu, Lạng Sơn); and the second led by Khiếp Tiết Tản Lược Nhi via Cap Linh Mountain. The main force led by Thoát Hoan followed behind the second group. In addition, in March 1285, another group, which was fighting in Champa under the command of Toa Đô (Sotegu), was moved north to attack Đại Việt.

Trước sức mạnh của quân xâm lược Nguyên-Mông, mặc dù quân dân nhà Trần đã ra sức chiến đấu để bảo vệ giang sơn nhưng không thể giữ nổi các trận địa. Hai đạo quân từ phía Bắc của quân Nguyên sau gần ba tuần đã chiếm được Thăng Long. Vua quan nhà Trần phải rút lui về Thiên Trường (Nam Định) sau đó theo đường biển lui về Thanh Hóa. Ở phía Nam quân của thượng tướng Trần Quang Khải cũng bị thua quân Nguyên-Mông do Toa Đô và Ô Mã Nhi tại Nghệ An phải lui về phía Bắc. Như thế, trong đợt tiến công đầu tiên của quân Nguyên Mông, vua tôi Đại Việt đã bị chúng dồn lại vùng Thanh Hoá.

Đến cuối tháng 4 năm 1285 tình hình bỗng thay đổi. Mùa hè tới, quân Nguyên vốn ở vùng khô lạnh không chịu nổi thời tiết nóng ẩm nên bị bệnh dịch và đau ốm suy giảm sức chiến đấu. Chớp thời cơ, tháng 5 năm 1285, quân Trần từ Thanh Hóa đưa binh thuyền ra Bắc phản công. Trận thắng đầu tiên của nhà Trần là trận Chiêu Văn Vương Trần Nhật Duật đánh Toa Đô ở Hàm Tử (Hưng Yên). Tiếp theo, Trần Quang

Confronting the might of the Yuan-Mongolian invasion force, the army and people of the Trần dynasty had put up a fierce resistance to defend the country, but could not hold the battlegrounds. The two Mongol groups from the north captured and occupied Thăng Long after three weeks. The king and his court had to retreat to Thiên Trường (Nam Định), and then to Thanh Hóa by sea. In the south, general Trần Quang Khải's troops were also defeated in Nghệ An by the Mongol forces led by Toa Đô and Ô Mã Nhi (Omar), and thus had to retreat to the north. So, in the Yuan-Mongolian first offensive, the king and his troops were pushed back to Thanh Hóa.

By the end of April 1285, the situation suddenly changed. As summer arrived, Mongol soldiers, who were from cold and dry desert climate, could not cope with the hot and humid season. Struggling with illnesses and diseases, they became weakened and demoralized. Taking the opportunity, in May 1285, the Trần army from Thanh Hóa were ferried to the north by boats to launch a counter offensive. The first victory by the Trần army was

Khải cùng với Trần Quốc Toản và Phạm Ngũ Lão đánh tan chiến thuyền của quân Nguyên ở bến Chương Dương. Quân giặc thua chạy, quân ta thừa thắng truy đuổi vào tận chân thành Thăng Long. Thoát Hoan mang đại quân ra chống đỡ bị phục binh của Trần Quang Khải đánh úp khiến quân giặc phải thua chạy. Thoát Hoan và tướng lĩnh trên đường rút lui bị quân và dân địa phương phục kích, truy sát, bắn tên độc chết rất nhiều. Thoát Hoan phải chui vào ống đồng để tránh tên chạy trốn. Cánh quân của Toa Đô và Ô Mã Nhi ở Thiên Mạc rút về Tây Kết bị Hưng Đạo vương đánh thua chạy. Toa Đô bị quân Đại Việt bao vây, sau đó bị tướng Vũ Hải nhà Trần chém rơi đầu (cũng có sách chép Toa Đô bị tên bắn chết). Ô Mã Nhi kinh khiếp phải dùng thuyền con vượt biển trốn về phương Bắc.

Ngày 9 tháng 7 năm 1285, vua Trần Nhân Tông và Thái Thượng Hoàng trở về Thăng Long. Dân chúng mở hội ăn mừng chiến thắng. Thượng Tướng Thái Sư Trần Quang Khải cảm hứng có thơ được dịch nghĩa:

the defeat of Toa Đô's troops by prince Chiêu Văn Trần Nhật Duật at Hàm Tử (Hưng Yên). Following this victory, Trần Quang Khải, together with Trần Quốc Toản and Phạm Ngũ Lão, defeated the Yuan naval force at Chương Dương port. The enemies retreated in disarray, followed by our persuit troopsto the walls of Thăng Long citadel. Thoát Hoan sent out his main force to fight back, but were ambushed and defeated by Trần Quang Khải's troops. Thoát Hoan and his troops, on their withdrawal routes, were ambushed by local militia forces, and many were killed by poisonous arrows. Thoát Hoan had to hide himself inside a bronze tube to avoid being killed by Trần's archers. Troops under the command of Toa Đô and Ô Mã Nhi were defeated by TrầnHưng Đạo on their retreat from Thiên Mạc to Tây Kết. Toa Đô was surrounded by Đại Việt troops and beheaded by general Vũ Hải. Ô Mã Nhi was terrified and had to use small boat to escape back to the north.

On 9 July 1285, king Trần Nhân Tông and the Supreme Monarch returned to Thăng Long in triumph. People organized fairs to celebrate the victory. General Trần Quang Khải composed a poem to mark this special

"Chương Dương cướp giáo giặc
Hàm Tử bắt quân thù
Thái bình nên gắng sức
Non nước ấy ngàn thu."

Cuộc kháng chiến chống quân Nguyên-Mông lần thứ ba năm 1287 - 1288

Tháng 2 năm 1287 Hốt Tất Liệt sai Áo Lỗ Xích, Ô Mã Nhi, Phàn Tiết làm Tham Tri Chính Sự cùng Thoát Hoan điều binh quyết đánh chiếm nước Đại Việt rửa hận. Tháng 6 năm 1287, Thoát Hoan khởi binh từ đất Ngạc tiến về phía Nam, mượn tiếng đưa An Nam quốc vương Trần Ích Tắc về nước. Quân Nguyên chia làm 3 cánh: cánh thứ nhất theo đường Vân Nam tiến xuống sông Thao và sông Lô như 2 lần trước do Ái Lỗ chỉ huy. Cánh thứ hai là quân chủ lực đi đường Khâm Châu, châu Liêm do Thoát Hoan cùng Trình Bằng Phi, Áo Lỗ Xích, dẫn theo Trần Ích Tắc tiến vào biên giới Đông Bắc. Cánh thứ 3 là thủy quân do Ô Mã Nhi, Phàn Tiếp chỉ huy 500 chiến thuyền cùng đoàn vận lương do Trương Văn Hổ chỉ huy kéo theo sau.

celebration:
"Chương Dương, swords taken
Hàm tử, troops captured
Now peace, more efforts
This nation last eternally."

The war against Mongolian-Yuan's Third invasion 1287- 1288.

In February 1287, Thành Cát Tư Hãn (Kublai Khan) sent Ayuruychi, Ô Mã Nhi (Omar), Phangan (Phàn Tiếp) to assist Thoát Hoan in their third invasion of Đại Việt to revenge for their previous defeat. In June 1287, Thoát Hoan started marching his troops from the Ngạc region toward the south, pretending to help Trần Ich Tắc, who had previously defected to the Mongols, return as "King of Annam". Yuan forces were divided into three groups. The first group led by Aruq (Ái Lỗ), took the Yunnan route along the Thao and Lô Rivers like the previous occasions. The second group was the main force led by Thoát Hoan, Trinh Bàng Phi and Ayuruychi, entered the country through the northeastern border. Trần Ich Tắc was also brought along in this group. The third group which followed behind was a naval force of 500 warships led by Ô Mã Nhi and Phàn Tiếp, together with a fleet of cargo ships carrying foods and other supplies led by Zhang Wenhu (Trương

Cánh quân chủ lực nhà Nguyên do Thoát Hoan và Áo Lỗ Xích chỉ huy bắt đầu tiến vào lãnh thổ Đại Việt ngày 25 tháng 12 năm 1287. Cũng như hai lần trước, trước sức tấn công hung bạo của quân Nguyên, dù đã chuẩn bị và hết sức cố gắng nhưng vua quan nhà Trần vẫn không giữ nổi các thành trì quan trọng, đành phải rút lui.

Thoát Hoan sai Ô Mã Nhi vượt sông Hồng, truy sát vua Trần. Ô Mã Nhi lộng ngôn sai bắn tin với vua Trần rằng:

"Ngươi chạy lên trời ta theo lên trời, ngươi chạy xuống đất ta theo xuống đất, ngươi trốn lên núi ta theo lên núi, ngươi lặn xuống nước ta theo xuống nước".

Tuy nhiên bước ngoặt của cuộc kháng chiến lần ba đã xảy ra. Tướng Trần Khánh Dư đã tiêu diệt được toàn bộ đoàn quân lương của giặc do Trương Văn Hổ chỉ huy tại Vân Đồn. Mặc dù đã chiếm được thành trì, nhưng không hợp thủy thổ, lại không có Văn Hổ).

The Yuan main force led by Thoát Hoan and Ayuruychi entered Đại Việt territory on 25 December 1287. Even though the Trần army was well prepared for the invasion and fought back gallantly, but like the previous two occasions, it was no match against the fierce and blistering attacks by the Yuan army, King Trần and his generals could not hold major cities and towns and had to retreated to consolidate their troops.

Thoát Hoan instructed Ô Mã Nhi (Omar) to cross the Hồng River in pursuit of king Trần. Ô Mã Nhi arrogantly sent the following message to king Trần: *"You run to heaven, I follow you to heaven. You run to the end of the earth, I follow you to the end of the earth. You flee to the mountains, I follow you to the mountains. You dive to the depth of the sea, I follow you to the depth of the sea."*

The turning point of the resistance against the third invasion of the Yuan empire occurred when general Trần Khanh Du defeated the whole Mongol supply fleet led by Zhang Wenhu at Vân Đồn. Although the Yuan invasion force had captured and occupied cities and towns, their troops were not acclimatized to the

lương thực nên Thoát Hoan phải ra lệnh rút quân. Quan quân nhà Trần liền tổ chức phản công tiêu diệt giặc. Tại sông Bạch Đằng, quân Nguyên lại thua lớn khi nhà Trần sử dụng trận địa cọc để ngăn chặn thuyền địch di chuyển. Quân ta bắt sống các tướng giặc Ô Mã Nhi, Phàn Tiếp, Tích Lệ Cơ Ngọc... Cuộc kháng chiến chống quân Nguyên-Mông lần thứ ba đã kết thúc thắng lợi vẻ vang.

Ngày 28 tháng 4 năm 1288 vua Trần Nhân Tông và Thượng Hoàng Thánh Tông trở về Thăng Long. Triều đình khao thưởng quan binh, tha hết tô thuế lao dịch cho những vùng bị cướp bóc tiêu hủy trong thời gian chiến tranh, mở tiệc ba ngày thiết đãi thần dân gọi là Thái Bình Diên Yến.

local conditions. This, coupled with the lack of food and supplies, compelled Thoát Hoan to order a retreat. Trần army immediately carried out pursuit operations to destroy the retreating Yuan army. At the Bạch Đằng River, the Yuan army again suffered another major defeat when the Trần army planted large poles in the river bed to block the movement of the Yuan fleet. The Yuan general including Ô Mã Nhi, Phàn Tiếp, and Tích Lệ Cơ Ngọc were captured alive. The third war against Mongolian-Yuan invasion ended in another glorious victory.

On 28 April 1288, King Trần Nhân Tông and the Supreme Monarch Thánh Tông returned to Thăng Long again in triumph, and rewarded the generals and the troops. The king abolished taxes and other forms of conscripted duties in war affected areas, and ordered a three-day feast, known as Peace Feast (Thái Bình Diên Yến), for all his subjects.

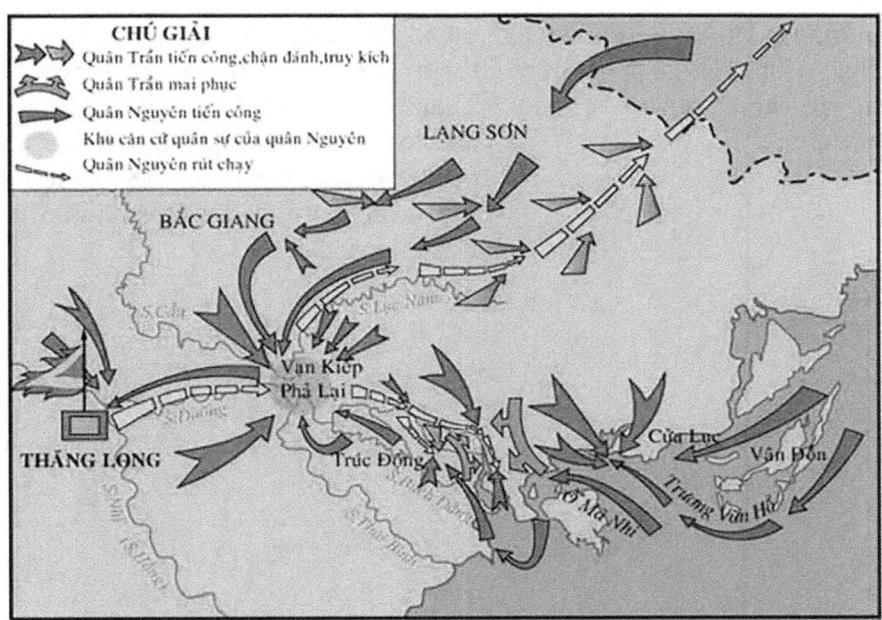

Map of the battles of Vân Đồn and Bạch Đằng (4 months apart)
Bản đồ ghi lại về trận Vân Đồn và trận Bạch Đằng (cách nhau 4 tháng)

Với bọn hàng tướng như Tích Lệ Cơ Ngọc, vua Nhân Tông sai quan quân đưa về Tàu. Còn Phàn Tiếp bị bệnh chết, Vua sai hỏa táng rồi cấp người ngựa cho vợ con đem tro cốt về nước.

Trong khi quân Nguyên đang cường thịnh, triều thần có kẻ hai mang, có giấy má thông đồng với giặc. Khi giặc thua chạy, triều đình bắt được tráp biểu hàng của các quan, muốn đem trị tội, nhưng Thánh Tông Thượng Hoàng nghĩ rằng làm

For surrendered Yuan general such as Tích Lệ Cơ Ngọc, king Nhân Tông ordered their return to China and Phàn Tiếp who died of illness, the king ordered his cremation and provided for his wife and children to take his ash home.

While the Yuan was in their prime, there were people within the court who had been treachery with documents of their conspiracies with the enemy. When the enemy was defeated and retreated, the court captured files containing surrender letters from the

tội những phường tiểu nhân cũng vô ích, bèn sai đem đốt cả tráp đi cho yên lòng mọi người.

mandarins and wanted to punish them but the Supreme Monarch Thánh Tông thought that it was no use to punish these dishonorable people thus he ordered the whole file to be burn so that every one was at peace.

THE SOCIO-ECONOMIC UNDER THE TRẦN ERA

Tình Hình Kinh Tế - Xã Hội Thời Trần và Quá Trình Suy Vong

TÌNH HÌNH KINH TẾ THỜI TRẦN

THE ECONOMY UNDER THE TRẦN ERA

Khi xã hội chưa phát triển, nói tới kinh tế là chủ yếu nói về quan hệ đất đai và vấn đề nông nghiệp. Xã hội Việt Nam thời vua chúa cũng không là ngoại lệ trong đó có triều đại nhà Trần.

The economy of an undeveloped country is mainly about land ownership and agriculture. Vietnamese society during feudal eras including the Trần dynasty was no exception.

Các hình thức sở hữu ruộng đất
Có hai hình thức sở hữu ruộng đất: triều đình và tư nhân.

Forms of land ownership
There were two forms of land ownership: royal and private lands.

1/ Ruộng đất thuộc quản lý của triều đình.
Loại ruộng đất này lại gồm có hai loại. Một loại của nhà vua do triều đình trực tiếp quản lý và một loại ruộng đất công của thôn, làng.

1/ Land under the management of the court.
These lands consisted of two types. One was owned by the king, directly controlled by the court, and the other was communal land in villages.

Ruộng đất của nhà vua do triều đình quản lý bao gồm:

- Sơn lăng: Đất dùng để xây lăng mộ vua chúa, quan lại và ruộng canh tác để phục vụ việc cúng giỗ tại đó.

  Thời nhà Trần, các vua được chôn cất ở nhiều nơi nên ruộng sơn lăng cũng rải rác. Các làng Thái Đường, Thâm Động (Thái Bình), Tức Mặc (Nam Định), Yên Sinh (Quảng Ninh) đều có ruộng sơn lăng.

- Tịch điền: Là loại ruộng riêng của triều đình, phần lớn hoa lợi trên ruộng này đều vào kho riêng của vua.

- Ruộng quốc khố: Là một loại ruộng dành cho tội phạm làm không công cho triều đình. Những tội đồ đó gọi là Cảo Điền Hoành, bị thích chữ vào mặt. Các loại ruộng này không chiếm một diện tích lớn nhưng là nguồn thu nhập đáng kể của triều đình.

Land owned by the king and managed by the court included:

- Sơn Lăng: Land used to build tombs of kings, mandarins and land used for cultivating agriculture products to support worship activities of these tombs.

  During the Trần dynasty, kings were buried in many different places so Sơn Lăng was also scattered. Thái Đường, Thâm Động (Thái Bình), Tức Mặc (Nam Định), Yên Sinh (Quảng Ninh) villages all had Sơn Lăng.

- Tịch Điền: These were private lands that belonged to the court, most of the crops cultivated on these fields were stored in the king's warehouse.

- National fields: These types of fields were set aside for convicted offenders who worked as free laborers for the court. These convicts were called *Cảo Điền Hoành*, with words tatooed on their faces. These types of fields although were not large but brought a significant source of income to the royal palace.

- Ruộng đất công làng, xã: Đây là ruộng công được gọi là "quan điền" hay "quan điền bản xã". Nhà Trần lập chế độ tô thuế với phần ruộng đất này. Người dân quen gọi là "đất của vua"

2/ *Ruộng đất tư nhân*
Bao gồm Thái Ấp (đất vua ban cho quý tộc nhà Trần), Điền Trang (do quý tộc Trần khai hoang lập ra) và ruộng đất tư hữu của điền chủ.

Ruộng đất tư hữu của điền chủ là một hình thức sở hữu xuất hiện từ thời Trần. Năm 1254, triều đình ra lệnh bán ruộng công, mỗi diện tích năm quan cho dân chúng làm tư hữu. Do việc mua bán đất tư hữu này đã xuất hiện một tầng lớp mới đó là điền chủ.

Tình hình sản xuất nông nghiệp và các ngành nghề khác
Sản xuất nông nghiệp vẫn là căn bản của nền kinh tế thời Trần, tuy nhiên ngành buôn bán đã hình thành từ thời Lý nay được phát triển hơn. Ngoài

- Communal fields, called "*quan điền*" or "*quan điền bản xã*", were public fields that belonged to villages or communes. The Trần dynasty established a tax system for this type of fields. People often referred to these fields as "lands of the king."

2/ *Private land*
Including Thái Ấp (lands granted by the king to the Trần aristocrats), Điền trang (lands explored and cultivated by the Trần aristocrats) and privately owned lands.

Privately owned land was a form of private ownership that emerged from the Trần dynasty. In 1254, the court ordered the sale of public fields to private citizens. This private purchase of land created a new class of citizens – the landowners.

Agriculture production and other occupations
Agriculture production remained the basis of the Trần's economy, however, trades which had been established since the Lý dynasty were now more developed. In

buôn bán hàng hoá thì thời nhà Trần còn có thêm hình thức mua bán ruộng đất tư hữu.

Công cuộc trị thủy, làm thủy lợi trong cả nước được đặc biệt chú trọng, nhất là sau mấy đợt vỡ đê thời kỳ đầu nhà Trần. Năm 1248, vua Thái Tông đặt cơ quan Hà Đê, có chánh sứ, phó sứ phụ trách việc đê điều ở các phủ, lộ rồi lại xuống chiếu đắp đê.
Đây là một việc quan trọng, một bước ngoặt trong lịch sử thủy lợi của nước ta.

Triều đình trực tiếp tổ chức đắp đê trên các triền sông và có cơ quan chuyên trách chỉ đạo và quản lý đê điều. Điều này phản ánh việc chú trọng tới nông nghiệp và là nhân tố quyết định của sản xuất nông nghiệp dưới thời nhà Trần.
Về các ngành nghề khác, có nghề sản xuất đồ gốm khá phát triển. Các nhà khảo cổ học đã tìm được nhiều di tích đồ gốm ở khắp nơi. Nghề dệt, chủ yếu là dệt tơ tằm tiếp tục phát triển như thời nhà Lý.

Các nghề như: đúc đồng, làm giấy và khắc bản in, nghề mộc, nghề khai thác khoáng sản cũng

addition to trading goods, the Trần also had the additional practices of buying and selling private lands.

Water conservation, irrigation works in the country, had been a strong focus by the Trần dynasty especially after a series of broken dykes in the beginning of the Trần dynasty. In 1248, Emperor Thái Tông set up an office for dyke management, which were given the tasks of maintaining all of the dykes in the region. This was an important task, a turning point in our history of irrigation.

The court directly organized embankment on river banks and specialized boards were established with the task of dyke construction and management. This reflected the Trần's emphasis on agriculture and was a decisive factor in agricultural production during this period.
With regards to other professions, pottery was quite developed. Archaeologists have found vestiges of pottery in many places. Weaving, mainly silk weaving continued to grow as during the Lý dynasty.

Trades such as copper casting, paper making, and engraved printing, carpentry, and mining

có vị trí quan trọng.

Mạng lưới giao thông đường thủy, đường bộ thời Trần khá phát triển so với thời nhà Lý. Các ty thủy lộ được thiết lập đảm bảo cho việc khai thác giao thông đường thủy giữa Thăng Long với các vùng đồng bằng Bắc bộ và Thanh-Nghệ.

Tiêu biểu nhất cho mạng lưới nội thương là hệ thống chợ ở đồng bằng sông Hồng. Số lượng chợ tương đối nhiều, mỗi huyện có vài chợ, các phiên chợ họp lệch ngày nhau. Ngoài chợ ra còn có các phố, các trung tâm phủ lị bên sông lớn, đầu mối giao thông thủy bộ đều có phố cả.

Về ngoại thương, nhà Trần khai thác tốt hơn hải cảng Vân Đồn có từ thời Lý. Đây là trung tâm giao dịch của các thuyền buôn nước ngoài với thương nhân Đại Việt. Họ phải đóng thuế và không được vào sâu nội địa.

were also important occupations.

Waterway network and road systems during the Trần were quite developed compared with those under the Lý. Waterway agencies were established to ensure the development of river traffic between Thăng Long and the Northern Delta and Thanh-Nghệ plain.

Typical of internal trade network developed during this period was the system of markets in the Red River Delta. The number of markets was relatively high, with several markets in each district which met on different days. In addition to the markets, there were also street shops, trade centers along major rivers and waterways.

In terms of foreign trade, the Trần further developed and exploited the Vân Đồn seaport that had existed since the Lý dynasty. This was a trading center for foreign merchant ships with Đại Việt traders. These ships had to pay taxes and were not allowed to go deep into the interior.

TÌNH HÌNH XÃ HỘI THỜI TRẦN

Xã hội thời Trần có sự phân chia giai cấp rõ rệt. Trên cùng là tầng lớp quý tộc bao gồm các vương hầu, tôn thất nhà Trần cùng với một số quan lại có công trong việc giúp nhà Trần lập nghiệp và bảo vệ cơ nghiệp. Tầng lớp quý tộc này còn bao gồm một số tăng lữ có tu viện và điền trang riêng. Dưới tầng lớp quý tộc là giai cấp quan lại có bổng lộc làm việc cho guồng máy hành chính của vương triều.

Giống như thời Lý, tầng lớp này được bổ nhiệm theo hai con đường tập ấm và khoa cử, tuy nhiên một số quan lại có thể được bổ nhiệm từ các gia thần của các vương hầu quý tộc.

Dưới thời Trần, việc bổ nhiệm qua con đường khoa cử được phát triển hơn thời Lý. Năm 1232, Trần Thái Tông mở khoa thi Thái Học Sinh đầu tiên lấy tiến sĩ.

THE SOCIETY UNDER THE TRẦN ERA

There was a distinct social class division during the Trần dynasty. At the top was the aristocracy including the princes and other members of the royal family, along with some of those mandarins who had significant contributions to the establishment and protection of the Trần dynasty. The aristocratic class also included some monks who had private monasteries and estates.

Below the aristocracy was the bureaucratic elite class who worked for the administrative apparatus of the court.

Similar to the Lý dynasty, this class was appointed through either birth rights or academic achievements. However, some mandarins were appointed by being related to someone who served the aristocrats.

During the Trần dynasty, court appointments based on academic achievements was more developed compared to those under the Lý. In 1232, Trần Thái Tông set up the first examination for Thái Học Sinh (doctoral degree).

Ngoài kỳ thi Thái Học Sinh, nhà Trần còn tổ chức những kỳ thi lấy Lại Viên.	Besides Thái Học Sinh examinations, the Trần also organized Lại Viên exams to recruit mandarins for administrative positions.
Đề thi trong các kỳ thi này không phải là về văn học, chính trị như thi Thái Học Sinh mà là thảo các giấy tờ về hành chính và môn toán. Ai thi đỗ được lấy làm thuộc viên tại cơ quan trung ương như sảnh viện.	Topics in these exams were not about literature, politics like those of Thái Học Sinh, but about drafting of administrative documents and mathematics. Individuals who passed these exams will be selected to work in central government such as ministries and departments.
Dưới tầng lớp quan lại là những nông dân tự do sống trong các làng xã. Đây là lực lượng chính cung cấp quân lính và đóng thuế cho triều đình. Vì thế được triều đình theo dõi biến động nhân khẩu rất sát sao.	Below the bureaucratic elite class was the class of free farmers living in villages. This was the main resource that provided troops for the army and paid taxes to the court. Therefore, the court closely monitored demographic changes in this class.
Tầng lớp cuối cùng trong xã hội là tầng lớp nô tỳ và nông nô. Tất cả các vương hầu đều có gia nô hay nô tỳ. Hoài Văn Hầu Trần Quốc Toản tuy còn nhỏ tuổi đã có hàng nghìn gia nô, đủ để lập một đội quân đi đánh quân Mông Cổ.	The lowest class in society was made up of slave-servants and serfs. All high-ranking members of the royal family had slave-servants. Marquis Hoài Văn Trần Quốc Toản, even at an early age, had thousands of slave-servants, enough to set up an army to fight the Mongols.
Trong số các gia nô này, thường có một số người thân tín, tay chân đắc lực của chủ được gọi là gia thần. Những	Typically among these servants were close relatives, trusted helpers of the owners. These people, if smart and devoted, could be elevated to

người này nếu có tài trí và sự tận tâm thì có thể được cất nhắc lên làm quan, thoát khỏi tầng lớp nô tỳ. Gia nô và nô tỳ là đẳng cấp thấp nhất trong xã hội. Thân phận của họ là thân phận nô lệ.

Về văn hoá, dưới thời nhà Trần chữ Nôm được coi trọng. Chữ Nôm được dùng làm thi ca, khúc ngâm. Tuy nhiên các chiếu chỉ của nhà Vua vẫn còn viết bằng chữ Hán. Mỗi khi lệnh vua ban bố ra ngoài, ty Hành Khiển phải giảng cả âm lẫn nghĩa ra tiếng Việt cho dân hiểu và dự biết mọi việc triều đình quyết định làm.

Nhà Trần còn cho nghiên cứu và học tập cả tiếng Mán, tiếng Thổ, tiếng Phiên. Các vương hầu đương thời như Trần Quang Khải, Trần Nhật Duật rất thông hiểu các thứ tiếng này. Điều này cho thấy ý thức dân tộc của nhà Trần.

Về tín ngưỡng, tôn giáo được tôn sùng nhất dưới thời Trần là đạo Phật. Vua Trần Thái Tông là tác giả kinh Khóa Hư Lục. Vua Trần Nhân Tông soạn được nhiều câu kệ trong

the rank of mandarin, escaping the slave class. Slave-servants and serfs belonged to the lowest level in society. Their fate was that of slavery.

In terms of culture under the Trần, chữ Nôm, Vietnam's own written language, was respected. Chữ Nôm was used in poetry and songs. However, the king's decrees and announcements were still written in Chinese. Whenever the king's decrees were announced, Cabinet secretary had to read and interpret the decrees into Vietnamese so that the people could understand and know what the court decided to do.

The Trần also both researched and studied, the languages of the ethnics in the northern highlands. The princes at the time such as Trần Quang Khải, Trần Nhật Duật were very well versed in these languages. This shows the Trần's national consciousness.

In terms of religion, the most revered religion under the Trần was Buddhism. King Trần Thái Tông was the author of Kinh Khóa Hư. King Trần Nhân Tông composed many verses in the Trần

tập Trần Triều Thượng Sĩ Ngũ Lục mang tư tưởng nhân từ, bác ái, giác tha, độ tha.

Triều Thượng Sĩ Ngũ Lục which embodied the ideas of kindness, charity, forgiveness.

QUÁ TRÌNH SUY VONG CỦA NHÀ TRẦN

THE DECLINE OF THE TRẦN DYNASTY

Nhà Trần với một thời rất hưng thịnh, đã từng đại phá quân Nguyên và bình định được Chiêm Thành. Nhưng kể từ khi thái thượng hoàng Trần Minh Tông qua đời năm 1357, vua Trần Dụ Tông lên ngôi ham mê tửu sắc, chơi bời vô độ, bỏ mặc việc triều chính khiến cho nhà Trần bước vào giai đoạn suy vi và sau cùng bị mất ngôi.

The Trần dynasty was at one time very powerful and prosperous, enabling them to defeatthe Mongol army and pacify Champa. But since the death of king Trần Minh Tông in 1357, the throne was passed on to king Trần Dụ Tông who was only interested in drinking and sexual pursuits to the point of abandoning national affairs, and caused the Trần to enter a stage of decline and eventually lost the throne.

Vua Trần Dụ Tông không lo chính sự mà sa đà vào xây cung điện tốn kém, tạo nên sưu cao, thuế nặng khiến cho dân vô cùng khổ sở, oán than.

King Trần Dụ Tông did not attend to state affairs, but indulged in buildinglavish palaces, thus imposing heavy taxes and other exactions that caused extreme misery and resentment among the people.

Trong nước, loạn lạc nổi lên khắp nơi. Trong triều, bọn gian thần kéo bè kết đảng lộng hành, tham nhũng, ngạo mạn. Tư Nghiệp Quốc Tử Giám

Revolts emerged everywhere. Deceitful mandarins in the court ganged up to abuse their powers, became corrupted and arrogant. Chu Văn An, a high ranking and

Chu An dâng sớ xin chém bảy tên nịnh thần nhưng Dụ Tông không nghe khiến ông trả ấn từ quan.

Năm 1369, Trần Dụ Tông mất. Vì không con nên ngôi báu lọt vào tay Trần Nhật Lễ là con nuôi anh trai của Trần Dụ Tông. Lễ vốn họ Dương là người ham mê tửu sắc.

Tháng 10 năm 1370, các tôn thất nhà Trần hợp mưu lật đổ và bắt giết Nhật Lễ, đưa con thứ ba của vua Trần Minh Tông lên ngôi là Trần Nghệ Tông. Trần Nghệ Tông làm vua hai năm, nhường ngôi cho em là Trần Duệ Tông. Năm 1377, Trần Duệ Tông tử trận ở Chiêm Thành, thái thượng hoàng Trần Nghệ Tông lập Trần Phế Đế là con của Trần Duệ Tông lên thay. Thái thượng hoàng Trần Nghệ Tông vẫn còn nắm quyền binh trong tay và tin dùng Hồ Quý Ly. Hồ Quý Ly có hai người cô đều là vợ của vua Trần Minh Tông, và là mẹ của ba vua Trần Hiến Tông, Trần Nghệ Tông và Trần Duệ Tông. Hồ Quý Ly thao túng triều đình

honest mandarin, petitioned king Dụ Tông to behead seven deceitful mandarins, but the king refused so he resigned.

In 1369, Trần Dụ Tông died. Because he had no children, the throne fell into the hands of TrầnNhật Lễ who was the adopted son of TrầnDụ Tông's older brother. Lễ, whose last name was Dương, was only interested in alcohol and women.

In October 1370, members of the Trần royal family conspired to overthrow and killed TrầnNhật Lễ. The third son of king Trần Minh Tông ascended the throne and called himself TrầnNghệ Tông. Trần Nghệ Tông was king for only two years, then ceded the throne to his younger brother Trần Duệ Tông to become the Supreme Monarch. In 1377, Trần Duệ Tông died in battle in Champa. The Supreme Monarch Trần Nghệ Tông installed Trần Phế Đế, son of Trần Duệ Tông, as king. However, Trần Nghệ Tông still held power and military and trusted Hồ Quý Ly. Hồ Quý Ly had two aunts, who were both wives of Trần Minh Tông and mothers of three kings Trần Hiến Tông, TrầnNghệ Tông and Trần Duệ Tông. Hồ Quý

nhà Trần khiến Trần Nghệ Tông phế truất ngai vàng của Trần Phế Đế ép lập ngôi cho con rể mình là Trần Thuận Tông. Từ đây quyền hành nhà Trần đã thực sự nằm trong tay Hồ Quý Ly.

Năm 1394, Trần Nghệ Tông mất, Hồ Quý Ly ráo riết xây thành Tây Đô ở Vĩnh Lộc-Thanh Hóa rồi ép Trần Thuận Tông theo về. Hồ Quý Ly tiếp đó ép Trần Thuận Tông nhường ngôi cho con là Trần Thiếu Đế khi đó mới được 3 tuổi nhằm mưu đoạt ngôi nhà Trần.

Các tướng lĩnh nhà Trần như Trần Khát Chân họp lại mưu tiểu trừ Quý Ly việc bất thành tất cả đều bị bắt và bị giết. Năm 1400, Hồ Quý Ly cướp ngôi của cháu ngoại Trần Thiếu Đế, đặt niên hiệu là Thánh Nguyên, đổi quốc hiệu là Đại Ngu kể từ đó. (Lý do vì Hồ Quý Ly nhận mình là con cháu Ngu Thuấn nên đặt tên nước là Đại Ngu).

Ly manipulated the Trần court, caused Trần Nghệ Tông todepose king Trần Phế Đế andenthroned his son-in-law, Trần Thuận Tông. From that point onward, the power of the Trần dynasty was actually in the hands of Hồ Quý Ly.

In 1394, TrầnNghệ Tông died, Hồ Quý Ly urgently built Tây Đô citadel in Vĩnh Lộc-Thanh Hóa and forced TrầnThuận Tông to follow him there. Hồ Quý Ly thenforced TrầnThuận Tông to cede the throne to his son Trần Thiếu Đế, who was only 3 years old at the time, in a plot to usurp the throne from the Trần.

Generals loyal to the Trần, such as Trần Khát Chân, planned to eliminate Quý Ly, but their plan failed and they were all captured and killed. In 1400, Hồ Quý Lyusurp the throne from his grandson Trần Thiếu Đế, proclaimed himself king Thánh Nguyên and renamed the country to Đại Ngu.

HỒ DYNASTY AND THE MING INVASION
Thời Đại Hồ Quý Ly và Cuộc Xâm Lăng của Nhà Minh

Hồ Quý Ly tên tự là Hồ Lý Nguyên hoặc Lê Quý Ly là một viên quan nhà Trần. Ông có hai người cô làm cung phi của vua Trần Minh Tông, một người là mẹ của vua Trần Nghệ Tông còn một người sinh ra Trần Duệ Tông. Những năm cuối của triều đại nhà Trần, mọi hoạt động trong cung cấm đều trong tay Hồ Quý Lý thao túng.

Hồ Quý Ly, real name Hồ Nhất Nguyên or Lê Qúy Ly, was a mandarin of Trần dynasty. He had two aunts who were King Trần Minh Tông's concubines. One aunt was TrầnNghệ Tông's mother, the other gave birth to TrầnDuệ Tông. In the last years of the Trần dynasty, all court activities were in Hồ Quý Ly's manipulative hands.

HỒ QUÝ LY CƯỚP NGÔI NHÀ TRẦN

HỒ QUÝ LY USURPED THE THRONE FROM THE TRẦN

Năm 1400, Hồ Quý Ly cướp ngôi của cháu ngoại mình là Trần Thiếu Đế khi đó mới được ba tuổi lập nên triều đại nhà Hồ. Năm 1401 Nhà Vua nhường ngôi cho con là Hồ Hán Thương, tiếp tục theo lệ nhà Trần giữ ngôi Thái Thượng Hoàng để điều khiển

In 1400, Hồ Quý Ly usurped the throne of his three-year-old grandson Trần Thiếu Đế, proclaim himself king and established the Hồ dynasty. He changed the country's name to Đại Ngu. In 1401, Hồ Quý Ly ceded the throne to his son Hồ Hán Thương, then followed the customary practice of the Trần dynasty and remained in

việc triều chính.

the role of the Supreme Monarch to manage court affairs.

NHỮNG CẢI TỔ CỦA HỒ QUÝ LY

THE REFORMS BY HỒ QUÝ LY

Ngay từ khi chưa đoạt ngôi vua, Hồ Quy Ly đã có nhiều ảnh hưởng đến chính sách quốc gia.

Even before he took the throne from the Trần, Hồ Quý Ly had had great influence on national policies.

Chính sách hạn điền
Cuối thời nhà Trần, nhiều ruộng đất bị các vương hầu và nhà giầu chiếm cứ, dân nghèo không còn ruộng phải đi lưu vong hay bán mình làm nông nô rất đông vì vậy trong xã hội bắt đầu tiềm ẩn mầm mống các cuộc nổi loạn.

Policy on Land Ownership Restriction
Towards the end of the Trần, powerful and wealthy people owned too much land, leaving very little to the poor and many had to sell themselves as serfs to work the land to earn their living. This problem became the latent seeds of many social unrests and rebellions.

Để xoa dịu bất mãn trong dân, nhà Hồ ra luật ấn định mỗi thứ dân chỉ được có 10 mẫu ruộng, chỉ trừ một số biệt lệ, ai có dư phải nộp lại cho triều đình.

To appease public frustration and resentment, Hồ Quý Ly instituted a law that only allowed each individual to have up to 10 "mẫu" of land (ca. 36,000 square meters). With only few exceptions, the surplus land had to be surrendered to the court.

Dân nghèo không có ruộng được tuyển làm ruộng cho triều đình. Các nhà giầu cũng không có quyền giữ quá nhiều nô tỳ, quá số giới hạn triều đình sẽ sung công. Rõ ràng

The poor who had no land were recruited to farm for the court. Also, the rich were not allowed to own too many slave-servants. The excess number of slaves had to be turned over to the court. In essense, this

chính sách trên có vẻ như bảo vệ dân nghèo nhưng thực chất chỉ là chuyển sự nô lệ của bộ phận này từ tầng lớp quý tộc sang thành kẻ lệ thuộc triều đình.

policy was to protect the poor, but in substance it only transferred the slaves from the aristocrats to the royal family.

Phát hành tiền giấy thay cho tiền đồng

Nhà Hồ đặt ra việc in tiền bằng giấy và cho thu hồi tiền làm bằng kim loại đang lưu hành. Việc này đã gây nên những xáo trộn trong xã hội do người dân đang quen tiêu tiền kim loại và ngoài ra còn phát sinh vấn nạn in tiền giấy giả.

Introduction of paper notes to replace the coins

Hồ Quý Ly issued paper notes and recalled coins in circulation. This created much social turmoil because people were used to the metal coins. It also created problems associated with counterfeit notes.

Việc giáo dục

Về thi cử thì định kỳ 3 năm, năm trước thi Hương, năm sau thi Hội, ai đỗ thi Hội sẽ được dự cuộc thi làm văn sách để định cao thấp ra làm quan.

Education

In relation to National Examination, there were exams every 3 years. The first was the Hương exam, followed by the Hội exam in the following year. Those who passed the Hội exam would write a thesis on certain contemporary or historical issues to determine ranking for court appointments.

Các quan làm giáo chức ở lộ, phủ, châu được cấp ruộng. Ở phủ và châu lớn quan giáo thụ được cấp 15 mẫu, tại phủ và châu vừa được cấp 12 mẫu, tại địa phương nhỏ được cấp 10 mẫu.

Mandarins who held teaching positions in towns and provinces were granted farmland – 15 acres for those in major towns and provinces, 12 acres for medium, and 10 acres for smaller ones.

CHIẾN TRANH VỚI CHIÊM THÀNH DƯỚI TRIỀU HỒ QUÝ LY

THE WARS WITH CHAMPA DURING THE HỒ DYNASTY

Triều Hồ không thu phục được lòng dân trong nước. Lợi dụng sự suy yếu của Chiêm Thành sau khi Chế Bồng Nga tử trận, nhà Hồ cử quân đi đánh Chiêm Thành nhằm dùng chiến thắng bên ngoài để tạo uy thế bên trong.

Hồ dynasty was not popular with people. Taking advantage of Champa's decline after Chế Bồng Nga's (Po Binasuor's) death in battle, Hồ Quý Ly sent troops to attack Champa in order to use external victory to improve internal prestige.

Cuộc xâm lược Chiêm Thành lần thứ nhất

Năm 1400, nhà Hồ sai Đỗ Mãn, Trần Văn đem 15 vạn quân đi đánh Chiêm Thành nhưng gặp nước lụt quân nhà Hồ bị nghẽn ở dọc đường, phải rút về không đạt kết quả gì. Hai năm sau lại sai Đỗ Mãn làm Đô tướng cùng Đinh Đại Trung đi đánh Chiêm Thành lần nữa. Khi đến biên giới, tướng Đinh Đại Trung giao chiến cùng tướng Chiêm là Chế Trà Nam, hai bên cùng tử trận. Tuy quân Hồ không chiến thắng rõ ràng nhưng vua Chiêm lo sợ nên xin hòa và dâng đất Chiêm Động (vùng Quảng Nam, Quảng Ngãi ngày nay) cho nhà

The first Invasion of Champa

In 1400, Hồ Quý Ly sent Đỗ Mãn, Trần Văn with 150,000soldiers to attack Champa but the troops encountered flood and were stuck along the way and had to return without achieving any results. Two years later, the Hồ sent Đỗ Mãn, as commanding general, together with ĐinhĐại Trung to attack Champa again. At the border, general ĐinhĐại Trung fought with Champa's general Chế Trà Nam, and both were killed. Although the Hồ troops did not win, Champa's king was frightened and sought peace by offering the region of Chiêm Động

Hồ. Nhà Hồ liền chiêu mộ dân các lộ đang không có ruộng vào vùng này để khai thác. Một chuyện không may đã xẩy ra khiến nhà Hồ bị dân chúng oán hận đó là đoàn thuyền di dân bị bão đánh đắm khiến cho nhiều người bị chết đuối.

of Champa (present-day Quảng Nam, Quảng Ngãi) to the Hồ. The Hồ then recruited landless peasants to this area to farm. Unfortunately, there was a misfortune incident that causedpublic resentment against the Hồ. The fleet that brought the immigrants to Champa was ravaged by typhoon killing many on board.

Cuộc xâm lược Chiêm Thành lần thứ hai
Sau khi đã chiếm được vùng Chiêm Động và Cổ Lũy rồi, nhà Hồ nuôi tham vọng muốn chiếm thêm đất của Chiêm Thành. Năm 1404 nhà Hồ cử 20 vạn quân thủy bộ vào đánh Chiêm Thành. Quân nhà Hồ bao vây thành Chà Bàn, nhưng 9 tháng vẫn không hạ được. Hết lương thực quân Hồ phải rút về.

The second invasion of Champa
Following the capture ofChiêm Động and Cổ Lũy regions, the Hồ became ambitious about gaining more of Champa land. In 1404, HồQuý Ly sent 200,000 troops to attack Champa by sea. The Hồ soldiers encircled Chà Ba2n citadel for 9 months, but could not defeat them. Running out of food, the Hồ troops had to withdraw.

NHÀ HỒ TRƯỚC CUỘC XÂM LĂNG CỦA NHÀ MINH

THE HỒ DYNASTY AND THE MING INVASION

Vào năm 1405, Bắc triều lúc đó thuộc về nhà Minh, là một đế quốc hùng mạnh do Minh Thành Tổ cai trị. Nhà Minh sai

In 1405, China was ruled by the Ming dynasty, a mighty empire led by emperor Yongle. The Ming sent envoys to Đại Việt and

sứ sang đòi Đại Việt phải trả lại 7 trại Mãnh Nam đã chiếm đoạt của nước Tàu trước đây. Trước thế mạnh của phương Bắc, nhà Hồ đã phải nhượng bộ. Sau đó nhà Minh lại sai sứ sang đòi phải cắt thêm đất Lạng sơn, Lộc Châu. Thượng Hoàng Hồ Quý Ly phải nhượng bộ một lần nữa, mặc dù phải cắt thêm 59 thôn tại Cổ Lâu nhường cho nhà Minh nhưng đồng thời ngấm ngầm chuẩn bị lực lượng phòng chiến tranh với Tàu.

Ngay từ khi chưa đoạt ngôi nhà Trần, Hồ Quý Ly đã đặc biệt coi trọng việc phát triển binh bị. Mong ước của ông là làm sao có được một đạo quân 100 vạn lính để có sức đối chọi với phương Bắc. Nhà Hồ cũng chuẩn bị những phương tiện quân sự đặc biệt như loại thuyền đinh 2 tầng, ngụy trang là thuyền chở lương thực nhưng là chiến thuyền có thể di chuyển nhanh và xoay trở dễ dàng. Súng thần công do Tả Tướng Quốc Hồ Nguyên Trừng sáng chế là loại đại bác có sức công phá vượt trội so với các võ khí đương thời. Vua Hồ Hán Thương cũng lập ra bốn cơ sở sản xuất khí cụ để trang bị cho binh lính.

demanded the return of 7 Chinese villages that Đại Việt had taken from China previously. Given the strength of the neighbour in the North, the Hồ had to yield. The Ming later sent envoys to request the Hồ to give them Lộc Châu (Lạng Sơn). Hồ Quý Ly had to make concessions again, although had to cutting off 59 more villages in Cổ Lâu and gave them to the Ming, but simultaneously secretly prepared for war.

Even before taking the throne from the Trần, Hồ Quý Ly had paid special attention to the development of military forces. His ambition was to have an army of one million soldiers to be able to defend against China. The Hồ also built special military facilities such as two-story naval boats, camouflaged as food transporting boats which could move quickly and turned easily. Cannons invented by Hồ Nguyên Trừng outperformed contemporary weaponry. King Hồ Hán Thương also established four military production facilities to help equip soldiers with the most modern weapons.

Nhà Hồ cho quân đóng giữ các nơi hiểm yếu dự phòng quân Minh có thể tiến qua, xây thành Đa Bang để tập trung quân chống giữ không cho giặc tiến về Đông Đô. Tại các cửa sông và cửa biển, sai chặt cây và cắm cọc để ngăn cản địch di chuyển. Dọc mé Nam sông Hồng, cho đóng cọc suốt nhiều trăm dặm để ngăn chặn thuyền địch.

Triều đình cũng cho lập các nhà trú ẩn trong rừng rậm để khi có chiến tranh dân có thể rút về, mang theo gia súc và lúa gạo tạo chiến thuật vườn không đồng trống. Cuộc chuẩn bị của nhà Hồ thực hiện rất kỹ lưỡng nhưng họ cũng biết một điều bất lợi lớn đó là không được sự ủng hộ, tuân phục của dân chúng.

Hồ Quý Ly ordered deployment of soldiers to strategic locations where the Ming troops could pass through, and built Đa Bang citadel to prevent the advance of the enemy to Đông Đô. At river mouths and sea mouths, the Hồ ordered the cutting down of trees to make pointed poleswhich were then planted along hundreds of miles of riverbed of the Red river to prevent enemy boats from crossing.

Hồ Quý Ly also set up shelters in jungles so that in war times, people could retreat to, bringing with them cattle and rice, as part of the "vacant garden empty house" tactic. The Hồ preparations were very well thought out, but they also knew that their major disadvantage is the lack of popular support.

CÁC GIAI ĐOẠN XÂM LĂNG CỦA NHÀ MINH

THE STAGES OF THE MING INVASION

Đưa Trần Thiêm Bình về nước ngụy danh để tái lập nhà Trần
Tháng 4 năm 1406 Minh triều

Returning Trần Thiêm Bình back to Đại Việt as a guise to re-establish the Trần
In April 1406, the Ming brought

mang quân đưa Trần Thiêm Bình về nước, lấy cớ buộc Thượng Hoàng và vua Hồ Hán Thương phải trả lại ngôi báu cho nhà Trần. Trần Thiêm Bình vốn là gia nhân của tôn thất nhà Trần, trốn qua Tàu mạo nhận là con của vua Trần Nghệ Tông để xin cầu viện nhà Minh. Khi toán quân Minh do Nguyễn Trung cầm đầu đi hộ tống Trần Thiêm Bình tới khu vực Lãnh Kênh thì giao tranh với quân nhà Hồ, quân Minh thua phải rút về nước, Trần Thiêm Bình bị vua Hồ Hán Thương bắt giết chết.

Cuộc xâm lược do Trương Phụ cầm đầu
Tháng 8 năm 1406, Nhà Minh huy động số đông tướng tài cầm đầu đạo quân xâm lăng lên tới 80 vạn sang xâm chiếm Đại Việt qua hai ngả Quảng Tây và Vân Nam. Nhà Minh cũng sai sứ qua Chiêm Thành hẹn cùng tấn công Đại Việt từ phía Nam.

Tới tháng 11 năm 1406, cánh quân đi theo ngả Quảng Tây tiến vào nước ta qua ngả Lạng Sơn. Hai bên giao chiến ác liệt. Quân Minh treo biển kể tội Hồ Quý Ly giết vua và qua Đại

Trần Thiêm Bình back to the country claiming that the Hồ had to return the throne to the Trần as a guise to invade Đại Việt. Trần Thiêm Bình was a servant of the Trần royal family. He escaped to China, and claimed to be the son of King Trần Nghệ Tông, he asked the Ming for help. When the Ming troops (led by Nguyên Trung) escorting Trần Thiêm Binh reached Lãnh Kênh area, they encountered and fought with the Hồ army. They were defeated and had to withdraw back to China. Trần Thiêm Bình was captured and killed by Hồ Hán Thương.

The invasion led by Zhang Fu
In August 1406, the Ming mobilized a number of top generals who led an army of 800,000 to invade Đại Việt via the routes through Guangxi and Yunnan. The Ming also sent envoys to Champa to make arrangements for a joint attack on Đại Việt from the south.

In November 1406, the Ming troops who took the Guangxi path entered our country through Lạng Sơn. There was a fierce battle between the two sides. The Ming displayed posters accusing Hồ Quý Ly of killing the

Việt để lập lại ngôi nhà Trần.

Quân Minh tiến tới ải Khả Lựu thì gặp quân nhà Hồ và đánh chiếm được ải này. Khi tới Chi Lăng, quân Minh gặp kháng cự mãnh liệt của quân nhà Hồ với súng tự chế giết hại được rất nhiều địch, nhưng sau khi bên ta hay tin thất trận tại Khả Lựu thì mất tinh thần và tan rã.

Vài hôm sau, đại quân nhà Minh tiến tới phía Bắc sông Hồng, vùng Đa Phúc (Phúc Yên) thì dừng lại đợi cánh quân từ Vân Nam tới.

Cánh quân Vân Nam do Mộc Thạch chỉ huy qua đường núi, chiến thắng nhanh chóng, tiến tới sông Lô (Tuyên Quang) rồi xuôi về ngã ba Bạch Hạc định tiến vào sông Hồng.

Quân nhà Hồ do Hồ Nguyên Trừng chỉ huy rút về tuyến phòng thủ Đa Bang tại phía Nam sông Hồng và chống cự mãnh liệt khiến quân Minh không tiến được. Nhà Hồ cũng

king and claimed that they came to our country to restore the Trần to power.

When the Ming troops reached Khả Lưu pass, they met the Hồ soldiers and subsequently took control of this pass. When arriving at Chi Lăng, the Ming army encountered intense resistance from the Hồ army which was equipped with self-developed guns. They killed scores of enemy soldiers but when the news of Khả Lưu's defeat reached them, the troops's morales collapsed and they were disintegrated.

A few days later, the Ming army advanced towards the north of the Red river, Đa Phúc (Phúc Yên), then stopped and waited for the troops from Yunnan.

The Yunnan troops led by Mu Sheng crossed the mountainous route, quickly ran over the Hồ's defense and advanced to Lô river (Tuyên Quang) and then along to Bạch Hạc junction with the intention to enter the Red river.

The Hồ forces led by Hồ Nguyên Trừng retreated to Đa Bang in the south of the Red river and fiercely resisted the Ming army and stopped them in their tracks. The Hồ also applied the "vacant garden, empty

áp dụng chiến thuật thanh dã, di chuyển toàn bộ dân chúng và lúa gạo bên bờ phía bắc sông Hồng, đợi quân Minh cạn lương và mỏi mệt vì bệnh tật do lạ khí hậu sẽ phản công.

Để tránh gặp lại cảnh bị tiêu hao như các cuộc xâm lăng thời Tống, Minh chủ hạ lệnh cho Trương Phụ và Mộc Thạch phải gấp rút chiến thắng trước mùa xuân năm 1407.

Bọn Trương Phụ, Mộc Thạch dùng tâm lý chiến kể tội Hồ Quý Ly, kích động binh lính, dân chúng khiến những người không phục nhà Hồ như Mạc Địch, Mạc Thúy, Nguyễn Huân ra hàng quân Minh.

Trương Phụ một mặt làm kế nghi binh, tại vùng Gia Lâm, ban đêm nổi lửa bắn súng làm như chuẩn bị vượt sông, rồi lợi dụng lúc bên tướng nhà Hồ sơ hở, đêm 19 tháng 01 năm 1407 Trương Phụ đánh úp nhà Hồ tại bãi Mộc Hoàn. Sau đó dùng cầu phao vượt sông tấn công thành Đa Bang.

Quân Hồ dùng voi trận phản công nhưng voi bị súng thần

house" tactic by moving people and food to the northern bank of the Red river, and waited for the Ming army to run out of food supply and become exhausted due to diseases and unfamiliar climate before launching a counterattack.

In order to avoid troop's attrition as happened during the Song invasion, the Ming court ordered Zhang Fuand Mu Shengto hurry up and complete the conquest before the spring of 1407.

Zhang Fuand Mu Shengused psychologicaltactics including outlining the crimes of Hồ Quý Ly, provoking soldiers and people, thus causing those who did not support the Hồ such as Mạc Địch, Mạc Thủy, Nguyễn Huân to surrender to the Ming.

Zhang Fu came up with a diversionary tactic. In Gia Lâm area, they set up fire at nightand fired weapons, pretending to cross the river. Asthe Hồ generals became distracted and inattentive, on the night of January 19, 1407, Zhang Fu launched a surprise attack on the Hồ troops at Mộc Hoàn beach, then crossed the pontoon bridge to the other side of the river to attack Đa Bang.

The Hồ troops used elephants in the counterattack. But being shot at by

cơ phía quân Minh bắn, hoảng sợ bỏ chạy, quân Minh tràn vào chiếm được thành.
Phòng tuyến các nơi của quân nhà Hồ đều bị tan rã, ba hôm sau thì quân Minh chiếm được Thăng Long.

Các quan lại tại Thăng Long và các lộ phần lớn đều ra hàng, trong khi đó Hồ Nguyên Trừng bị cánh quân của Mộc Thạch đánh đuổi chạy tới cửa Định An (Nam Định).

Tháng 4, quân Minh ngã bệnh do không quen khí hậu, Tả Tướng Quốc Hồ Nguyên Trừng cùng vua Hồ Hán Thương đem đại quân thủy bộ ra tấn công quân Minh tại Hàm Tử. Hai bên giao chiến ác liệt nhưng cuối cùng quân nhà Hồ đã bị bộ binh, kỵ binh của Trương Phụ và thủy binh của Liễu Thăng đánh tan phải chạy về nam. Quân Minh đuổi theo cho tới Thanh Hóa thì bắt được thượng hoàng Hồ Quý Ly vào ngày 19 tháng 6. Hôm sau, tướng quốc Hồ Nguyên Trừng và vua Hồ Hán Thương cũng bị bắt.

Tháng 7, Trương Phụ sai Liễu Thăng áp giải cha con họ Hồ

the Ming's cannons, the elephants were frightened and fled away. The Ming army then swamped the city and took control of the citadel.
The Hồ troops' defending lines were all disintegrated, three days later the Ming army captured Thăng Long.

Most mandarins in the capital city and major regions surrendered, while Mu Sheng's forces chased Hồ Nguyên Trừng all the way to Định An (Nam Định).

In April, many of the Ming soldiers fell ill due to unfamiliar climate. Hồ Nguyên Trừng, together with Hồ Quý Ly and Hồ Hán Thương, led major naval and infantry forces to attack the Ming at Hàm Tử. The two sides fought fiercely, but eventually the Hồ troops were hit hard by Zhang Fu's infantry and cavalry and Liu Sheng's marines, and had to escape to the south. The Ming troops chased them to Thanh Hóa and caught Hồ Quý Ly on June 19. The next day, Hồ Nguyên Trừng and Hồ Hán Thương were also captured.

In July, Zhang Fu ordered Liu Sheng to escort Hồ Quý Ly, his son and his

cùng tướng tá, gia quyến về Tàu. Hồ Quý Ly sau đó bị đầy đi làm lính tại Quảng Tây và chết tại đó. Riêng Hồ Nguyên Trừng vì có biệt tài chế tạo súng thần cơ nên được trọng dụng để dạy lại kỹ thuật cho quân Minh.

Sự thất bại của nhà Hồ không phải là vì thiếu người tài giỏi mà vì thuật cai trị không thu phục được muôn dân. Trong khi lòng dân vẫn còn trung thành với nhà Trần, sự bất mãn trước việc họ Hồ chiếm đoạt ngôi nhà Trần đã khiến dân chúng dễ bị mắc mưu giặc, tin vào lời hứa hẹn của quân Minh qua Đại Việt diệt họ Hồ để tái lập nhà Trần. Sau thời nhà Hồ, nước Đại Việt lại bị sát nhập vào lãnh thổ nước Tàu với thời kỳ Bắc thuộc lần thứ tư kéo dài 20 năm.

generals and relatives to China. Hồ Quý Ly was later forced to serve as a soldier in Guangxi and died there. Hồ Nguyên Trừng, because of his special talents in gunsmithing, were treated well and used to teach technical knowledge to the Ming.

The failure of the Hồ dynasty was not due to the lack of talented, but their governance and policies couldn't win the hearts of the people. While the people were still loyal to the Trần, their disastifaction of the Hồ's usurpation of the Trần's throne clouded their judgement thus they fell onto the enemy's plot and believed in the Ming's promise that they came to Đại Việt to defeat the Hồ restore the throne for the Trần. After the demise of the Hồ's, Đại Việt was annexed by China marking the start of the fourth Chinese domination period that lasted for 20 years.

HOÀNG CƠ ĐỊNH

THE MING'S RULE OF VIETNAM AND THE FIRST REVOLTS
Chế Độ Cai Trị của Nhà Minh và Các Cuộc Khởi Nghĩa Đầu Tiên

Năm 1407 công cuộc chống xâm lăng của Việt Nam bị thất bại. Tiếp theo sự sụp đổ của nhà Hồ, nước ta lại rơi vào tay nước Tàu sau 500 năm giành được quyền tự chủ, khởi đầu thời kỳ Bắc thuộc thứ tư, kéo dài 20 năm.

Quốc hiệu nước Đại Việt bị hủy bỏ, cả nước chỉ được coi là một quận thuộc Tàu với tên gọi là Giao Chỉ quận. Nhà Minh thi hành chính sách đồng hoá dân tộc và bóc lột tàn bạo. Chúng đặt ra hàng trăm thứ thuế nặng nề. Phụ nữ, trẻ em bị bắt đưa về Tàu làm nô tì. Các phong tục tập quán của người Việt bị cấm cản, các sách quý do người Việt viết đều bị thiêu hủy hoặc mang về Tàu. Chúng áp dụng phương sách *"dĩ di trị di"* để gây chia rẽ làm yếu sức mạnh đoàn kết của dân tộc Việt.

In 1407 the Hồ dynasty failed in their fight against the invasion to let our country fall into the hands of the Chinese after 500 years of regaining autonomy. This is the fourth period of domination by China which lasted for 20 years after Chinese's Ming stripped off our country name and incorporated Đại Việt into China.

Đại Việt's name was changed to Giao Chỉ (Jiaozhi) and was considered only a district of China. The Ming enforced a policy of ethnic assimilation and brutal exploitation. They set up hundreds of heavy taxes. Women and children were taken to China as slaves. Vietnamese customs were prohibited, valuable books written by Vietnamese were either burnt or brought back to China. They applied the method "*use Vietnamese to rule Vietnamese*" to divide and weaken the unity of the Vietnamese people.

Tuy nhiên, cũng trong thời kỳ này nhà Minh lại rơi vào một cuộc nội chiến kéo dài với các thế lực chống đối nhau bên Tàu vì vậy những chính sách đồng hóa của nhà Minh không đạt được hoàn toàn tác dụng và các giá trị văn hóa người Việt vẫn giữ lại được phần nào.

However, during this period the Ming dynasty was also in a long civil war with the opposing forces in China. Therefore, the policies of assimilation did not completedly work and some of the Vietnamese cultural values were somewhat retained

GUỒNG MÁY HÀNH CHÁNH CỦA NHÀ MINH TẠI ĐẠI VIỆT

THE AMINISTRATIVE APPARATUS IN ĐẠI VIỆT DURING THE MING'S RULE

Theo tư liệu của nhà Minh, quận Giao Chỉ là dải đất Đông Tây rộng 1.760 dặm, Nam Bắc dài 2.800 dặm với số dân bản địa 3.120.000 người và 2.087.000 "dân man". Quận Giao Chỉ, chia ra làm 17 phủ là: Giao Châu, Bắc Giang, Lạng Giang, Lạng Sơn, Tân An, Kiến Xương, Phong Hóa, Kiến Bình, Trấn Man, Tam Giang, Tuyên Hóa, Thái Nguyên, Thanh Hóa, Nghệ An, Tân Bình, Thuận Hóa, Thăng Hoa, và 5 châu trực thuộc gồm: Quảng Oai, Tuyên Hóa, Qui Hóa, Gia Bình, Diễm

According to the Ming's records, Giao Chỉ District was a 1,760-mile long stretching from East to West, 2.800 miles North to South, with 3.120.000 indigenous people and 2.087.000 "savages". Giao Chỉ district was divided into 17 provinces: Giao Châu, Bắc Giang, Lạng Giang, Lạng Sơn, Tân An, Kiến Xương, Phong Hóa, Kiến Bình, Trấn Man, Tam Giang, Tuyên Hóa, Thái Nguyên, Thanh Hóa, Nghệ An, Tân Bình, Thuận Hóa, Thăng Hoaand 5 provinces under direct rules, including: Quảng Oai, Tuyên Hóa, Qui Hóa, Gia Bình, Diễm Châu. Below

Châu. Dưới phủ là châu và provinces are towns and shires.
huyện.

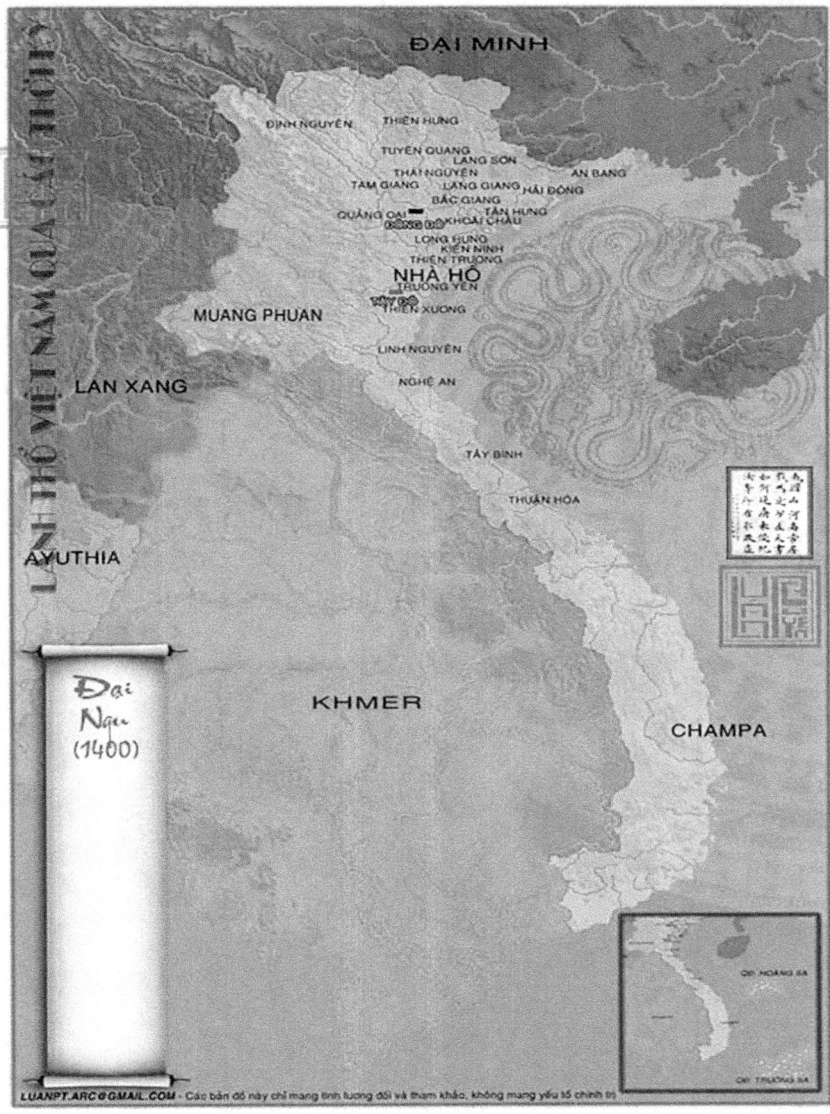

Jiaoxhi during the Ming's Occupation
Giao Chỉ dưới Thời Nội Thuộc Nhà Minh

Bộ máy hành chính quận Giao Chỉ gồm ba cơ quan được gọi là Tam Ty: Bố Chánh Ty coi về hành chánh và tài chánh, Chưởng Đô Ty tổ chức và chỉ huy quân đội và Đề Hình Ty lo về tư pháp. Các ty này trực thuộc triều đình nhà Minh bên Tàu. Dưới các ty là hệ thống chính quyền địa phương tại phủ, châu và huyện.

Trên những đường giao thông quan trọng, cứ 10 dặm lại thiết lập 1 trạm để chuyển vận các công văn khẩn cấp, tổng cộng lúc đó có 374 trạm để thông tin giữa các phủ huyện, ứng phó lẫn nhau và duy trì liên lạc thường xuyên với triều đình bên Tàu.

Giao Chỉ's administrative apparatus consists of three bodies called Three Departments: Bố Chánh Ty being in charge of administration and finance, Chưởng Đô Ty of military, and Đề Hình Ty of the laws. These Tys reported to the Ming court in China. Under the departments are local government system in the province, town and districts.

On main roads, a communication stations were set up every 10 miles for emergency dispatches. There were a total of 374 stations, busily exchanging information between provinces and districts, responding to each other's requests and maintaining regular contacts with the Ming court in China. By the end of 1407, the occupying force was 47,000 men strong.

CHÍNH SÁCH ĐỒNG HÓA CỦA NHÀ MINH TẠI ĐẠI VIỆT

MING'S ASSIMILATION POLICY IN ĐẠI VIỆT

Trong chính sách đồng hoá, nhà Minh dùng nhiều thủ đoạn để hủy diệt nền văn hoá dân tộc của nước ta. Đối với các phong tục tập quán của dân chúng, giặc tìm mọi cách cưỡng bức nhằm thay đổi các cá tính dân tộc như cấm con trai con gái không được cắt tóc, đàn bà con gái phải mặc quần dài, áo ngắn theo lề lối đúng như dân của họ. Tại các phủ, châu, huyện phải lập văn miếu, lập bàn thờ bách thần để bốn mùa tế tự giống như bên Tàu.

Trước lúc xuất quân, Minh Thành Tổ đã ra lệnh cho bọn tướng xâm lăng:

"Khi tiến quân vào thành An Nam thì chỉ trừ những bản kinh và sách về Thích, Đạo không huỷ, còn tất cả các bản in sách, các giấy tờ cho đến sách học của trẻ con như loại "thượng, đại, nhân, ắt, kỉ", thì nhất thiết một mảnh giấy, một

In their assimilation policy, the Ming used many means and underhanded methods to destroy our culture. They forced changes in every possible way they could to alter our national characteristics such as forbade young boys and girls from cutting their hair, forcing women and girls to weartrousers and blouses the way the Chinese did. In the provinces, towns and districts, temples became a compulsory establishment to worship goddesses in all four seasons just like in China.

Prior to deploying his army, Minh Thanh To gave this order to the invaders:

"When entering Annam citadels, all prints from documentaries, to educational booklets except for books on Buddhism and Confucianism, must be burnt or destroyed. In that country, only gravestones set up by the Chinese prior to their leaving

chữ đều phải thiêu hủy hết. Trong nước ấy, chỉ có những bia do Trung Quốc dựng lên ngày trước thì để lại, còn những bia do An Nam lập ra thì phải phá cho hết, một chữ cũng không được để lại".

Năm 1409, phần lớn các sách điển chương, luật lệ, các tác phẩm lịch sử, văn học, địa lý, quân sự viết tại Đại Việt trong các thời đại trước đã bị tịch thu đem về Tàu. Tổng cộng các sử sách, đồ thư và truyện ký đưa về Kim Lăng bao gồm 157 quyển và 6 bộ. Hiện nay, không thấy quyển nào nữa, thật là một thiệt hại lớn cho người nước mình.

Tháng 8 năm 1418 nhà Minh lại cử người sang nước ta lục soát những sách vở còn sót lại để đem về Tàu.

Ngoài chủ trương hủy diệt các tài liệu văn hóa trong xã hội Đại Việt, Minh triều còn cho nhập vào nước ta các tác phẩm căn bản như Tứ Thư, Ngũ Kinh, Tinh Lý và lập Tăng Đạo để truyền bá rộng ra cho dân chúng đạo Phật và đạo Lão ngoài việc giảng dạy Nho giáo. Tất cả đều trong mưu đồ xoá bỏ nếp sống và tư tưởng dân Đại Việt, biến Đại Việt thành một bộ phận của

can be kept, the rest of the gravestones erected by Annamese must be destroyed, not even a word can be kept."

In 1409, most books on laws, history, literature, geography, and military written in Đại Việt in previous eras were brought to China. There were a total of 157 books and 6 sets of books being brought back to Jinling. At present, no more books of this type can be found. What a great loss to our people.

In August 1418, the Ming dynasty sent more people to our country to search for the remaining books and bring them back to China.

In addition to the policy of destroying cultural materials in Đại Việt society, Minh court also brought in to our country basic works such as Books on Confucianism and writings to spread Buddhism and Taoism in addition to the teaching of Confucianism. They all were parts of the grand scheme to eliminate the cultures and philosophy of our

Tàu.

people and to make Đại Việt part of China.

CHÍNH SÁCH LAO DỊCH CỦA MINH TRIỀU ĐỐI VỚI DÂN ĐẠI VIỆT

MING'S FORCED LABOR POLICY TO ENSLAVE VIETNAMESE

Trong quân lính, bên cạnh số binh sĩ nhà Minh phái sang, chúng cũng tuyển mộ khá nhiều thổ binh. Theo quy định năm 1415, từ Thanh Hoá trở vào, cứ hai suất đinh chúng bắt một suất lính; từ Thanh Hoá trở ra, ba suất đinh bắt một suất lính. Số thổ binh này được chia về các vệ sở, đóng lẫn lộn với quân Minh để dễ bề kiểm soát.

For their army, besides Ming's soldiers being dispatched from China, the Ming court also recruited Vietnamese soldiers. It was decided in 1415, from Thanh Hóa toward the South, the Ming conscripted one soldier for every two eligible males and in Thanh Hóa one out of every two men join the army; from Thanh Hóa toward the North, one out of every three men were drafted. These soldiers were deployed in the provinces, mixed with Ming soldiers to keep a close watch on them.

Số lượng thổ quan, thổ binh chiếm một tỉ lệ đáng kể trong bộ máy đô hộ của nhà Minh, nhưng chính kẻ thù cũng phải thú nhận rằng: "đầu mục Giao Chỉ có kẻ đã hàng rồi lại phản, phản rồi lại quy phục" và thổ binh thì "khi chiến đấu thường hai lòng, không chịu hết sức". Vì vậy đa phần thổ

Though Vietnamese occupied a significant proportion number in the Ming occupation machine, the enemy had to admit that: "Among Giao Chỉ officers, there are those who surrendered and then betrayed, betrayed and then surrendered" and Vietnamese soldiers often were "fighting with two minds, not fully committed".

binh chỉ được dùng vào việc khai thác đồn điền tới kiệt lực để sản xuất lương thực nuôi quân chiếm đóng. Lúc bấy giờ, khắp nước lưu truyền rộng rãi một lời nguyền: "Muốn sống đi ẩn rừng ẩn núi, muốn chết làm quan triều Minh".

Năm 1407, riêng Trương Phụ đã bắt trên 7.700 người phần nhiều là thợ thủ công đem về Tàu làm nô dịch. Quân Minh còn lùng bắt hàng loạt dân Việt gồm phường nhạc, thầy thuốc, phụ nữ, thanh thiếu niên trai trẻ tuấn tú đem về Tàu phục vụ cho triều đình và quan lại nhà Minh hoặc bán làm nô tì.

Năm 1417, nhà Minh tiến hành việc dời đô lên Bắc Kinh (Beijing), trong 3 năm liền họ phải huy động sức người sức của của cả nước để xây dựng kinh thành mới. Trong số đó có nhiều dân phu và thợ thủ công từ Đại Việt qua lao dịch. Nguyễn An, một kiến trúc sư tài giỏi nước Đại Việt bị chúng cưỡng bức suốt đời làm việc cho chúng.

Tại vùng biển, những nơi có

Thusmost of Vietnamese soldiers were exploited to the point of exhaustion on the plantation for food production for their troops. There was a common expression circulated widely at that time that, "Want to be alive, hide in the jungle, want to die, serve the Ming court."

In the year of 1407 alone, Zhang Fu forced more than 7,700 people, mostly craftsmen to China as slaves. Ming's soldiers also searched and captured many Vietnamese, including artists such as musicians, doctors and women, young men and fine looking children to bring to China to serve in the Ming court and its mandarins or to be sold as slaves.

In 1417, the Ming moved itscapital to Beijing. For three years long, they mobilized the resource of their empire to build new citadels and royal palaces. Among them were many craftsmen from Đại Việt who were brought there to work as slaved laborers. Nguyễn An, a talented architect Đại Việt was forced to work for them.

In the coastal towns which were

ngọc trai như Vân Đồn, Tĩnh An, nhà Minh đốc thúc dân phu đi mò ngọc. Mỗi ngày hàng ngàn người phải lặn xuống đáy biển để mò ngọc. Dân phu trong các việc khai thác kinh tế này phải làm việc dưới roi vọt và những hình phạt tàn nhẫn khiến rất nhiều người đã bỏ mạng.

wellknown for pearl such as Vân Đồn, Tịnh An, the Ming Dynasty used forced labours, thousand of them, diving deep at sea to collect pearl and gems. Harsh treatments including constant whipping and other cruel punishments to forced labourers in this field causing scored of deaths.

CHÍNH SÁCH VƠ VÉT TÀI NGUYÊN CỦA NHÀ MINH

MING'S POLICY OF STRIPPING RESOURCES

Để vơ vét tài nguyên và sức người, nhà Minh thiết lập một mạng lưới đánh thuế, cứ mỗi mẫu ruộng phải nộp năm thăng thóc, mỗi mẫu bãi để trồng dâu phải nộp một lạng tơ và mỗi cân tơ phải nộp một tấm lụa. Nhưng thuế ruộng không phải là thứ thuế độc nhất mà nhà Minh áp đặt tại nước ta.

Ngoài thuế ruộng ra, chúng còn đặt nhiều thứ thuế khác để bóc lột mọi tầng lớp dân chúng. Tất cả các ngành nghề thủ công và buôn bán đều bị đánh thuế. Ngoài ra còn những thứ thuế đánh vào nghề săn bắn, đánh cá và lâm sản. Trong

In order to extract and exploit our natural and human resources, the Mings set up a taxation framework, in which farmers had to pay 5 *thang* of rice for each acre, and 100 grams of silk for each acre of mulberries. In addition, they have to pay one piece of silk fabric for each kilogram of silk.

But farmland tax was not the only tax imposed by the Mings in our population. In addition, they also imposed other types of taxes to exploit evey single lass of people. All handicrafts and trades were taxed. There were also taxes on hunting, fishing and forestry

các thứ thuế này, thuế muối là nặng nhất. Minh triều nắm độc quyền buôn bán muối, dùng muối để đổi lấy vàng bạc và kiểm soát đời sống người dân.

Ngoài chế độ thuế khóa, người dân còn phải nộp các sản vật quý như: hồ tiêu, sừng tê giác, ngà voi, quế tốt, hương liệu, hươu trắng.

Năm 1415, triều đình Minh đặc biệt chú trọng đến việc khai thác kinh tế tại miền núi. Những nơi có mỏ vàng, mỏ bạc dân phu phải làm việc cơ cực để phục vụ cho nhà Minh.

products. Of these, tax, on salt was heaviest. The Ming monopolized the salt trade, and used salt in exchange for gold and to control the lives of our people.

Besides these taxes, people were also forced to hand inprecious products such as pepper, rhinoceros horns, elephants tusks, cinnamon barks etc...

In 1415, the Ming dynasty paid special attention to economic exploitation in the mountainous areas. Miners working in gold and silver mines had to endure harsh treatment and working condition for the Ming.

GIẢN ĐỊNH ĐẾ VÀ CUỘC KHỞI NGHĨA ĐẦU TIÊN CHỐNG LẠI NHÀ MINH

GIẢN ĐỊNH ĐẾ AND THE FIRST UPRISING AGAINST THE MING

Sau khi diệt xong được họ Hồ, Trương Phụ treo bảng kêu gọi con cháu nhà Trần ra làm quan. Biết rõ ý đồ của nhà Minh là giả dối nhằm truy cùng giết tuyệt cho hết người tài giỏi nên không ai ra mặt.

After eliminating the Hồ, Zhang Fu issued public notice calling for the Trần's descendants to come out of hiding to serve as mandarins. No one came forward for they know this was just a cunning ploy by the Ming to find and kill all talented Vietnamese.

Lúc bấy giờ con thứ của Trần Nghệ Tông là Trần Quỹ trước được Nghệ Tông phong làm Giản Định Vương, sang thời Hồ Quý Ly trốn vào bến Yên Mô (nay thuộc tỉnh Ninh Bình). Tại đây, Trần Quỹ gặp Trần Triệu Cơ vốn đang sửa soạn nổi dậy. Trần Triệu Cơ liền tôn Trần Quỹ làm minh chủ.

Tháng 10 năm 1407, Trần Quỹ xưng là Giản Định Đế nối nghiệp nhà Trần, đặt niên hiệu là Hưng Khánh, thường được gọi là Hậu Trần. Tuy nhiên, vì vừa mới nổi lên chưa kịp tổ chức và xây dựng căn cứ thì bị quân Minh đến đánh nên Giản Định Đế thua to phải chạy vào Nghệ An.

Cùng lúc đó, tại miền Bắc, có nhiều cuộc khởi nghĩa nổ ra nhưng đều bị nhà Minh đánh bại. Các lãnh tụ của những lực lượng này chạy vào Nam theo vua Giản Định khiến cho quân thế Giản Định Đế mạnh thêm. Tháng 12 năm 1407, Giản Định Đế sai những lãnh tụ mới theo mình như Phạm Chấn, Trần Nguyên Tôn, Trần Dương Đinh mang nghĩa binh ra vùng Bình Than, Đông

At that time, TrầnNghệ Tông's younger son, Giản Định Vương, whom during Hồ Quý Ly dynasty, had escaped to Yên Mô wharf (now in Ninh Bình province). Here, Trần Qũy met with Trần Triệu Cơ who was getting ready to startan uprising. Trần Triệu Cơ then prompted Trần Qũy as their leader.

In October 1407, Trần Qũy proclaimed himself king Giản Định Đế to succeed the Trần dynasty. He named his reign Hưng Khánh which was often referred to as Later Trần. Unfortunately, Giản Định Đế was attacked by the Ming before he had a chance to organize and build his base, he could not put up a counter the attack and had to escape to Nghệ An.

At the same time, many revolts broke out in the North, but they were all suppressed by the Ming. The leaders of these uprisings escaped to theSouth and joined king Giản Định's, greatly strengthening Giản Định's resistance force. In December 1407, Giản Định ordered the new leaders like Phạm Chấn, Trần Nguyên Tôn, Trần Dương Đinh to bring their troops to Bình Than and Đông Triều to build their

Triều xây dựng căn cứ. Nhưng chưa làm xong đã bị quân Minh kéo đến. Nghĩa quân chống cự không nổi lại phải chạy về lại Nghệ An. Tại đây Giản Định Đế được hai cựu thần nhà Hồ, được quân Minh lưu dụng, là Đặng Tất và Nguyễn Cảnh Chân theo về, giúp Giản Định Đế đánh chiếm được toàn bộ từ Thanh Hóa tới Hóa Châu.

Quân nhà Minh đem tin ấy về báo cho Minh Thành Tổ, Thành Tổ sai Mộc Thạnh cùng với Binh Bộ Thượng Thư Lưu Tuấn, mang quân từ các tỉnh Vân Nam, Tứ Xuyên và Quí Châu (Yunnan, Szechuan và Guizhou) để phối hợp với Lữ Nghi tại Đông Đô để đánh dẹp quân khởi nghĩa.

Mộc Thạnh và Lữ Nghi tiến quân vào đánh Giản Định Đế. Hai bên giao chiến Tại Bô Cô, Giản Định Đế tự cầm trống thúc quân khiến tướng sĩ ai nấy tăng thêm nhuệ khí hết sức chiến đấu phá tan được quân nhà Minh, chém được Thượng Thư Lưu Tuấn, Đô Ty Lữ Nghi, Tham Chính Ty Bố Chính Lưu Dục, Đô Chỉ Huy

bases. However the Minh troops got to them before they could achieve their goals. The resistance forces could not fight back and had to retreat to Nghệ An. Here, they were joined by Đặng Tất and Nguyễn Cảnh Chân, two of the Hồ's former generals who were retained by the Ming but decided to follow king Giản Định.They helped Giản Định capture the whole of area from Thanh Hóa to Hóa Châu.

Ming's troops sent the news to Ming emperor Yongle. Yongle ordered Mu Cheng and Liu Jun to bring troops from Yunnan, Sichuan and Guizhou provinces and coodinarate with Lữ Nghi at Đông Đô to quell the uprising force.

Mu Cheng and Lữ Nghi advanced and attacked Giản Định. In the battle of Bô Cô, Giản Định himself joined the battlefield, beat the drums, and propelled his troop morales to defeat Ming's forces. Liu Yun, Lữ Nghi, Lưu Dục, Liễu Tống and numerous Ming's soldiers were killed. Mu Cheng and the remnants of his army escaped to Cổ Lộng Citadel. Bô

Sứ Liễu Tống cùng vô số quân Minh. Mộc Thạnh và một số tàn quân chạy thoát về thành Cô Lộng. Trận thắng Bô Cô là chiến thắng lớn nhất, oanh liệt nhất của nghĩa binh trong cố gắng đuổi giặc Minh ra khỏi bờ cõi.

Bấy giờ Giản Định Đế muốn thừa thắng đánh tràn ra để lấy lại Đông Quan (tức Đông Đô, Hà Nội). Nhưng Đặng Tất ngăn lại, muốn đợi để quân các lộ về hội đông đủ, rồi sẽ ra đánh. Từ đó vua tôi không được hòa thuận. Giản Định Đế lại nghe người nói dèm pha mà nghĩ rằng Đặng Tất không muốn đánh lấy Đông Quan vì có ý khác. Vì vậy Giản Định Đế bắt Đặng Tất và quan tham mưu là Nguyễn Cảnh Chân đem giết đi, thành ra ai cũng chán nản, không có lòng phò nhà Vua nữa. Sau khi cha mình bị giết, con trai của hai tướng công là Đặng Dung và Nguyễn Cảnh Dị bỏ đi, đem quân về Thanh Hóa đón Nhập Nội Thị Trung Trần Quý Khoáng lập làm vua tại Chi La, Nghệ An, tức là Trùng Quang Đế.

Để tránh tình trạng phân tán

Cô battle was the biggest and most glorious victory of our righteous warriors in their effort to expel the Ming out of our land.

By then king Giản Định wanted to take advantage of the momentum to capture Đông Quan (Đông Đô, Hanoi). However, Đặng Tất advised against it, arguing that we should wait for the muster of all troops before launching the offensive. This caused a drift between King and his generals. Giản Định Đế was influenced by the suspicion that the reason Đặng Tất did not want to attack Đông Quan was because of his disloyalty to the king. Thus Giản Định Đế arrested and killed Đặng Tất and his advisor, Nguyễn Cảnh Chân. The action of the king demorolized the troops. Many left the resistance force including the sons of two generals, Đặng Dung and Nguyễn Cảnh Dị who left and brought the troops back to Thanh Hóa. They put Trần Quý Khoáng to the throne in Chi La, Nghệ An who proclaimed himself Trùng Quang Đế.

Trùng Quang Đế ordered Nguyen

lực lượng, Trùng Quang Đế sai tướng Nguyễn Súy mang quân đánh úp bắt Giản Định Đế về, tôn làm Thái Thượng Hoàng, cùng chung sức đánh giặc.

Được tin Mộc Thạnh thất trận, nhà Minh điều Trương Phụ mang 47.000 quân, cộng thêm với quân lấy từ các vệ ở vùng Hoa Bắc sang cứu viện. Tháng 12 năm 1409 Trương Phụ mang quân bắt được Giản Định Đế và áp giải về Nam Kinh (Tàu) sau đó sát hại.

Tháng 7 năm 1411, quân Minh giao chiến với quân Hậu Trần ở cửa sông Thần Đầu. Quân Hậu Trần có khoảng 400 chiến thuyền, nhưng không đọ lại được với hỏa lực quân Minh nên phải rút lui. Các tướng Đặng Tôn Đắc, Lê Đức Di, Nguyễn Trung và Nguyễn Hiên bị bắt, 120 chiến thuyền bị địch lấy mất. Thừa thắng, Trương Phụ tiến binh vào Diễn Châu, Nghệ An, Tân Bình và chia quân trấn giữ. Trùng Quang Đế và các tướng phải chạy về Hóa Châu.

Như vậy, từ thành Đông Quan quân Hậu Trần dần dần yếu thế phải lui binh về phía nam trước

Súy to attack and captured Giản Định Đế to prevent dispersion of the resistance force. Giản Định Đế was then promoted to role of "Supreme Monarch", to forge a unity front to fight the enemy.

At the news of Mu Cheng's defeat, the Ming Dynasty sent a 47,000 strong troops plus 7,000 more from Northern China for reinforcement. In December 1409, Zhang Fu's troops captured Giản Định Đế. Giản Định Đế was brought to Nanjing for execution.

In July 1411, Ming army fought with the Later Trần troops at the mouth of Thần Đầu River. The Later Trần Dynasty had about 400 war ships but had to retreat since they were not a match for the Ming's firepower. Đặng Tôn Đắc, Lê Đức Di, Nguyễn Trung and Nguyễn Hiên were captured and 120 boats were taken by the enemy. Seizing momentum, Zhang Fu advanced troop to Diễn Châu, Nghệ An, Tân Bình and then deployed their troop to guard the places. King Trùng Quang and his men had to retreat to Hóa Châu.

Thus, from Đông Quan citadel, the Later Trần force was gradually weakened. They were

sự tham chiến của đạo quân viện binh hùng hậu và viên danh tướng Trương Phụ. Hóa Châu là mảnh đất cố thủ cuối cùng của quân Hậu Trần.

Tháng 6 năm 1413 quân Trương Phụ vào đến Nghệ An, quan Thái Phó nhà Hậu Trần là Phan Quí Hữu ra hàng nhưng sau mấy hôm thì chết. Trương Phụ phong cho con của Phan Quí Hữu là Phan Liêu làm Tri Phủ Nghệ An. Phan Liêu vì muốn lập công, nên đã khai cho Trương Phụ biết lực lượng Hậu Trần có bao nhiêu quân, số tướng tá tài giỏi và địa thế toàn vùng ra sao. Trương Phụ bèn hội chư tướng quyết ý đánh Hóa Châu. Mộc Thạnh can: "Hóa Châu núi cao biển rộng khó lấy lắm". Trương Phụ không nghe, nhất định đánh, rồi truyền cho quân thủy bộ tiến vào đánh Hóa Châu.

Tháng 9 năm 1413, quân Trương Phụ vào đến Hóa Châu, Nguyễn Súy và Đặng Dung nửa đêm đem quân đến đánh trại Trương Phụ. Đặng Dung đã vào được thuyền của

no match to Zhang Fu's stronger troops and had to retreat to the south. Hóa Châu was the Later Trần dynasty's last fortification.

In June 1413, Zhang Fu's troop reached Nghệ An. Phan Qúy Hữu, vice-commander of the Later Trần Dynasty surrendered but died a few days later. Zhang Fu promoted Phan Quý Hữu's son, Phan Liêu, to the governorship of Nghệ An. To gain trust, Phan Liêu revealed vital intelligent of the Later Trần's army such as troop number and personels and strategic locations throughout the region. Arming with this knowledge, Zhang Fu gathered his generals and ordered theattack on Hóa Châu. Mu Cheng advised against it as"Hóa Châu's terrain with mountain by the sea is not easy to take control of". However, Zhang Fu was determined to fight. He ordered his land and navy forces to attack Hóa Châu.

In September 1413, Zhang Fu's troops reached Hóa Châu. At midnight, Nguyễn Suý and Đặng Dung attacked Zhang Fu's camp. Đặng Dung managed to board Zhang Fu's ship to capture

Trương Phụ, muốn bắt sống tướng giặc nhưng vì không biết mặt, cho nên Trương Phụ kịp nhảy xuống sông lấy thuyền nhỏ mà chạy thoát thân. Sau đó Trương Phụ đem binh đánh úp lại. Quân Đặng Dung cự không nổi phải bỏ chạy. Nguyễn Súy buộc phải trốn vào châu Nam Linh. Nguyễn Cảnh Dị bị Trương Phụ bắt giết. Trùng Quang Đế biết thế quá yếu không thể chống với quân Minh được nữa phải rút vào trong rừng núi.

Ít lâu sau vua tôi nhà Hậu Trần đều bị bắt và giải về Bắc Kinh. Giữa đường, các tướng cùng Trùng Quang Đế và Đặng Dung nhảy xuống biển tự vận.

Cuộc khởi nghĩa của nhà Hậu Trần và các cuộc khởi nghĩa khác tuy thất bại, nhưng là tấm gương hy sinh chiến đấu của những liệt sĩ trong phong trào kháng cự bất khuất của dân Đại Việt trước giặc phương Bắc.

the enemy leader. Howeverhe did not know Zhang Fu's face, allowing Zhang Fu to jump off the ship onto a small boat to escape. Later on, Zhang Fu gathered his troops to launch a surprise counter attack. Đặng Dung couldn't fight back and had to escape. Nguyễn Suý fled to Nam Linh. Nguyễn Cảnh Dị was captured and killed by Zhang Fu. King Trùng Quang knew that his army was too weak to fight against the Ming so he had to retreat to the jungle.

Soon after, the Later Trần's king and his generals were all captured and brought to Beijing. On the way, king Trùng Quang and Đặng Dung committed suicide by jumping into the sea.

Although the uprisings of the Later Trần dynasty and other's failed they were the models of self sacrifice by our heros of the indomitable resistance movement of Đại Việt to fight against the invasion from the North.

LÊ LỢI'S TEN-YEAR FIGHT AGAINST THE MING TO REGAIN INDEPENDENCE

Mười Năm Kháng Chiến của Lê Lợi Đánh Đuổi Quân Minh Giành Lại Độc Lập

Sau khi sát nhập được Đại Việt vào nước Tàu vào năm 1408, nhà Minh phải mất 7 năm mới dẹp tan được các cuộc nổi dậy của dân Việt. Từ đó họ thẳng tay vơ vét nhân lực và tài nguyên của nước ta khiến dân tình vô cùng cực khổ, phẫn uất, tinh thần nổi dậy càng thêm nung nấu.

Lúc bấy giờ, Lê Lợi là một điền chủ lớn vùng Lam Sơn tỉnh Thanh Hóa, tổ tiên ông đã tới khai khẩn vùng này từ nhiều thế hệ.

Đến đời Lê Lợi thì thế lực họ Lê trong vùng đã rất lớn, khiến cả quan lại nhà Minh cũng nghe tiếng và nhiều lần dụ dỗ ông ra làm quan nhưng ông đã từ chối. Ông thường nói rằng:
"Làm trai sinh ở trên đời, nên giúp nạn lớn, lập công to, chứ sao lại bo bo làm đầy tớ

After incorporating Đại Việt into China in 1408, it took the Ming dynasty seven years to suppress various Vietnamese uprisings. From then on, they brutally exploited both natural and human resources of the country, causing extreme misery and anger among the people, and further intensifying their burning desire to revolt. At the time, Lê Lợi was a large landowner in Lam Sơn, Thanh Hóa province. His ancestors had been cultivating lands in this area for many generations.

In Lê Lợi time, the Le family had already become quite influential in Lam Sơn region. The Ming court tried, many times, to entice him to serve as one of their mandarins, but Lê Lợi refused, saying that:
"Men born into this world should solve calamities, to achieve great things why be a lackey to

người?"

Lê Lợi ẩn náu tại vùng Lam Sơn, chiêu mộ nghĩa binh và hào kiệt đương thời chuẩn bị ngày khởi nghĩa.

foreigners?"

Lê Lợi patiently stayed in Lam Sơn region, recruiting soldiers and people with outstanding capabilities, and preparing to launch an uprising against the Ming.

DỰNG CỜ KHỞI NGHĨA VÀ XÂY DỰNG LỰC LƯỢNG

PROCLAIM UPRISING AND CONSOLIDATE RESISTANCE FORCES

Ngày 14 tháng Hai năm 1418, Lê Lợi dựng cờ khởi nghĩa tại Lam Sơn, xưng là Bình Định Vương, truyền hịch đi các nơi kêu gọi dân chúng cùng nổi lên giết giặc cứu nước.

On February 14th 1418, Lê Lợi declared to start the resistance campaign in Lam Sơn, declared himself Bình Định Vương (King of Pacification), and proclaimed a historic declaration calling on people to rise up and fight against the Ming to save the country.

Nhà Minh liền sai tướng Mã Kỳ đem quân lên đánh dẹp. Vì lực lượng nghĩa quân còn yếu, Lê Lợi phải bỏ Lam Sơn rút về Lạc Thủy. Bị truy kích tiếp, ông phải chạy về núi Chí Linh ẩn nấp, vợ con đều bị giặc bắt.

The Ming immediately sent general Mã Kỳ to crush the resistance. For the resistance force was still weak, Lê Lợi had to leave Lam Sơn and retreat to Lạc Thủy. Still being hotly pursued, he then retreated to the mountains in Chí Linh to hide. His wife and children were all captured by the enemy.

Sau hơn một năm khôi phục lại lực lượng, Lê Lợi kéo quân về Tây Đô tấn công quân nhà

After spending more than a year rebuilding the forces, Lê Lợi brought his troops back to Tây Đô

Minh. Sau một chiến thắng nhỏ, bị viện binh của quân Minh phản công, nghĩa quân phải rút trở về Chí Linh và bị địch bao vây ngặt nghèo.

Tình thế nguy kịch khiến tướng quân Lê Lai quyết định đóng giả làm Bình Định Vương dụ giặc để cho Lê Lợi trốn thoát.

Nhờ Lê Lai hy sinh, Bình Định Vương mới thoát hiểm trở về căn cứ thuộc vùng thượng lưu sông Mã xây dựng lại lực lượng tiếp tục công cuộc kháng chiến.

Trong thời gian 2 năm 1418-1420, rất nhiều cuộc khởi nghĩa kháng Minh khác đã diễn ra khắp nước khiến quân Minh lúng túng phân tán lực lượng. Bình Định Vương nhờ vậy có điều kiện củng cố thêm lực lượng. Đầu năm 1420 Bình Định Vương kéo quân về tấn công Tây Đô lần thứ hai.

Trong chiến dịch này nghĩa quân chú trọng vào việc tiêu diệt các cánh quân tiếp viện của địch nên đã thắng nhiều trận phục kích lớn tại Thi Lang, Ủng Ải, phá vỡ các cánh

to attack the Ming army. After an initial minor victory, Lê Lợi had to face a fierce counterattack from the Ming reinforcements, so his troops once again had to retreat to Chí Linh and were completely encircled by the enemy.

In desperation, Lê Lợi's right hand man, general Lê Lai decided to masquerade as Bình Định Vương in order to distract the Ming, thus enabling Lê Lợi to get away.

Thanks to Lê Lai's sacrifice, Bình Định Vương was able to escape and return to his base in the upstream region of Mã River. There he rebuilt his forces and continued the resistance efforts.

During the two years from 1418 to 1420, many other anti-Ming revolts took place throughout the country, causing the Ming army to be dispersed. As a result, Bình Định Vương was in a positon to strengthen his troops. In early 1420, Bình Định Vương led the attack on Tây Đô for the second time.

In this campaign, Lê Lợi's troops focused on destroying enemy reinforcements. They successfully carried out various major ambushes in Thi Lang, Ủng Ải and broke Lý Ban and Trần Trí's troops.

quân của Lý Bân và Trần Trí.

Mặt khác, các tướng Lê Sát và Lê Hào của nghĩa quân đã đánh chiếm được trại Quan Du, diệt được nhiều giặc và thu nhiều khí giới. Sau chiến thắng này quân Minh ở Tây Đô và các đồn trại không dám ra giáp chiến mà chỉ cố thủ chờ viện binh.

Tuy nhiên, đến tháng 3 năm 1422, cánh quân Trần Trí nhờ đã dẹp tan các cuộc nổi dậy khác và còn tranh thủ được sự hợp tác của quân Lào, đã mở cuộc phản công lớn, đánh đuổi và vây hãm nghĩa quân tại Khôi Sách.

Lê Lợi họp quân sĩ lại nói rằng:
"Giặc vây ta bốn mặt, có muốn chạy cũng không có lối nào. Đây chính là tử địa mà binh pháp đã nói, đánh nhanh thì sống, không đánh nhanh thì chết".

Các tướng sĩ đều xúc động quyết liều chết chiến đấu. Nghĩa quân chém được tướng Minh là Phùng Quý và giết chết hơn một nghìn quân địch. Mã Kỳ và Trần Trí phải chạy

At the same time, generals Lê Sát and Lê Hào of the resistance already captured Quan Du camp, killed scores of enemy and seized their weapons. After this victory, the Ming troops in Tây Đô and various military camps did not dare to counter attack, but waited for reinforcements.

However, in March 1422, Trần Tri's troops, having crushed other insurgent groups and gaining the cooperation of the Lao army, launched a major counterattack to pursue and encircle the resistance forces at Khôi Sách.

Lê Lợi gathered the soldiers and said:
"We are surrounded on all four sides. There's no way out. This is the dead-end situation that military strategists talked about. Attack quickly and live, or we all will die."

His words deeply touched the troops, and they all decided to fight to the death. Riding high on this strong resolve, the resistance beheaded the Ming's general Phùng Quý and killed more than a

về Đông Đô (Hà Nội ngày nay), quân Lào cũng bỏ trốn. Lê Lợi cho rút quân về phục tại Chí Linh giữ sức.

Từ khi rút về Chí Linh, lương thực ngày một cạn kiệt, quân lính chỉ ăn rau cỏ, voi ngựa phải làm thịt ăn gần hết, trong quân đã có người bỏ trốn. Lê Lợi thấy không thể tiếp tục cầm cự nên cho sứ giả mang thư đến dinh Mã Kỳ xin hòa, không tấn công lẫn nhau.

Phía quân Minh thấy đánh tiếp cũng không lợi nên chấp thuận. Thời gian hai bên tạm giảng hòa kéo dài khoảng năm rưỡi. Trong thời gian này phía Mã Kỳ gửi tặng trâu bò, gạo muối và nhận vàng bạc đáp lễ từ phía Lê Lợi.

thousand enemy soldiers. Mã Kỳ and Trần Trí had to retreat to Đông Đô (Hanoi today), Lao soldiers also fled. Lê Lợi withdrew troops to Chí Linh to preserve strength.

Since the retreat to Chí Linh, foods and supplies were quickly running out. Resistance troops only had vegetables, and had to kill their military elephants and horses for meat. Some also deserted. Fearing that they could not holding up any longer, Lê Lợi adopted a strategy of seeking peace with Mã Kỳ.

The Ming felt that continuing fighting would not achieve any positive outcomes, so they accepted Lê Lợi's peace proposal. The truce lasted for about one and a half year. During this time, Mã Kỳ offered buffaloes, rice and salt, and received silver and gold from Lê Lợi in return.

CHIẾN DỊCH PHẢN CÔNG

Nhằm biến tình trạng hòa hoãn thành quy thuận, vào tháng 10 năm 1424 Minh triều phong cho Lê Lợi chức Tri Phủ Thanh Hóa nhưng bị ông từ chối. Quan hệ hoà hoãn chấm dứt, hai bên chuẩn bị tấn công nhau.

Theo kế sách của Nguyễn Chích, thay vì tiến ra phía Bắc thì nghĩa quân kéo về phía Nam chiếm cho được Nghệ An để mở rộng căn cứ địa. Nhà Minh cho Trần Trí đuổi theo tấn công. Quân Lê Lợi lợi dụng lúc trời tối phục kích đánh úp lực lượng của quân Minh, giặc đại bại trong trận này. Trần Trí phải lui quân vào thành Nghệ An cố thủ.

Trong các trận giao tranh với quân Minh, Lê Lợi thường hay dùng mưu kế để chiến thắng quân thù.

Tại ải Khả Lưu bên dòng sông Lam, nghĩa quân chọn một nơi tại thượng nguồn, ban ngày dựng cờ đánh trống, đêm đốt

THE FIGHT BACK CAMPAIGN

In order to change the status from truce to submission, in October 1424, the Ming offered Lê Lợi the governorship of Thanh Hóa, but he declined. The truce ended, and the two sides again prepared for war.

Following Nguyễn Chích's strategy, instead of advancing to the north, the resistance moved south to occupy Nghệ An and expand their base. The Ming ordered Trần Trí to pursue and attack. Taking advantage of the darkness, in the evening, Lê Lợi's troops ambushed the Ming forces, and completely defeated the enemy. Trần Trí had to retreat into Nghệ An citadel and tried to hold out there.

In battles with the Ming army, Lê Lợi often used clever manoeuvring to defeat the enemy.

At Khả Lưu pass by the Lam river, Lê Lợi's troops chose an upstream location to carry out their deceiving tactic. During the day

lửa như một nơi đóng quân quan trọng. Khi quân Minh kéo tới tấn công, vào lúc vượt qua nơi hiểm yếu, thì nghĩa quân đã mai phục sẵn trên đường đổ ra phục kích, quân địch bị thiệt hại nặng nề.

Trong trận Bồ Ái thì ngược lại, nghĩa quân đốt doanh trại bỏ đi, sau tìm đường tắt quay lại núp trong vùng. Phía Trần Trí tưởng Bình Định Vương đã bỏ đi thật bèn tiến quân vào địa điểm doanh trại cũ của Vương, sau đó đuổi theo truy kích thì bị nghĩa quân mai phục sẵn ở một nơi hiểm yếu tại Bồ Ái đổ ra tấn công. Trận này quân của Bình Định Vương thắng lớn, sách Lam Sơn Thực Lục mô tả là:

" *Thây chết đuối tắc cả dòng sông. Khí-giới vất đầy ra giữa núi*".

Sau trận Bồ Ái, dân chúng phía Nam nức lòng theo Bình Định Vương. Đất Nghệ An đã thành hậu cứ của nghĩa quân Lê Lợi từ đó. Toàn bộ vùng Nghệ An, quân Minh chỉ còn cố thủ hai thành Nghệ An và Diễn Châu nhưng bị bao vây, cô lập. Dân chúng khắp nơi đổ ra chào đón, ngả trâu bò làm

they raised flags and beat drums, and at night they lit campfire as if it was a very important base. When the Ming troops came to attack, they were ambushed by Lê Lợi's troops had already hid at strategic places.

In the battle of Bồ Ái, Lê Lợi did the opposite. His troops pretended to burn the camp and left, but returned and hid in strategic locations in the area. Trần Trí thought Bình Định Vương had left so he brought troops to the camp in pursuit, but were ambushed by the resistance. This was a major victory by Bình Định Vương, as decribed in the book Lam Sơn Thực Lục:

"Dead body of the Ming soldiers filled the river, and their abandoned weapons filled the ravines between mountains."

After the battle of Bồ Ái, people from the south were jubilant to join Bình Định Vương. Nghệ An became the base of Lê Lợi's resistance from then on. In the entire Nghệ An area, Ming's troops only still held out in Nghệ An and Diễn Châu citadels but they were surrounded and isolated. People poured out everywhere to

tiệc khoản đãi nghĩa quân, nói rằng:

"*Không ngờ ngày nay lại thấy uy nghi nước cũ*".

Vương bèn xuống lệnh rằng: "*Dân ta lâu nay phải khổ sở vì chính trị hà ngược của giặc, cho nên hễ đi tới châu huyện nào cũng không được phạm đến mảy may của dân. Nếu không phải là trâu bò lúa gạo của giặc thì dẫu đói khổ cũng không được đụng chạm đến.*"

Trong khi đang vây thành Nghệ An, vào giữa năm 1425, Vương phái 2 cánh quân. Cánh thứ nhất do Đinh Lễ tiến ra Bắc đánh thành Diễn Châu. Sau khi đánh chiếm được 300 thuyền lương của quân Minh tại đây, nghĩa quân một phần tiếp tục ở lại bao vây thành, phần kia tiến ra vây thành Tây Đô. Một cánh quân thứ nhì do Trần Nguyên Hãn chỉ huy đã tiến về phía Nam, kết hợp với thủy quân của Lê Ngân tiến đánh chiếm hai thành Tân Bình và Thuận Hóa. Tương quan quân sự từ Thanh Hóa trở vào phía

welcome the resistance troops. They slaughtered buffalo and cow for the feasts to welcoming their salvation soldiers, saying:
"*Never expected to see again the grandeur of our old country!*"

Bình Định Vương issued a decree to his troops:"
Our people have long been suffering because of the enemy's harsh treatment, so no matter which town and province we go through, people's properties are out of bound. Even if we are hungry, we won't touch the cattles nor the crops unless they belong to our enemy's."

While surrounding Nghệ An citadel, in middle of 1425, Bình Định Vương launched attacks on two separate targets. The first led by Đinh Lễ advanced north to attack Diễn Châu. After capturing 300 supply boats of the Ming, part of the troops stayed on to continue the siege, the rest moved on to surround Tây Đô citadel. The second led by TrầnNguyên Hãn, went south, joined with Lê Ngân's naval forces and took over Tân Bình and Thuận Hóa citadels. From Thanh Hóa all the way to the south Bình Định Vương's forces were stronger than Ming's. All

Nam hoàn toàn ngả về phía Bình Định Vương, các quận huyện đều bị nghĩa quân chiếm, quân Minh bị bao vây trong các thành Tây Đô, Nghệ An và Diễn Châu.

districts were captured and occupied by our troops. Ming's forces were besieged inside Tây Đô, Nghệ An and Diễn Châu citadels.

TIẾN QUÂN RA BẮC

ADVANCE NORTH

Sau khi làm chủ tình hình từ Thanh Hóa trở vào Nam, vào tháng 9 năm 1426 Bình Định Vương kéo quân ra Bắc theo ba đạo:

Having been in control of the situation from Thanh Hóa to the south, in September 1426, Bình Định Vương marched his troops to the north in three groups:

Đạo thứ nhất do các tướng Phạm Văn Xảo, Lý Triện chỉ huy tiến theo đường núi ra Ninh Bình rồi rẽ lên phía Tây Bắc ngả Quốc Oai, Tuyên Quang để chặn đường viện binh của quân Minh từ Vân Nam qua.

The first, led by generals Phạm Văn Xảo and Lý Triện, took the mountainous route to Ninh Bình, then headed northwest toward Quốc Oai, Tuyên Quang, to block the passage of the Ming reinforcements from Yunnan.

Đạo thứ hai do Lưu Nhân Chú, Bùi Bị chỉ huy tiến đánh ra các xứ Khoái Châu, Bắc Giang, Lạng Giang để chặn viện binh từ Lưỡng Quảng tới.

The second, led by Lưu Nhân Chú and Bùi Bị, advanced to Khoái Châu, Bắc Giang and Lạng Giang to block enemy reinforcements from Liang Guang.

Đạo thứ ba gồm các tinh binh do Đinh Lễ và Nguyễn Xí chỉ huy đánh thẳng vào Đông Đô.

The third, led by Đinh Lễ and Nguyễn Xí, attacked Đông Đô directly. In these battles, the

A BRIEF HISTORY OF VIETNAM. VOLUME 1

Trong các trận tấn công này, nghĩa quân đã đạt được ba chiến thắng vẻ vang và quyết định tại Ninh Kiều, Tụy Động và Chi Lăng.

resistance achieved three glorious and decisive victories in Ninh Kiều, Tụy Động and Chi Lăng.

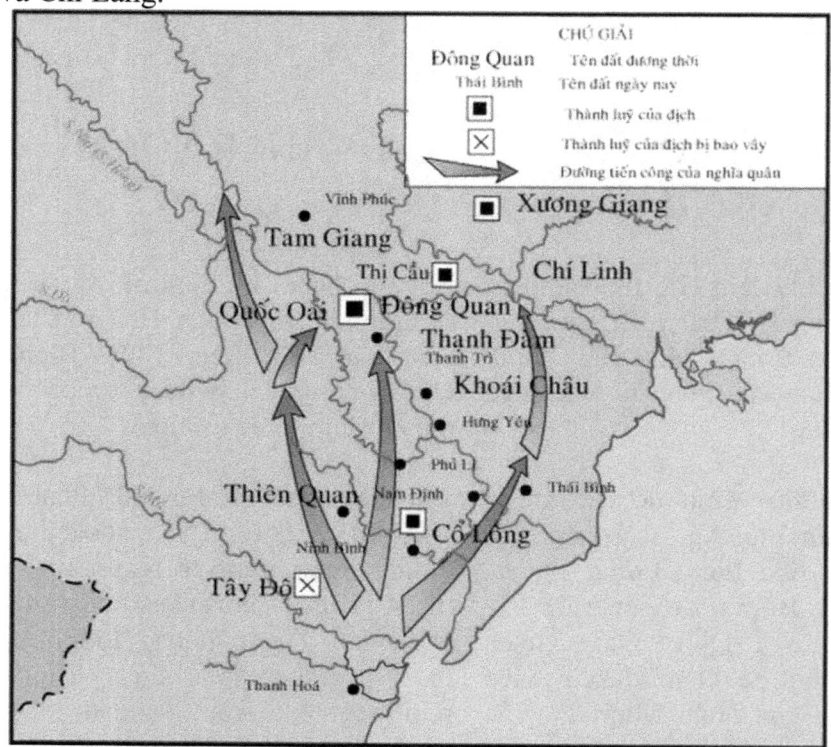

Bình Định Vương's three attack units advancing North
Ba cánh quân của Bình Định Vương tiến ra Bắc

Trận Ninh Kiều

Chiến thắng tại Ninh Kiều đã đạt được một cách bất ngờ. Cánh quân của Phạm Văn Xảo và Lý Triện có nhiệm vụ ngăn chặn viện binh Tàu từ Vân Nam sang, sau khi chiến thắng tại Quốc Oai thì tiến đến gần

The battle of Ninh Kiều

The Ninh Kiều victory came by surprise. Phạm Văn Xảo and Lý Triện's troops, tasked with the mission of preventing Chinese reinforcements from Yunnan, approached Đông Đô after their victory in Quốc Oai.

Đông Đô.

Tướng Minh là Trần Trí thấy nghĩa quân ít ỏi lại từ xa mới tới nên mang quân trong thành ra chặn đánh. Quân Lý Triện đầu tiên giả thua bỏ chạy, tới Ninh Kiều thì quay ngược lại phản công. Một phần do bất ngờ mà chính yếu là nhờ ở thiện chiến và ý chí mạnh mẽ của nghĩa quân, đại quân của Trần Trí đã bị số ít của Lý Triện đánh bại.

Khi hay tin cánh quân của Đinh Lễ và Nguyễn Xí, có nhiệm vụ tấn công Đông Đô chưa tới kịp, Lý Triện liền thẳng tiến vào Đông Đô. Trần Trí thua chạy vào cố thủ trong thành, tướng và quân Minh bị chém chết ngoài thành nhiều vô kể, lực lượng tấn công của quân Minh tại Đông Đô coi như bị tiêu diệt trong trận Ninh Kiều này.

Trận Tụy Động, tiêu diệt viện binh của Vương Thông.
Hay tin Trần Trí thua lớn tại Đông Đô, Minh triều cử

Ming's general Trần Trí saw what appeared to be a scattered militia approaching from the distance, so he brought his troops from the citadel out to block them. At first Lý Triện pretended to run away, but turned around at Ninh Kiều and counter attacked. Lý Triện's troop even though smaller in number but they were competent and determine to win coupled with the surprise factor, managed to defeat Trần Trí's larger army.

When Lý Triện realized that the troop led by Đinh Lễ and Nguyễn Xí, tasked to attack Đông Đô, had not yet reached the citadel, he brought his troops straight there. Having been defeated, Trần Trí retreated and tried to hold out in Đông Đô citadel. Countless soldiers and generals of the Ming were killed outside of the citadel, and the Ming forces at Đông Đô were considered destroyed in the battle of Ninh Kiều.

The battle of Tụy Động, destroyed the reinforcement army of Vương Thông.
After learning of Trần Trí's

thượng tướng Vương Thông mang đại quân sang quyết dẹp yên Giao Chỉ. Đạo quân của Vương Thông kéo qua tới Cổ Sở (thuộc Sơn Tây) hợp cùng các cánh quân của Trần Hiệp và Mã Kỳ đóng thành một trận tuyến dài nhiều dặm. Từ Ninh Kiều, hai tướng Lý Triện, Đỗ Bí đem quân và voi tới phục tại bến đò Cổ Lãm rồi nhử cho Mã Kỳ tấn công. Trận đó quân Minh bị thua hoàn toàn. Mã Kỳ chạy thoát về căn cứ Cổ Sở hợp với quân của Vương Thông tìm cách phản công.

Phía Vương Thông tiên đoán thế nào nghĩa quân cũng đuổi theo nên phục binh sẵn.

Khi Lý Triện tới nơi, voi trận bị dẫm lên chông sắc không sao tiến được đồng thời bị phục binh địch đổ ra đánh, nghĩa quân bị thua, chạy về Cao Bộ, cố gắng cầm cự và cấp báo để cánh quân của Đinh Liệt, Nguyễn Xí tới cứu.
Trong khi chuyển quân, viện binh của Đinh Liệt bắt được một quân do thám của Vương Thông nên biết được phía địch đã cử một cánh quân vòng ra

major loss in Đông Đô, the Ming court sent general Vương Thông to pacify Đại Việt once and for all. Vương Thông's troops went to Cổ Sở (Sơn Tây), joined forces with Trần Hiệp and Mã Kỳ's troops to form a multi-mile front. From Ninh Kiều, generals Lý Triện and Đỗ Bí stationed their troops and elephants in ambush at Cổ Lãm wharf and lured Mã Kỳ's troops to attack. The Ming completely lost that battle. Mã Kỳ escaped to Cổ Sở base, and joined with Vương Thông's troops to plan a counterattack.

Vương Thông predicted that the resistance would definitely pursue them, so he was ready in ambush for their arrival.

When Lý Triện's troops arrived, the war elephants stepped on sharp iron spikes and were unable to move, while the troops were being ambushed. Defeated by the enemy, the resistance retreated to Cao Bộ, tried to hold on and sent words to Đinh Liệt, Nguyễn Xí to ask for help. In the meantime, Đinh Liệt captured one of Vương Thông's reconnaissance patrol teams and discovered that the enemy had

phía sau quân của Lý Triện, hẹn cùng đại quân của Vương Thông sẽ nổ súng làm hiệu để trước sau cùng sáp lại tiêu diệt lực lượng của Lý Triện.

Đinh Liệt, Nguyễn Xí liền mai phục tại Tụy Động, gần với Cao Bộ, rồi nửa đêm nổ súng để lừa quân của Vương Thông tràn tới.

Bấy giờ đúng lúc trời mưa, quân Minh vừa tới Tụy Động thì bị nghĩa quân bốn mặt đổ ra đánh. Cả Thượng Thư Trần Hiệp và Nội Quan Lý Lượng đều bị chém chết tại trận, Vương Thông cùng tàn quân phải chạy vào thành Đông Đô cố thủ. Quân Minh một phần bị bắt sống, phần dẫm lên nhau mà chết hay ngã xuống sông chết đuối kể tới hàng ngàn, khí giới nghĩa quân đoạt được nhiều vô số kể.

Trận Tụy Động xảy ra vào tháng 10 năm 1426 là chiến công lừng lẫy nhất của Bình Định Vương Lê Lợi khi tiến quân ra Bắc.

sent a force behind Lý Triện's army. Their plan was to use gun fire as signal for Vương Thông to launch a coordinated frontal and rear assault to wipe out Lý Triện's forces.

Đinh Liệt, Nguyễn Xí then laid in ambush at Tụy Động, close to Cao Bộ. At midnight, they opened fire to lure Vương Thông's troops to the trap.

It was raining at the time, and as soon as the Ming troops arrived, the resistance striked them from all four sides. Both Minister Trần Hiệp and Eunuch Lý Lượng were killed in the battle, Vương Thông and the remnants of his troops had to escape to Đông Đô citadel and tried to hold out there. The greater part of the Ming troops were either captured, or died in stampede, or drowned after falling into river. The total death count was in the tens of thousands. The resistance seized many of their weapons.

The battle of Tụy Động in October 1426 was Bình Định Vương Lê Lợi's most glorious victory as his army advanced toward the north.

Bao vây thành Đông Đô

Sau chiến thắng Tụy Động, vòng vây của nghĩa quân Lê Lợi khép chặt xung quang Đông Đô. Vương Thông thấy không thể cự lại được bèn cho người liên lạc với Lê Lợi, đề nghị kiếm con cháu nhà Trần phong vương, trả lại nước rồi rút về Tàu. Lê Lợi chấp thuận đề nghị này, kiếm hậu duệ của nhà Trần là Trần Cảo để Minh triều phong vương. Tuy nhiên Minh Triều không thực tâm nên ngấm ngầm tìm cách tiếp tục cuộc chiến. Vì thế đầu năm 1427 Bình Định Vương mở trận tổng tấn công quân Minh tại Đông Đô, trong trận này phía nghĩa quân bị nhiều thiệt hại đáng kể. Hai tướng quân Lý Triện và Đinh Liệt bị giặc giết. Tướng quân Nguyễn Xí bị bắt nhưng sau đó trốn thoát được.

Trận Chi Lăng, chấm dứt cuộc đô hộ của nhà Minh.

Ngay khi thua trận Tụy Động Vương Thông đã khẩn báo về Minh triều xin tiếp cứu.

Minh đế thất kinh liền sai An Viễn Hầu Liễu Thăng và nhiều danh tướng khác thống lĩnh

Encircle Đông Đô citadel

After the victory of Tụy Động, Lê Lợi's troops closely encircled Đông Đô. Vương Thông, unable to put up any resistance, proposed to Lê Lợi, to return the throne to the rightful heir of the Trần, and to hand back the sovereignty to Đại Việt with the withdrawal of the occupying forces back to China. Lê Lợi accepted this proposal and put Trần Cảo a descendant of the Trần's to the throne. However, the Ming's proposals were just a ploy to buy time, while secretly prepared for war. So early in 1427, Bình Định Vương attacked the Ming in Đông Đô. In this battle, the resistance suffered considerable losses. Generals Lý Triện and Đinh Liệt were killed. General Nguyễn Xí was captured but managed to escape afterwards.

The battle of Chi Lăng ended the Ming domination.

Immediately after the defeat in the battle of Tụy Động, Vương Thông urgently notified the Ming and requested help.

The Ming emperor was frightened and sent Liễu Thăng (Liu Sheng) and other top generals, with

100.000 quân đi đường Quảng Tây (Guangxi) sang tiếp viện. Lại sai Đại Tướng Mộc Thạnh đem quân từ Thành Đô, bên Tứ Xuyên tiến sang qua ngả Vân Nam trợ lực cho cánh quân của Liễu Thăng.

Tháng 10 năm 1427 quân của Liễu Thăng tiến tới biên giới. Được tin viện binh của địch sắp sang, các tướng sĩ khuyên Bình Định Vương hãy đánh gấp hạ thành Đông Đô để tuyệt đường nội ứng, nhưng Vương không nghe, nói rằng:

"Việc đánh thành là hạ sách, nay ta cứ dưỡng uy sức nhuệ, đợi quân địch tới thì ra đánh. Viện quân mà thua thì quân trong thành phải ra hàng. Thế có phải làm một việc mà thành hai không?"

Sau đó Vương ra lệnh cho dân chúng các vùng Lạng Giang, Bắc Giang, Tuyên Quang phải lánh đi nơi khác để tránh giao tranh, sai các tướng lĩnh tới trấn các ải xung yếu ở biên giới phía Bắc

Khi Liễu Thăng tới ải Phả Lũy,

100,000 soldiers, to cross Guangxi to conquer Giao Chỉ. The Ming also sent general Mộc Thạnh (Mu Cheng) to bring troops from Chengdu, Sichuan, across Yunnan to support Liễu Thăng's troops.

In October 1427, Liễu Thăng's forces reached the border. Upon learning that enemy reinforcements were coming, the generals advised Bình Định Vương to quickly take Đông Đô citadel to completely cut off help from inside. However, Bình Định Vương did not agree with their advice. He said:

"Taking over the citadel now is not a good strategy. We should just rest, preserve our strength, and will strike when the enemy comes. Once reinforcement forces are defeated, troops inside the citatdel will surrender. So we kill two birds with one stone. Wouldn't that be better?"

Bình Định Vương then ordered the people of Lạng Giang, Bắc Giang and Tuyên Quang to evacuate from what would be the battlefields and sent his commanders to protect strategic regions at the northern border.

When Liễu Thăng arrived at Phả

nghĩa quân không chống cự mà rút về Ái Lựu, sau đó lại rút tiếp về Chi Lăng. Tại Chi Lăng nghĩa quân đã bố trí phục binh chờ sẵn. Liễu Thăng thấy tiến quân vào không gặp trở ngại gì, trở nên kiêu căng khinh xuất. Tướng Trần Lựu mang quân ra kháng cự rồi giả thua chạy, Liễu Thăng dốc quân đuổi theo. Càng tiến sâu, địa thế trở nên hiểm trở. Khi Liễu Thăng xua quân tới núi Mã Yên thì phục binh của nghĩa quân Trần Lựu bắt đầu phản công. Quân Liễu Thăng kẹt vào vùng đất lầy lội không tiến, không lùi được. Liễu Thăng bị tử trận cùng toàn bộ đội kỵ binh tiên phong.

Năm hôm sau quân tiếp ứng của Lê Lý, Lê Văn An tiến tới, hiệp lực cùng toán phục binh tràn tới tấn công quân Minh, giết được Phó Tổng Binh Lương Minh. Hai hôm sau Thượng Thư Lý Khánh bị vây hãm phải tự tử. Quân Minh vội chạy về thành Xương Giang nhưng nơi đây đã bị nghĩa quân đánh hạ mười hôm trước nên phải đóng quân ngoài ruộng. Tại đây một mặt chúng liên lạc xin quân từ Đông Đô và Tây Đô ra tiếp cứu, mặt

Lũy, the resistance did not fight back but retreated to Ái Lựu, and then to Chi Lăng, where they then set up the ambush. Facing no opposition, Liễu Thăng became arrogant and contemptuous of his enemy. General Trần Lựu sent troops out to fight and pretended to be defeated. Liễu Thăng followed in close pursuit. Long into the pursuit, the terrain became treacherous and dangerous. When Liễu Thăng's troops reached Mã Yên, Trần Lựu's force already lying in ambush, began to counterattack. Trapped in the muddy land, Liễu Thăng's soldiers could neither advance nor retreat. Liễu Thăng was killed with his entire vanguard cavalry.

Five days later, Lê Lý and Lê Văn An's reinforcements arrrived, joined forces with the ambushing troops and attacked the Ming army, killing deputy commander Lương Minh. Two days later, Minister Lý Khánh was completely surrounded and committed suicide. The Ming troops hurriedly escaped to Xương Giang citadel, but this place had been captured by the resistance ten days before, so they had to set up camps outside on the field. There, the Ming soldiers on one hand sent

khác giả bộ xin giảng hòa để chờ cơ hội. Bình Định Vương biết ý gian của địch nên cự tuyệt, rồi một mặt bố trí chặn đường tiếp viện, mặt khác tăng cường lực lượng quân phá giặc.

Ngày 3 tháng 11 năm 1427, đạo quân thiết kỵ của các tướng Phạm Vấn, Lê Khôi, Nguyễn Xí đột nhập được trại giặc, giết chết năm vạn quân Minh, bắt sống Thôi Tụ, Hoàng Phúc và ba vạn quân. Mộc Thạnh bên cánh quân Vân Nam đang giao tranh cùng nghĩa quân tại ải Lê Hoa, nghe tin cánh quân của Liễu Thăng hoàn toàn bị tiêu diệt, lo sợ vội rút về Tàu.

Thấy viện binh bị đánh tan, Vương Thông thế cùng lực kiệt phải sai người sang dinh của Bình Định Vương xin giảng hòa một lần nữa và tình nguyện rút quân về nước.

Ngày 22 tháng 12 năm 1427, Vương Thông cùng các bộ tướng và toàn bộ quân chiếm

for reenforcement from Đông Đô and Tây Đô. On the other hand, they pretended to offer peace to the resistnce to buy time. Knowing the enemy's disingenuous intention, Bình Định Vương denied their peace offer. He arranged to block their reinforcements, while strengthened his force to decisively defeat the enemy.

On 3rd November, 1427 the armored cavalry troops of generals Phạm Vấn, Lê Khôi, Nguyễn Xí broke into the enemy camp, killing fifty thousand Ming soldiers and capturing Thôi Tụ, Hoàng Phúc and thirty thousand other soldiers. Mộc Thạnh, commander of the troops from Yunnan, were in combat with the resistance at Lê Hoa pass, received the news of Liễu Thăng defeat, became worried and hurried back to China.

Seeing that the reinforcements were completely destroyed, Vương Thông, had no way out, once again sent words to Bình Định Vương to propose peace, and volunteered to withdraw his troops back to his country.

On December 22nd, 1427 Vương Thông, together with his generals and the entire occupying troops,

đóng rút về Tàu, trao thành trì lại cho nghĩa quân. Cuộc chiến với nhà Minh đã kết thúc, Bình Định Vương sai Nguyễn Trãi làm bài Bình Ngô Đại Cáo để thông báo cho mọi người biết. Đây là một trong những áng văn chương có giá trị nhất trong văn học Việt Nam và còn được lưu truyền cho tới ngày nay.

withdrew back to China, and surrendered the control of the citadel to the resistance. The war with the Ming dynasty was over, Bình Định Vương commissioned Nguyễn Trãi to write the Bình NgôĐại Cáo to announce this great victory to the people. This is one of the most valuable piece of work in Vietnamese literature and has been handed down to this day.

THE MONARCHICAL REGIME OF THE LÊ DYNASTY
Chế Độ Quân Chủ Thời Lê

Sau khi giành được độc lập cho đất nước thoát ách đô hộ của nhà Minh, năm 1428, Lê Lợi chính thức lên ngôi Hoàng Đế, đặt quốc hiệu là Đại Việt, miếu hiệu là Thái Tổ. Như vậy, Lê Thái Tổ là một ông vua anh hùng có công đánh đuổi giặc Minh khôi phục lại đất nước. Tuy nhiên vì khởi nghiệp tại vùng Thanh Nghệ, trong một thời gian dài tùy thuộc vào người vùng này chống lại quân Minh, nhà vua dễ nghi ngờ những người từ miền Bắc theo vào vì có một số đại tộc miền này đã từng hợp tác với đối phương (trong mưu đồ khôi phục lại nhà Trần).

Chính vì vậy dưới triều Lê Thái Tổ, trong bối cảnh nghi ngờ đó, đã xảy ra nhiều vụ giết hại công thần. Hai trường hợp được nhắc tới nhiều nhất lại không phải là người từ miền Bắc theo vào sau này, đó là các

After regaining the independence of the country from the rule of the Ming dynasty, in 1428, Lê Lợi ascended to the throne as emperor of Đại Việt, posthumously called Thái Tổ. So, Lê Thái Tổ was a heroic monarch accredited with defeating the Ming to regain the independence of our country. However, because he started the resistance in Thanh Nghệ region, and for a long period of time, relied on the people of this region to fight against the Ming, the king was prone to suspicion of supporters from the North for many noble families there had co-operated with adversary forces (in their attempt to restore the Trần dynasty).

For this reason, during his reign, Lê Thái Tổ killed two of the dynasty founding members, Trần Nguyên Hãn and Phạm Văn Xảo even though they followed Lê Lợi from early days and were not amongst those from the North later

ông Trần Nguyên Hãn và Phạm Văn Xảo là những danh tướng đã theo phò Bình Định Vương từ buổi đầu.

on.

NHỮNG VỊ VUA ĐẦU TIÊN VÀ VIỆC XÂY DỰNG CHẾ ĐỘ QUÂN CHỦ

THE PIONEER KINGS AND THE ESTABLISHMENT OF THE MONARCHICAL REGIME

Năm 1433, Lê Thái Tổ băng hà, thái tử Nguyên Long lên nối ngôi là Lê Thái Tông (1434 -1442). Thái Tông lên ngôi khi mới 11 tuổi nên quyền chính đều vào tay phụ chính là Lê Sát. Năm 1438, Thái Tông giết Lê Sát và trực tiếp nắm quyền. Năm 1442, Thái Tông đi thị sát tại Chí Linh. Khi về ghé vào Côn Sơn thăm Nguyễn Trãi. Khi Thái Tông về đến Gia Định thì băng hà. Cái chết đột ngột của Thái Tông đã dẫn đến vụ án Lệ Chi Viên nổi tiếng và đau lòng. Cả gia đình đại thần Nguyễn Trãi trung hiếu bị sát hại.

In 1433, Lê Thái Tổ passed away, crown prince Nguyên Long succeeded the throne and became king Lê Thái Tông (1434-1442). Thái Tông was 11 years old at the time, so the power was entrusted onto the Deputy to the monarch Le Sat. In 1438, Thái Tông killed Lê Sát and directly took control of the power. In 1442, Thái Tông attended a military parade in Chí Linh. On the journey back, he stopped byCôn Sơn to pay a visit to Nguyễn Trãi. But, after arriving in Gia Định, he passed away. Thái Tông's sudden death led to the infamous and tragic case of Lệ Chi, in which the whole family of Nguyễn Trãi, a loyal mandarin, were executed.

Thái Tông băng hà, thái tử

After the death of Thái Tông, the

Bang Cơ lúc đó mới lên 2 tuổi nối ngôi, tức Lê Nhân Tông (1443-1459). Trong thời kỳ Lê Nhân Tông mới lên ngôi, hoàng thái hậu nhiếp chính. Vì e sợ trước thế lực các quan triều cũ phản, nên thái hậu đã cho giết hại hàng loạt các công thần như Lê Khả, Lê Khắc Phục. Phải đến khi vua Nhân Tông chính thức cầm quyền mới cho phục hồi lại một số công thần bị giết oan, và cấp ruộng công điền cho con cháu Lê Sát, Lê Khả và Lê Khắc Phục.

Năm 1459, Nghi Dân là anh khác mẹ với vua Lê Nhân Tông, ám sát vua Lê Nhân Tông và thái hậu, cướp được ngôi báu. Tám tháng sau thì bị các công thần cũ của Thái Tổ phế truất, bắt tự tử. Năm 1460 các triều thần tôn con thứ tư của vua Lê Thái Tông là Bình Nguyên Vương Lê Tư Thành lên làm vua, tức Lê Thánh Tông. Lê Thánh Tông là vị vua trị vì lâu năm nhất của triều Lê và đã hoàn thiện chế độ quân chủ.

throne was passedon to crown prince Băng Cơ, i.e., Lê Nhân Tông (1443-1459), who was just 2 years old at the time. During the initial period of Nhân Tông's kingship, the queen dowager assumed the role of regent. Fearing betrayal from the old guards of the court, the queen dowager killed several meritorious mandarins such as Lê Khả, Lê Khắc Phục. It was not until the king actually assumed control of the power that the titles and honour of those mandarins who were wrongly and unjustly executed were restored, and the descendants of Lê Sát, Lê Khả and Lê Khắc Phục were granted state-owned lands for their tombs upkeeps, offerings and worships.

In 1459, Nghi Dân, a step brother of king Lê Nhân Tông, assassinated the king and the queen dowager, then usurped the throne. Eight months later, he was overthrown by former high-ranking mandarins from Thái Tổ's reign and was forced to commit suicide. In 1460, the court installed Bình Nguyên Vương, the fourth son of king Lê Thái Tông, to the throne, posthumously called Lê Thánh Tông. Lê Thánh Tông was the longest serving monarch of the Lê dynasty and had

	considerably improved the operation of the monarchy government.
Việc xây dựng chế độ quân chủ thời nhà Lê được thực hiện bằng các việc lớn sau:	The establishment of the monarchy government under the Lê dynasty was carried out through the following major areas:
Hủy bỏ chế độ nô lệ	**Abolishment of slavery**
Chính sách của các vua thời Lê là hạn chế việc nuôi nô tỳ, hủy bỏ từ từ chế độ nô lệ. Ngay khi lên ngôi, Lê Thái Tổ cho phép nô tỳ được chuộc thân để tự giải phóng. Luật thời Lê cũng định rõ, không được bán dân đinh làm nô tỳ, không được thích chữ vào mặt người nô tỳ. Cấm bán nô tỳ, voi ngựa ra nước ngoài, ai vi phạm sẽ bị chém.	The policy of the Lê dynasty was to restrict domestic slaves and to gradually abolish slavery all together. When he first ascended the throne, Lê Thái Tổ allowed domestic slaves to redeem and free themselves. The laws also clearly prohibited the sale of adult males as slaves and the practice of tattooing on the foreheads of slaves. There were also prohibitions of selling slaves, elephants and horses overseas. Violations of these laws were severe including death by beheading.
Cải cách ruộng đất	**Land reforms**
Dưới thời Lý, Trần, nền kinh tế thái ấp, điền trang mà đại diện là các lãnh chúa với chế độ nô lệ, nô tỳ là hình thức kinh tế quan trọng nhất. Sau khi lên ngôi, Lê Thái Tổ sai tịch thu tất cả ruộng đất của bọn quan lại nhà Minh, ruộng	During the Lý-Trần dynasties, the framework based on fiefdoms and private ranches, as represented by the system of fiefdom lords and slaves, was the most important economic structure. After ascending the throne, Lê Thái Tổ confiscated and nationalised all

đất của các quý tộc đời Trần bị tuyệt tự và ruộng đất tư nhân bỏ hoang sung làm ruộng đất công. Những ruộng đất này, cùng với ruộng quốc khố, ruộng đất công của các làng xã đều thuộc quyền sở hữu của triều đình và được phân chia thành các loại sau:

- Ruộng đất ban cấp cho các quan lại và thân tộc của nhà vua để làm bổng lộc, gọi là Lộc điền. Một phần nhỏ Lộc điền được cấp vĩnh viễn, phần lớn phải trả lại triều đình sau khi chết.

- Ruộng đất triều đình trực tiếp khai thác và làm đồn điền.

- Ruộng đất các thôn xã phân chia theo định kỳ 6 năm một lần cho người dân trong làng xã.

- Ngoài 3 loại công điền kể trên, còn loại ruộng tư của riêng điền chủ, các ruộng này không phải nộp thuế cho triều đình, nhưng việc mua bán, kế thừa phải theo đúng sự quy định theo luật triều đình (luật Hồng Đức).

Xây dựng guồng máy chính quyền quân chủ

Song song với việc cắt giảm thế lực kinh tế của các lãnh chúa, các vua triều Lê tích cực

lands belonging to the Mingmandarins and childless noble families from the Trần era, as well asall abandoned lands. These lands, together with those belonging to the court and local governments, were categorized as follows:

- Lands granted to meritorious mandarins and members of the royal family. These lands were called Lộc điền (Bonus land). A number of Lộc điền were granted permanently, but most were returned to the court after the grantees' deaths.

- Lands directly cleared and cultivated by the court.

- Lands in villages were rotated every six years for villagers to cultivate.

- Besides those three state-owned lands mentioned above, there were privately owned lands which were exempt from taxes, but the transfer of ownership of these lands had to be carried out in accordance with the laws (the Hồng Đức code).

Establishment of the monarchy government

In addition to the curtailment of the economic power of fiefdom lords, the Lê kings devoted their

cũng cố quyền lực của triều đình bằng việc xây dựng guồng máy chính quyền từ trung ương tới địa phương.

Guồng máy chính quyền trung ương dưới thời Lê Sơ (thời các vua Lê đầu tiên) là một hệ thống chặt chẽ nhằm chi phối đời sống chính trị tới tận các địa phượng nhỏ nhất. Quyền hành được tập trung vào triều đình, đứng đầu là nhà vua. Lãnh thổ Đại Việt khi đó mới bao gồm miền Bắc và miền Trung đến đèo Hải Vân, được chia làm 5 đạo. Đứng đầu mỗi đạo là chức Hành Khiển cai quản tất cả việc quân, dân và tư pháp. Mỗi đạo còn có chức tổng quản chỉ huy các vệ quân đóng trong đạo. Dưới mỗi đạo là những đơn vị hành chính nhỏ hơn như trấn, lộ, phủ, huyện, châu, xã. Đơn vị hành chánh nhỏ nhất là xã, đứng đầu xã là Xã trưởng được dân bầu theo tục lệ cũ. Đến năm 1462, vua Thánh Tông quy định muốn được bầu làm Xã trưởng phải là giám sinh, sinh đồ không đỗ đạt hay thuộc thành phần "Lương gia tử đệ" (gia đình lương thiện) biết chữ và trên 30 tuổi.

efforts to consolidate the court power by building up a governance system from central to local levels.

The central government machinery under the Initial Lê period (the pioneer Lê kings) was a well constructed system, which was designed to influence the political life of its subjects at the lowest local level. The power was centralized in the court, headed by the king. Đại Việt's territory at the time included only the North and the Central region which extended southward to Hai Van pass, and was divided into 5 *đạo* (regions). Each *đạo* was headed by a *Hành khiển* (chief of region), who controlled all three areas of military, civilian and judiciary affairs. Each *đạo* also had a commander-in-chief who was in charge of the army stationed in the region. The *dao* was subdivided into smaller administrative units like *trấn, lộ* (province), *phủ* (district), *huyện* (county), *châu* (shire), *xã* (commune). The smallest administrative unit was the *xã*, headed by a chief who was voted in by the people in the commune in accordance with traditional rules. In 1462, king Lê Thánh Tông ruled that to become

	a commune chief, the candidate had to be a *giám sinh* (student of the *Quốc Tử Giám* – Royal College), or *sinh đồ* (student who passed three parts of the four-part *Hương* exam), or from a good family and over 30 years of age.
Tổ chức chính quyền trung ương dưới thời Lê cũng được hoàn thiện hơn nhiều so với các triều trước. Thời Lê Thái Tổ mới đặt hai bộ: Lễ và Lại. Đến năm 1460, vua Lê Nghi Dân củng cố lại triều đình, đặt thành lục bộ và lục khoa để đảm nhiệm công việc hành chính trong nước.	The central government under the Lê was also much improved compared to those under the previous dynasties. Under the reign of Lê Thái Tổ, there were only two ministries, *Lễ* (Protocols) and *Lại* (Administration). In 1460, king Lê Nghi Dân reformed the court, established the six ministries and six departments for the administration of national affairs.
Năm 1466, Lê Thánh Tông lập thêm ra lục tự để trông coi các việc không thuộc phần hành của các bộ. Ngoài ra còn có các cơ quan giúp việc cho nhà vua như Ngự Sử Đài, Hàn Lâm Viện, Đông Các... Về quân đội, Lê Thánh Tông đặt ra ngũ phủ thống lĩnh toàn bộ quân đội do các chức Tả, Hữu Đô Đốc cầm đầu. Hệ thống hành chính triều Lê so với các triều đại trước là một hệ thống to lớn và nặng nề. Quyền hạn của triều đình đã được mở rộng và thay thế quyền lực các lãnh	In 1466, Lê Thánh Tông established additional six offices to look after matters which were not within the responsibilty of the ministries. Besides, there were organs assisting the kings such as *Ngự Sử Đài* (Advisory Board), *Hàn Lâm Viện* (Acadamic Board) and *Đông Các* (Royal Library) ... With regard to military affairs, Lê Thánh Tông established *ngũ phủ* (five military zones), commanding entire national army, and each military zone was headed by both left and right commanders-in-chief. The administrative system

chúa địa phương. Quan lại thời Lê không được ban thái ấp, điền trang như các tầng lớp vương hầu trước đây mà chỉ được hưởng bổng lộc của triều đình.

under the Lê dynastywas massive and bulky compared to those under previous dynasties. The power of the court was expanded to replace the power of local lords. The Lê mandarins were not granted fiefdoms, estates like the royals of the past eras, but could receive other benefits from the court.

TÌNH HÌNH KINH TẾ - XÃ HỘI THỜI LÊ SƠ

THE SOCIO-ECONOMIC OF THE INITIAL LÊ DYNASTY

Đây là triều đại có nhiều thay đổi so với các triều đại trước, có mặt tiến bộ và có cả mặt hạn chế. Về căn bản, Đại Việt dưới triều Lê có những lúc phát triển rất phồn thịnh.

This is a dynasty which implemented more reforms than previous dynasties, which had both positive and negative impacts. In general, Đại Việt enjoyed periods of great prosperity under the Lê.

Khuyến khích phát triển nông nghiệp và tiểu thủ công nghiệp.

Nông nghiệp, đặc biệt là ngành trồng lúa nước vẫn là ngành kinh tế chính của Đại Việt, nên các vua đầu tiên của nhà Lê rất chú trọng đến việc phát triển nông nghiệp. Ngoài chính sách

Encouragement of the development of agriculture and handicrafts

Agriculture, especially rice paddy cultivation, was still the main economic sector of Đại Việt's economy, thus the kings of the Initial Lê period paid special attention to the development of

đồn điền còn có chính sách khẩn hoang nhằm khuyến khích tư nhân khai phá các vùng đất bồi ven biển và vùng trung du. Triều đình cũng có những chính sách nhằm bảo vệ đời sống người dân giúp cho dân có thể an tâm làm ruộng. Vào những tháng làm mùa bận rộn, như cấy cày, gặt hái mọi công dịch đều phải hoãn lại để dân chúng tập trung làm mùa.

Ngoài ra, để bảo đảm cho sản xuất nông nghiệp không bị thiếu nhân lực, triều Lê đã mở rộng chính sách *"ngụ binh ư nông"* của các triều khác cho đến cả công tượng, lính coi ngục và người nấu bếp. Từ quân số 350.000 thời kháng Minh, chỉ giữ lại 100.000, còn lại cho về làm ruộng. Ngay cả binh lính trong quân ngũ cũng được chia làm năm phiên, luân chuyển một phiên ứng trực, bốn phiên kia lo việc đồng áng.

agriculture. Besides the policy of establishing *Đồn Điền* (Plantations), there was the policy of land reclamation to encourage private efforts to turn newly formed land on the coastlines and land on the highlands into agriculture lands. The court also had policies to protect the livelihood of farmers so that they were more secure economically on their farms. During busy farming seasons such as planting, harvesting, all state sanctioned public duties had to be postponed so that people could concentrate on their farming work.

In addition, to ensure agricultural production, the Lê expanded policy of *"ngụ binh ư nông"* (rotation of soldiers for farming work) from prior dynasties to include craftsmen employed by the court, prison wardens and army cooks. From 350,000 soldiers during the war against the Ming, only 100,000 were retained in the army, the rest were discharged for agricultural productions. Even serving soldiers were divided intofive rotating groups, of which only one group was reserved for active duties and the remaining four groups were assigned agricultural work.

Ngành công nghiệp và tiểu thủ công nghiệp cũng phát triển mạnh ngay từ thời Lê Sơ. Thủ công nghiệp dưới thời Lê có thể chia làm hai khu vực: lãnh vực của người dân và các xưởng của triều đình. Thủ công nghiệp của dân chúng bao gồm những nghề phụ của nông dân làm trong những khi nhàn rỗi việc đồng áng và những phường hội của các thợ chuyên môn.	The manufacturing and handicraft industries also flourished since the Initial Lê period. The manufacturing industry can be categorised into twosectors, state-owned factories and privately operated workshops. The private sector included suplemental trades and crafts for farmers during off-seasons and specialised trade and craft guilds in villages.
Các nghề phụ của nông dân đóng một vai trò khá quan trọng. Phần lớn sản phẩm của lãnh vực này như đồ đan lát, dệt vải, làm nón, chiếu, nhằm thỏa mãn nhu cầu trong sinh hoạt gia đình, phần thặng dư được cung cấp cho thị trường địa phương. Ngoài những hoạt động thủ công có tính cách phụ trợ cho kinh tế gia đình, thủ công nghiệp cũng đã phát triển tạo ra một tầng lớp người chuyên sống bằng nghề mà không phải dựa vào nông nghiệp nữa.	The supplemental trades and crafts for farmers had a quite important role. Most products from this sector included bamboo by-products, fabrics, hats, mats. In order to meet essential daily needs of families, and the surplus goods were then supplied to local markets. Apart from supplementing the family economy, the development of trades and crafts also formed a new class of people who could make their living without having to rely on farming anymore.
Mặc dầu một số nghề bị thất truyền vì thợ giỏi bị quân Minh bắt mang về Tàu như nghề làm đồ sứ dưới triều Lý, một số nghề mới đã phát triển	Although a number of crafts were lost because skilled craftsmen had been taken to China by the Ming such as porcelain making which was well-known from the Lý

dưới triều Lê như các nghề dệt lụa, dệt the, nghề làm trà, làm sáp, làm giấy, nấu rượu, nghề nhuộm, sản xuất đồ gốm. Nghề thuộc da và một số nghề thủ công khác từ bên Tàu cũng được du nhập qua Đại Việt. Tại nông thôn, các thợ thủ công tụ tập thành những làng nghề như Bát Tràng nổi tiếng với các sản phẩm gạch ngói, đồ gốm; làng Huê Cầu nổi tiếng nhuộm vải, lụa. Tại các đô thị, thợ thủ công họp thành phường, hội.

Ngoài các tổ chức thủ công nghiệp trong quần chúng, triều đình cũng có những cơ sở chế tạo gọi là *Cục Bách Công*, chuyên sản xuất vũ khí, đúc tiền, các đồ nghi trượng và phẩm phục của vua quan.

Bên cạnh các nghề thủ công, dưới triều Lê, việc khai thác các mỏ kim loại như vàng, bạc, đồng, sắt, chì, thiếc cũng khá phát triển

dysnaty, new crafts were developed during the Lê dynasty such as silk and silk gauze weaving, manufacturing of tea, candle, paper and rice wine, dyeing and pottery making. Tanning and many others crafts were also brought in from China. In the countryside, craftsmen congrerated in distinct communities and turned them into craftsmen villages like the famous Bát Tràng village with their products such as tiles and potteries; Huê Cầu village was renowned for its silk and fabric dyeing skills. In towns and cities, craftsmen congrerated to form craft guilds.

Besides privately owned crafts workshops, the court also owned manufacturing factories called *Cục bách công* (Board of Many Crafts), specialising in manufacturing weaponry, coins, ceremony tools, royal and mandarin costumes.

Besides these trades and crafts, during the Lê dynasty, the mining of rare metals such as gold, silver, copper, iron, lead and tin were also quite developed.

Phát triển thương nghiệp nội địa, hạn chế và siết chặt ngoại thương.

Song song với phát triển của công nghiệp và tiểu thủ công nghiệp là sự phát triển của thương nghiệp. Việc xây dựng các đường giao thông vì mục đích quân sự dưới thời cai trị của triều Minh và sau đó là các vua đầu tiên của nhà Lê, đã giúp cho thương mại vượt ra khỏi phạm vi địa phương. Việc buôn bán ngoài các thị trấn ra thường tập trung ở các chợ, hoặc một làng xã, hoặc hai ba làng họp lại thường có một ngôi chợ họp vào một số ngày nhất định trong tháng. Việc thống nhất tiền tệ và đo lường cũng đã góp phần phát triển thương mại. Nếu nội thương được khuyến khích phát triển thì ngược lại triều đình nhà Lê lại hạn chế và kiểm soát gắt gao ngoại thương. Người nước ngoài chỉ được đến buôn bán ở một số nơi quy định mà không được tự ý vào nội trấn. Dân chúng dọc theo biên giới và vùng biển không được tự ý buôn bán và đón tiếp thuyền buôn của nước ngoài, nếu vi phạm sẽ bị phạt nặng. Chính sách này khác biệt với thời Lý, Trần và là yếu tố làm trì trệ sự

Development of domestic trades and the restriction of foreign trades

Together with the development of manufacturing industry, trades and crafts was the development of commercial trades. Inter-urban roads, mostly built for military purposes by the Ming and the pioneer kings of the Lê, helped expanding commercial trades beyond their localities. In addition to towns and cities, trading activities often occurredat markets, which were either of a single village or organised by several neighbouring villages, and they were held in certain days of the week or month. The unification of currency and measurements also contributed to the development of commercial trades. While domestic trading was encouraged, foreign trading was strictly regulated. Foreign traders and merchants could only trade at certain locations and were not allowed to enter the country without permission. People in border regions or along coastlineswere not allowed to trade or welcome foreign trading ships. Violation of this rule would be servery punished. This policy was in contrast with those under the Lý and Trần dynasties, and

phát triển kinh tế dưới triều Lê.

Xây dựng bộ luật Hồng Đức.
Bộ luật Hồng Đức (tên đặt theo niên hiệu của vua Lê Thánh Tông) hình thành sau một quá trình lâu dài soạn thảo và tu chỉnh. Ngay sau khi lên ngôi, Lê Thái Tổ đã cùng với các đại thần đưa ra một số luật lệ về kiện tụng và phân chia ruộng đất tại các thôn xã. Đến năm 1483, vua Lê Thánh Tông sai các triều thần sưu tập tất cả những điều luật và chiếu chỉ đã ban hành trong các triều vua từ thời Thái Tổ trở xuống, góp lại thành một bộ gọi là *Lê Triều Hình Luật* mà người ta thường gọi là bộ luật Hồng Đức. Bộ luật Hồng Đức có vị trí quan trọng trong xã hội phong kiến Việt Nam. Đó là hệ thống pháp luật của thời Lê và của các triều đại sau cho đến hết thế kỷ 18. Luật Hồng Đức có một số đặc điểm sau: bảo vệ trật tự xã hội và quyền lực của triều đình; bảo vệ quyền tư hữu tài sản; mang đậm dấu ấn Khổng giáo về tôn ti trật tự phong kiến.

was a key reason that caused the stagnation of the economic development during the Lê dynasty.

The development of the Hồng Đức Code
The Hồng Đức Code became the official body of laws following a long period of drafting and correcting. Immediately after ascending the throne, Lê Thái Tổ, along with a number of high-ranking mandarins, introduced a number of laws governing dispute resolution and land distribution in villages. In 1483, king Lê Thánh Tông ordered the court to collect all the laws and decrees issued by king Lê Thái Tổ and his successors, and based on these documents, to compile a body of laws called *Lê Triều Hình Luật* (The Penal Code of the Lê Dynasty). This Code is commonly known as the Hồng Đức Code. The Code had a very important role in the Vietnamesefeudal society. It formed the basis for the legal system under the Lê and subsequent dynasties until the end of the 18^{th}century. The Hồng Đức Code was instrumental in the protection of social order and the power of the court as well as private ownerships. Confucianism was well imprinted in the Code

highlighting the importance of the well-structured order of feudal society.

SỰ PHÁT TRIỂN CỦA VĂN HỌC VÀ SỬ HỌC

THE DEVELOPMENT OF LITERATURE AND HISTORY

Dưới thời Lý, Trần, nền văn hóa Đại Việt đã phát triển. Văn hoá Đại Việt dung hòa những tập quán và tín ngưỡng cũ của dân chúng với các tôn giáo du nhập từ bên ngoài như Nho, Phật, Lão. Đối với triều đình, Nho giáo chiếm vị trí ưu tiên trong khi ảnh hưởng của Phật giáo có phần thuyên giảm, không còn vị trí như dưới thời Lý, Trần. Tư tưởng chủ đạo của các nhà Nho thời Lê Sơ là tư tưởng *Tống Nho*.

During the Lý and Trần dynasties, the culture of Đại Việt already developed. It harmoniously blended traditional customs and beliefs with religions brought in from outside such as Confucianism, Buddhism and Taoism. The abolishment of slavery occurred at the end of the Trần dynasty, when Buddhism, the main philosophy of Đại Việt for many centuries, slowly lost its influence to Confucianism. The main philosophy of the Confucius followers in the Initial Lê period was *Tống Nho* (Song's Confucianism).

Tống Nho xâm nhập vào Đại Việt từ giữa thời Trần, và đến cuối thời Trần thì có ảnh hưởng lớn trong giới sĩ phu. Dựa vào ý thức hệ Tống Nho, triều đình Lê, đặc biệt Lê Thánh Tông đã đưa ra một loạt

Tống Nho entered Đại Việt in the middle of the Trần dynasty, and by the end of this dynasty, it had major influence among the scholars. Based on the Tống Nho philosophy, the Lê court, in particular Lê Thánh Tông, issued

những chiếu chỉ cải tổ phong tục tập quán của dân Đại Việt. Địa vị của nho sĩ được đề cao (nhất sĩ, nhì nông) trong khi các ngành hoạt động khác, đặc biệt là công và thương bị coi nhẹ. Dân chúng được khuyến khích học theo đạo Nho.

Đóng góp nhiều nhất trong việc "Khổng hóa" xã hội Đại Việt dưới thời Lê Sơ là việc phổ biến chế độ thi cử trong việc chọn quan lại cai trị. Thi cử để tuyển quan lại đã bắt đầu từ thời Lý, nhưng phải đến thời Lê Sơ và đặc biệt dưới thời Hồng Đức, chế độ giáo dục và khoa cử mới đạt đến mức độ phát triển rực rỡ.

Đặc điểm của triều Lê là sự phát triển văn học cung đình, chú trọng lịch sử.

Cuộc đấu tranh lâu dài để giành độc lập đối với Tàu đã khiến cho các nhà văn thời này mang một tinh thần dân tộc rất mạnh. Sự phát triển của văn học chữ Nôm là một biểu hiện rõ nét cho tinh thần dân tộc. Tuy Hán văn vẫn chiếm ưu thế, nhưng những sáng tác văn học chữ Nôm đã có một vai trò đáng kể trên văn đàn.

scores of decrees to change the customs of Đại Việt people. The scholar classwas revered (first scholars; second farmers), while other sections of the population, particularly craftsmen and merchants, were not as valued. The population was encouraged to study Confucianism.

The greatest contribution to the "Confucianisation" of Đại Việt society was the introduction of examinations to select mandarins for the court's governance system. Examinations to recruit mandarins started in the Lý dynasty, but it was not until the Initial Lê period, especially during the reign of Hồng Đức, that the education and examination systems were fully developed. A distinct characteristic of the Lê dynasty was its court-based and history-focus literary culture.

The prolonged struggle against the Chinese to regain independence led to a strong sense of nationalism amongst the writers of this era. The development of the Nôm script illustrated this sense of nationalism. Although the Hán literature remained strong, the Nômliterature had a significant place in the literary circles.

Nói chung, những tác phẩm văn học thời này đều phản ánh địa vị thống trị của đạo đức Nho giáo, nhưng đồng thời cũng nói lên được một tinh thần tự cường quốc gia mạnh mẽ. Trong số những tác phẩm chữ Hán tiêu biểu nhất cho văn học thời Lê Sơ có bài Bình Ngô Đại Cáo, và những bài văn trong Quân Trung Từ Mệnh Tập của Nguyễn Trãi. Những tác phẩm thuần túy văn học thời này có thể chia làm hai khuynh hướng: văn học cung đình và văn học ẩn giả.

Thời Lê Thánh Tông có thể nói là đỉnh cao nhất của văn học cung đình, Thánh Tông là ông vua có tài văn chương và rất coi trọng văn học. Hai tuyển tập tiêu biểu nhất: Quỳnh Uyển Cửu Ca bằng chữ Hán và Hồng Đức Quốc Âm Thi Tập (chữ Nôm) gồm trên 300 bài nổi tiếng nhất được vua Lê Thánh Tông và các quan trong Hội Tao Đàn viết ra, ca ngợi cảnh đẹp thiên nhiên thời thái bình thịnh trị.

Generally, most literary works in this era reflected Confucianism-based morality, but they also demonstrated a strong sense of national self reliance. Amongst the most representative literary works under the Initial Lê dynasty were the epic poem *Bình Ngô Đại Cáo* (Declaration on the Defeat of Chinese Invaders) and the essays in Quân *Trung Từ Mệnh Tập* (Military Essays on Behalf of the King) by Nguyễn Trãi. The purely literary writings in this era can be classified into two trends: court-based literature and reclusive literature (literature by reclusive authors).

Lê Thánh Tông's era could be considered the pinnacle of the court-based literature. King Lê Thánh Tông was a literary talent who valued the importance of literature. Two poetry collections that most represented the literature of the era were *Quỳnh Uyển Cửu Ca* (Nine Poetic Songs in the Epiphyllum Garden) in Chinese and *Hồng Đức Quốc Âm Thi Tập* (Hồng Đức Poetry Collection in Nôm script), which comprised more than 300 most famous poems. These poems were penned by king Lê Thánh Tông and

HOÀNG CƠ ĐỊNH

	members of the *Tao Đàn* literary coterie to celebrate the natural beauties, the peaceful and prosperity of the country.
Về văn học ẩn giả thì tiêu biểu là tập Ức Trai Thi Tập (chữ Hán) và Quốc Âm Thi Tập (chữ Nôm) của Nguyễn Trãi, gồm các bài thơ giãi bầy tâm sự một kẻ sĩ có tài nhưng gặp nghịch cảnh, muốn tìm một cuộc sống phóng khoáng, thoát tục.	Regarding the reclusive literature, *Ức Trai Thi Tập* (Poetry Collection of Ức Trai) in Chinese and *Quốc Âm Thi Tập* (Poetry Collection in Nôm script) by Nguyễn Trãi were considered representative of this literary trend. The poems were about the feelings of a talented scholar who was an outcast from the court due to internal power disputes, longing for a liberated and enlightened lifestyle.
Ngoài ra cũng phải kể các truyện dân gian viết bằng chữ Nôm xuất hiện dưới triều Lê như Thạch Sanh Lý Thông, Lục Súc Tranh Công.	Besides, during the Lê dynasty, there were also folk tales in Nôm script such as *Thạch Sanh-Lý Thông* (Story of Thạch Sanh Lý Thông), *Lục Súc Tranh Công* (The Quarrel of the Six Beasts).
Thời Lê Sơ là một thời kỳ xã hội Việt Nam vừa trải qua một cơn biến đổi lớn. Do đó có nhiều nhà viết sử ghi lại những biến động này. Trong những bộ sử được viết giai đoạn này, đặc biệt phải kể đến bộ Lam Sơn Thực Lục, kể lại cuộc kháng chiến mười năm của Lê Lợi do Nguyễn Trãi viết và Lê Lợi đề tựa.	The Initial Lê period was an era when the Vietnamese society had just gone through a major upheaval, thus many historians attempted to recount these events. Amongst the history texts of this period was Nguyễn Trãi's *Lam Sơn Thực Lục (*Veritable Records of the Lam Sơn Uprising) with the foreword by Lê Lợi, recounting the ten-year resistance led by Lê

Lợi.

Năm 1455, vua Lê Nhân Tông sai Phan Phù Tiên soạn bộ Đại Việt Sử Ký mới, hay còn gọi là bộ Đại Việt Sử Ký Tục Biên, ghi chép lại lịch sử nước Đại Việt dựa trên bộ Đại Việt Sử Ký của Lê Văn Hưu đời nhà Trần viết, nhưng đã bị nhà Minh tiêu huỷ. Bộ Đại Việt Sử Ký mới này, bao gồm 12 tập ghi lại từ đời vua Trần Thái Tông cho tới khi quân Minh bị đuổi ra khỏi bờ cõi.

Năm 1479, nhà Lê lại sai Ngô Sĩ Liên soạn Bộ Đại Việt Sử Ký Toàn Thư, đây là bộ sử xưa nhất còn lưu truyền nguyên vẹn được đến ngày nay.

In 1455, king Lê Nhân Tông ordered Phan Phù Tiên to compile a new set of history books, commonly referred to as *Đại Việt Sử Ký Tục Biên* (Continued Annals of Đại Việt), to recount the history of Đại Việt based on the *Đại Việt Sử Ký* (Annals of Đại Việt) compiled by Lê Văn Hưu in the Trần dynasty, but destroyed by the Ming. This new set of history books had 12 volumes recounting the period from king Trần Thái Tông until the expulsion of the Ming out of the country.

In 1479, the Lê dynasty ordered Ngô Sĩ Liên to compile the *Đại Việt Sử Ký Toàn Thư* (Complete Annals of Đại Việt). This is the oldest history text that has survived intact to this day.

CHÍNH SÁCH NGOẠI GIAO VÀ VIỆC MỞ NƯỚC VỀ PHÍA NAM

FOREIGN POLICY AND SOUTHWARD TERITORIAL EXPANSION

Dưới triều Lý, Trần, chính sách của các vua Đại Việt là tìm cách mua chuộc sự trung thành của những tộc người thiểu số trên vùng miền núi. Việc thực hiện thường thông qua hôn nhân hoặc phong chức tước cho các thủ lĩnh của họ. Triều đình không thu thuế mà chỉ lấy cống nạp. Triều đình nhà Lê đã thay đổi cách ứng xử, đặt ra các chức vụ bên cạnh các chức tước thủ lĩnh thiểu số để kiểm soát, đồng thời, yêu cầu cống nạp thường xuyên giống như một loại thuế. Những cố gắng để "Nho hóa" xã hội Đại Việt trong đó có cả sắc tộc thiểu số đã tạo ra sự chống đối của các sắc tộc này đối với chính quyền trung ương. Chính vì vậy mà dưới triều Lê Sơ đã có nhiều cuộc nổi dậy.

Nước Ai Lao, hồi đó là vương triều Lan Xang, đã có lúc giúp đỡ Lê Lợi chống quân Minh, nhưng sau đó lại hợp tác với quân Minh vây khốn binh lính

Under the Lý-Trần dynasties, a common policy of Đại Việt's kings was to bribe the loyalty of ethnic minority groups in highland areas. This was often done by marriage ties or by awarding their leaders with titles and positions. The court did not collect tax, but accepted tributes from them. The Le court changed this policy by placing court mandarins alongside the ethnic group leaders to better control them. At the same time, demand of tributes was more frequent, just like a form of taxation. The effortsof the central government to impose Confucius values on Đại Việt's society including those of these ethnic groups met with strong opposition from these groups. This is the reason for numerous uprisings during the Lê dynasty.

In relation to Laos, back then, Laos was the kingdom of Lan Xang which at first assisted Lê Lợi to fight against the Ming, but then allied with the Ming to encircle Lê

của Lê Lợi. Năm 1479 vua Lê Thánh Tông cử đại quân chinh phạt Ai Lao. Quân Lào đại bại, vua phải chạy tới biên giới Miến Điện, quân Đại Việt tràn vào kinh thành tàn phá, cướp bóc vô số vàng bạc. Quân Lào tuy thua trận nhưng dân Lào tại nhiều nơi nổi dậy đánh du kích, bỏ thuốc độc vào nước uống giết hại quân Đại Việt khiến cho nhà Lê phải rút quân về nước.

Nước Chiêm Thành và nước Đại Việt đã có những cuộc chiến tranh từ thế kỷ thứ 10. Có thời kỳ Đại Việt mang quân xâm chiếm Chiêm Thành nhưng cũng có thời kỳ Chiêm Thành mang quân quấy phá vùng nam Đại Việt. Thời nhà Lê, nước Chiêm Thành ở thế yếu. Vua tôi Đại Việt đã nhiều lần đem quân chinh phạt, và cuộc chinh phạt lớn nhất, hiệu quả nhất là của Lê Thánh Tông vào năm 1471, đánh bại hoàn toàn quân Chiêm Thành. Vua Lê Thánh Tông đã chiếm vùng đất của người Chiêm Thành từ Đà Nẵng vào đến tận đèo Cù Mông thuộc tỉnh Phú Yên

Lợi's troops. In 1479, king Lê Thánh Tông sent a large army to attack Laos. The Laotian troops suffered a major defeat and their king had to flee to the border with Burma. Đại Việt's troops swept into the capital, ransacking and looting countless treasures. Even though the Laotian army was defeated, its people rose up everywhere to fight in a guerrilla warfare and poisoned the drinking water source which killed many of Đại Việt's troops, forcing the Lê to withdraw its army and return home.

Champa and Đại Việt had many wars against each other since the 10th century. There were times Đại Việt invaded and occupied Champa, but there were also times Champa conducted skirmishes inside Đại Việt's Southern regions. During the Lê dynasty, Champa was in a weak position. Đại Việt sent troops to invade Champa on many occasions, but the greatest and most successful military operation against Champa was that of Lê Thánh Tông in 1471 in which Champa's army was totally defeated. King Lê Thánh Tông occupied Champa territory from Đà Nẵng to Cù Mông pass (in today's Phú Yên province),

ngày nay, và chia phần còn lại ở phía Nam thành ba nước nhỏ để dễ bề cai trị. Nước Chiêm Thành suy yếu từ đó, và cuối cùng bị diệt vong dưới thời các Chúa Nguyễn.

and divided the remaining territory into three smaller states for ease of governance. Champa was in decline since then, and in the end, was totally wiped off the map by the Nguyễn lords.

THE DECLINE OF THE LÊ DYNASTY
Sự Suy Thoái của Nhà Lê

Thời kỳ thịnh trị của nhà Lê kéo dài đến đầu thế kỷ 16. Sau khi vua Lê Hiến Tông băng hà vào năm 1504, nhà Lê bắt đầu rơi vào tình trạng khủng hoảng. Lê Hiến Tông truyền ngôi lại cho người con thứ ba là Lê Túc Tông. Túc Tông chỉ ở ngôi được 6 tháng thì chết, triều đình tôn người anh của Túc Tông là Uy Mục lên làm vua.

The best years of the Lê dynasty lasted until the end of the 15th century. After king Lê Thánh Tông passed away in 1497, the Lê started to fall into crisis. From the reign of Lê Hiến Tông (1497-1504) onwards, this degenerate situation became clearer by the day. Lê Hiến Tông passed the reign to the third son, Lê Túc Tông, who stayed on the throne for only six month and died. The court then installed Uy Mục, the older brother of Lê Túc Tông, to the throne.

SỰ SUY THOÁI CỦA NHÀ LÊ VÀ CÁC CUỘC NỘI CHIẾN

THE DECLINE OF THE LÊ DYNASTA AND THE DEBILITATING CIVIL WARS

Sự suy thoái của nhà Lê dưới triều Uy Mục, Tương Dực và các cuộc nổi dậy

Thời vua Uy Mục, triều Lê đại loạn. Uy Mục lên ngôi giết tổ mẫu là bà Hoàng Thái Hậu,

The decline of the Lê dynasty under the reigns of Uy Mục, Tương Dực and the people's uprisings

During the reign of Uy Mục, the Lê court was in great chaos. On his accession to the throne, Uy Mục

giết Lễ Bộ Thượng Thư Đàm Văn Lễ cùng Đô Ngự Sử Nguyễn Quang Bật. Uy Mục chỉ biết ăn chơi trụy lạc và xây cất cung điện, miếu đền.

Năm 1509, Giản Tu Công Lê Oanh, anh em con chú bác với Uy Mục nổi loạn giết Uy Mục và hoàng hậu để cướp ngôi, xưng danh Tương Dực. Tương Dực bản chất cũng không khác Uy Mục, lại tiếp tục con đường hoang dâm trụy lạc, khiến lòng dân oán than, bất mãn. Nhiều cuộc nổi dậy đã nổ ra chống lại chính sách cai trị của triều đình. Trong suốt năm năm ở ngôi, Tương Dực chỉ lo xây cất cung điện, đắp thành đào kênh để ngao du sơn thủy. Năm 1512, giữa lúc nạn đói đang uy hiếp nghiêm trọng, Tương Dực bắt khởi công xây cất Đại Điện và Cửu Trùng Đài, phía trước đào hồ, khơi kênh thông với sông Tô Lịch giao cho người thợ là Vũ Như Tô làm đô đốc. Triều đình bắt dân phu, điều động cả quân lính ngũ phủ trong thành và các vệ quân ở ngoài phục dịch suốt trong 5 năm trời chưa xong. Dân

killed his great grandmother who was the Grand Queen, the Minister of Rites Đàm Văn Lễ and the Supreme Censorate Nguyễn Quang Bật. Uy Mục only indulged himself in lavish lifestyle and in the building of expensive palaces, temples and monuments.

In 1509, Giản Tư Công Oanh, a cousin of Uy Mục, rebelled and killed UyMục and the queen to usurp the throne, calling himself king Tương Dực. Tương Dực was not much different from Uy Mục, and again followed the path of a lustful and depraved ruler, causing more resentment and hatred, as well as many revolts against the court. During the five years on the throne, Tương Dực only focused on building palaces and citadels, digging waterways for his royal tours. In 1512, while the country was in the thick of a famine, Tương Dực ordered the building of the Main Palace and Cửu Trùng Monument, digging up the front for a lake and dredging the waterway to link to Tô Lịch river. Tương Dực elevated tradesman Vũ Như Tố to the position of admiral and commissioned him to manage the building project. The court conscripted manpower, and even mobilised soldiers of the five

chúng ai oán khổ sở, dẫn tới nhiều cuộc nổi dậy.

Trong các cuộc chống đối này, đáng chú ý nhất là các cuộc nổi dậy của Thân Duy Nhạc, Ngô Văn Tống, Trần Tuân và Trần Cao.

Thân Duy Nhạc người huyện Vũ Ninh (thuộc tỉnh Bắc Ninh ngày nay), đỗ tiến sĩ, làm quan dưới triều Lê Uy Mục. Khi Uy Mục bị giết, Duy Nhạc chán cảnh triều chính rối loạn, bỏ quan về quê rồi tụ họp nghĩa binh. Năm 1510, ông cùng Ngô Văn Tống khởi binh ở Gia Lâm chống lại triều đình, nhưng bị lộ. Nhạc và Tống bị quân triều đình bắt và giết chết.

Năm 1511, Trần Tuân nổi lên tại Hưng Hóa, Sơn Tây. Trần Tuân người Bất Bạt, xuất thân từ gia đình khoa bảng. Đầu tiên, Tuân tụ tập nghĩa binh, chiếm cứ các hang động ở vùng núi Hưng Hóa làm căn cứ địa. Sau khi được dân chúng hưởng ứng, Tuân mở

provinces in the citadel and those from outer provinces to work for five long years without being able to complete the project. People suffered grave hardship which led to many uprisings.

Amongst these uprisings, the most notable were those led by Thân Duy Nhạc, Ngô Văn Tòng, Trần Tuân and Trần Cao.

Thân Duy Nhạc from Vũ Ninh (today's Bắc Ninh) was a doctorate laureate and served as a mandarin during Lê Uy Mục reign. When Uy Mục was killed, Duy Nhạc was so dissatisfied with the political chaos and disorder that he left the court position to return to his hometown and then gathered rebels. In 1510, he and Ngô Văn Tống started an uprising in Gia Lâm against the court, but they were both captured and killed.

In 1511, Trần Tuân rebelled in Hưng Hóa, Sơn Tây. Trần Tuân was from Bát Bạt and born into a scholarly family. In the beginning, Tuân gathered rebels, occupied the caves in the mountain regions of Hưng Hóa as his base. With public support, Tuân expanded his activities to the whole of Sơn Tây,

rộng địa bàn hoạt động sang khắp vùng Sơn Tây, Hưng Hóa uy hiếp miền Từ Liêm, Quốc Oai, đe dọa đến cả kinh thành Thăng Long khiến triều đình rất e ngại. Tuy nhiên, nghĩa binh của Trần Tuân vốn không phải là binh lính có luyện tập và kỷ luật, nên không chống lại được quân triều đình. Trong một trận chiến, Trần Tuân tử trận. Từ đó phong trào nổi dậy này suy yếu rồi bị tiêu diệt hoàn toàn.

Trần Cao (có sách chép tên khác là Trần Cảo), người huyện Thủy Đường (thành phố Hải Phòng) vốn là một quan chức nhỏ của triều đình. Bị quan trên áp bức, Trần Cao từ quan và hô hào dân chúng nổi dậy. Năm 1516, Trần Cao kéo cờ khởi nghĩa ở chùa Quỳnh Lâm (huyện Đông Triều, tỉnh Quảng Ninh), đánh chiếm các huyện Đông Triều và Thủy Đường. Từ trấn Hải Dương (nay là Hải Phòng) Trần Cao mang quân tiến về Thăng Long. Trần Cao chiếm được Thăng Long lên ngôi Hoàng Đế, tính lập ra một triều đại mới. Tuy nhiên không lấy được sự ủng hộ của quan lại địa phương nên cuối cùng

Hưng Hóa, which threatened Từ Liêm, Quốc Oai including the capital Thăng Long, and caused grave concern to the court. However, Trần Tuân's rebels were not trained soldiers with strict discipline, and therefore could not resist the attacks from the court's troops. In the final battle, Trần Tuân was killed, and from that time onwards, the uprising movement was weakened and totally defeated in 1512.

Trần Cao, from Thủy Đường (Hải Phòng), was originally a junior mandarin of the court. Being bullied by his superiors, Trần Cao resigned and called on the people to rebel. In 1516, Trần Cao raised the flag to start an uprising in Quỳnh Lâm pagoda (Đông Triều, Quảng Ninh), attacked and occupied the districts of Đông Triều and Thủy Đường. From Hải Dương (today's Hải Phòng), Trần Cao advanced his troops to Thăng Long. Following the capture of Thăng Long, Trần Cao ascended the throne and planned to establish a new dynasty. However, due to the lack of support from local mandarins, Trần Cao's troops were defeated in the end.

quân của Trần Cao đã bị dẹp tan.

Mạc Đăng Dung và việc hưng khởi của nhà Mạc

Mạc Đăng Dung quê ở Hải Dương. Nhà nghèo lúc nhỏ sống bằng nghề đánh cá. Năm 1508, Lê Uy Mục mở kỳ thi võ để kén người khỏe mạnh sung quân. Dung đi thi trúng tuyển đô lực sĩ và được chọn vào quân túc vệ. Dung có sức khỏe lại nhiều mưu lược, khôn ngoan và giảo quyệt, ngày càng được nhà vua tin dùng. Đến thời Chiêu Tông thì được thăng làm Vũ Xuyên Hầu.

Khi triều đình nhà Lê suy vong vì hỗn chiến phe phái, Mạc Đăng Dung đã lợi dụng tình thế để dần dần lên nắm quyền. Năm 1518, khi Trần Chân bị giết, Dung liên kết với Nguyễn Hoằng Dụ để diệt trừ phe phái của Trần Chân. Khi các bộ tướng của Trần Chân nổi loạn, Dung rước vua Lê về Bồ Đề, bắt đầu tìm cách giết hại các triều thần để thâu tóm quyền hành về tay mình. Đến năm 1519, Mạc Đăng Dung đã đánh bại tất cả các phe đối kháng để một mình chiếm lãnh

Mạc Đăng Dung and the rise of the Mạc dynasty

Mạc Đăng Dung was from Hải Dương and born into a poor family. He earned his living by fishing while still at a young age. In 1508, Lê Uy Mục staged a martial art competition to select strong men for the army. Dung passed the competition and was selected to the royal guard unit. Dung had a strong body, also a strategic and cunning mind, and progressively gained the trust of the king. Under the reign of Chiêu Tông, he was granted the title of Marquis of Vũ Xuyên.

When the Lê dynasty was in decline due to internal conflicts, Mạc Đăng Dung took the opportunity to slowly gain the power. In 1518 when Trần Chân was killed, Dung allied with Nguyễn Hoàng Dụ to get rid of Trần Chân's faction. When the generals of Trần Chân revolted, Dung brought the Lê king to Bồ Đề and started killing court mandarins to accumulate power for himself. In 1519, Mạc Đăng Dung defeated all opposing factions and seized control of the power of the court all for himself.

quyền bính nhà Lê.

Năm 1520, Mạc Đăng Dung ép vua Lê Chiêu Tông phong mình làm Tiết Chế, thống lĩnh toàn bộ quân đội. Uy quyền của Mạc Đăng Dung ngày một lớn đến nỗi vua Lê Chiêu Tông cùng cận thần khiếp nhược rời bỏ ngai vàng. Dung bèn đưa em của Lê Chiêu Tông là Lê Xuân lên làm vua, hiệu là Nguyên Thống nhằm làm bình phong quyền lực cho mình. Sau đó Dung tìm cách giết vua Lê Chiêu Tông. Năm 1527 vua Lê Nguyên Thống nhường ngai vàng cho Mạc Đăng Dung. Triều đại Lê Sơ chấm dứt, nhà Mạc bắt đầu.

In 1520, Mạc Đăng Dung forced king Lê Chiêu Tông to promote him to the position of *Tiết Chế* (Commander-in-Chief of the Armies). Mạc Đăng Dung's power became increasingly strong to the extent that Lê Chiêu Tông and his trusted mandarinsbecame terrified and cowardly left the throne. Dung installed Lê Chiêu Tông's younger brother, Lê Xuân, to the throne with Nguyên Thống as era name, as a cover for his real power. Dung then tried to kill king Lê Chiêu Tông. In 1527, king Lê Nguyên Thống abdicated the throne to Mạc Đăng Dung. The Initial Lê dynasty officially ended at that time and the Mạc dynasty began.

TÌNH HÌNH CHÍNH TRỊ XÃ HỘI ĐẠI VIỆT THỜI NAM - BẮC TRIỀU

THE SOCIO-POLTICAL SITUATION OF ĐẠI VIỆT DURING THE NORTHERN–SOUTHERN COURTS PERIOD

Tuy cướp được ngôi nhà Lê, nhưng phạm vi thống trị của nhà Mạc không bao gồm toàn bộ lãnh thổ như những triều đại trước. Ngay từ khi mới lên ngôi, Mạc Đăng Dung đã phải đối phó với những cuộc nổi dậy của các cựu thần nhà Lê và dần dần mất dải đất từ vùng Thanh Hóa trở vào. Trong số các cuộc nổi dậy, đáng chú ý nhất là cuộc nổi dậy của Nguyễn Kim. Nguyễn Kim là con Nguyễn Hoằng Dụ, giữ chức Tả Vệ Điện Tiền Tướng Quân cho nhà Lê và được phong tước An Thành Hầu. Khi Mạc Đăng Dung cướp ngôi, Nguyễn Kim đem toàn bộ quân bản bộ chạy sang Lào và được vua Lào cho phép đóng quân ở vùng Sầm Nứa. Để thực hiện từng bước mưu đồ đại sự, Nguyễn Kim chọn chiêu bài *"phù Lê diệt Mạc."*

Although successful in the usurpation of the throne from the Lê dynasty, the Mạc dynasty was not able to fully control the whole territory like the previous dynasties. From the time he ascended the throne, Mạc Đăng Dung had to deal with various revolts initiated by the Lê loyalists and gradually lost the territory from Thanh Hóa toward the South. Amongst the revolts, the most significant was by Nguyễn Kim. Nguyễn Kim was the son of Nguyễn Hoàng Dụ, who was *Tả Vệ Điện Tiền Tướng Quân* (Left Commander of the Royal Guards) and *An Thành Hầu* (Marquis of An Thành) under the Lê dynasty. When Mạc Đăng Dung usurped the throne, Nguyễn Kim moved all his troops over to Laos and was allowed by Laotian king to stay in Sầm Nứa. To achieve his long term objective, Nguyễn Kim chose

	the slogan *"Support the Lê, Fight the Mạc."*
Cuối năm 1533, Nguyễn Kim tìm một người họ Lê là Lê Duy Ninh mang về tôn lên làm vua, niên hiệu Nguyên Hòa, miếu hiệu là Trang Tông. Trang Tông là ông vua bù nhìn đầu tiên của thời Lê Trung Hưng bởi mọi chuyện quân quốc trọng sự đều trong tay Nguyễn Kim. Cuối năm 1545, Nguyễn Kim chiếm được Tây Đô, tướng Dương Chấp Nhất của nhà Mạc phải đầu hàng. Từ đó vùng Thanh Hóa, Nghệ An bị tách rời khỏi Bắc Hà lập thành một giang sơn riêng biệt không phụ thuộc nhà Mạc nữa. Bắt đầu từ đây, Đại Việt chia thành Nam triều và Bắc triều.	At the end of 1533, Nguyễn Kim installed a descendant of the Lê, by the name of Lê Duy Ninh, on the throne as king Trang Tông with Nguyên Hòa as era name. Trang Tông was the first puppet king in the Restored Lê era for all important decisions were made by Nguyễn Kim. At the end of 1545, Nguyễn Kim captured Tây Đô, the Mạc's general Dương Chấp Nhất had to surrender. From there onwards, Thanh Hóa and Nghệ An were cut off from the North to become a separate state independent of the Mạc dynasty. This marks the beginning of the partition of Đại Việt into the Northern and Southern courts.
Tình hình chính trị xã hội tại Bắc triều	**The socio-political situation of the Northern court**
Phạm vi cai trị của nhà Mạc bắt đầu từ vùng Ninh Bình trở ra phía Bắc. Tuy nhiên vùng quan trọng chỉ gồm miền đất thuộc đồng bằng Bắc phần ngày nay. Vùng trung du và thượng du miền Bắc nhà Mạc không đủ khả năng kiểm soát. Chính sách kinh tế - xã hội của nhà Mạc hầu như không thay đổi so với triều Lê cũ, ngoại	The territory under the rule of the Mạc dynasty started from Ninh Bình toward the North. However, the most important territory was the present-day Northern plain. The Mạc could not control the Northern midlands and highlands. The Mạc's socio-economic policies did not change much from those of the Lê dynasty, apart from the strengthening up of the

trừ việc tăng cường guồng máy quân sự để đối phó với Nam triều.

Sau khi lên ngôi, Mạc Đăng Dung lo chấn chỉnh lại binh chế, tổ chức lại các vệ, sở, ty cũ của triều Lê. Đồng thời, để lấy lòng quân sĩ, nhà Mạc đặt ra lệ cấp lộc điền cho những người đi lính. Nhằm thuyết phục các quan lại nhà Lê cũ và tầng lớp sĩ phu theo mình, nhà Mạc một mặt đàn áp, một mặt mua chuộc. Mạc Đăng Dung cho sửa sang đền miếu nhà Lê tại Lam Sơn, phong tước cho những người đã chết và trọng dụng những người còn sống đi theo mình. Nhà Mạc đặc biệt chú trọng đến khoa cử nhằm tạo ra một tầng lớp sĩ phu mới ủng hộ triều đình. Các khoa thi mới được tổ chức hàng năm. Tuy nhiên chính sách này không thành công do tư tưởng trung quân của Tống Nho đã ăn sâu vào đầu óc kẻ sĩ, một phần khác do nhà Mạc không ổn định được đời sống dân chúng.

military machinery to deal with the South.

After ascending the throne, Mạc Đăng Dung took steps to reform the military and restructure the Lê's administrative system including ministries, departments and boards. At the same time, to win over the loyalty of his troops, the Mạc set up the rule of rewarding land to enlisted soldiers. In order to persuade the Lê loyalists and the scholars to join them, the Mạc carried out a policy of persecution on the one hand, while engaging in the corrupt practice of buying their support on the other. Mạc Đăng Dung ordered the repair of Lê's temples in Lam Sơn, awarded noble titles to to the dead, and appointed his followers to positions that matched their abilities. The Mạc especially focused on academic examination system to create a new class of scholars who supported his court. The new examinations were organised annually, but this policy was not successful due to the entrenchment of the concept of *trung quân* (loyalty to the king) of the Song's Confucianism in the minds of the scholars at the time, as well as to the failure of the Mạc to bring stability to the lives of ordinary people.

Tình hình chính trị xã hội tại Nam triều

Tại miền Nam Đại Việt, sau khi Nguyễn Kim bị đánh thuốc độc chết năm 1545, mọi quyền bính đều rơi vào tay con rể là Trịnh Kiểm. Năm 1546, Trịnh Kiểm lập hành cung vua Lê tại Vạn Lại, huyện Thọ Xuân, Thanh Hóa. Sau đó xây dựng thành lũy, cung điện lập ra một triều đình mới đối địch với triều đình Mạc gọi là Nam triều. Phạm vi cai trị của Nam triều từ Thanh Hóa trở vào, nhưng thật sự chỉ bao gồm vùng Thanh Nghệ là chính.

Vì phải tập trung lực lượng chống nhau với nhà Mạc cho nên chính sách nội trị của triều Lê-Trịnh (Nam triều) cũng chỉ tập trung vào việc động viên nhân lực, vật lực của quần chúng cho cuộc chiến tranh với Bắc triều. Chính sách nội chính quan trọng nhất của triều đình Nam triều lúc này là khẩn hoang. Do Thanh Nghệ đất hẹp, lại bị chiến tranh tàn phá, cho nên dân chúng lưu tán rất nhiều. Chính quyền luôn phải

The socio-political situation of the Southern court

In the South of Đại Việt, after Nguyễn Kim died of poisoning in 1545, all power fell into the hands of his son-in-law Trịnh Kiểm. In 1546, Trịnh Kiểm built a royal resort for the Lê king at Vạn Lại, Thọ Xuân, and Thanh Hóa. He then built citadels, palaces and established a new court, often referred to as the the Southern court, in opposition to the Mạc court in the North. The territory ruled by the Southern court was from Thanh Hóa towards the South, but in reality, it was mainly just the Thanh Nghệ areas.

Because of the focus on the fight against the Mạc, the main policies of the Lê-Trịnh court were mostly on mustering manpower and resources for the war against the Northern court. One of the most important policies was land clearing. The lands in Thanh Nghệ areas were not only narrow, but also abandoned because of the wars which caused people to disperse to different locations. The court had to encourage these displaced people to return to their

đốc thúc những dân lưu tán trở về quê quán làm ăn, đồng thời mở rộng những vùng đất mới. Mặc dầu xét về tài nguyên thiên nhiên cũng như về nhân lực, Nam triều thua kém Bắc triều, nhưng do biết lợi dụng danh nghĩa *"phù Lê, diệt Mạc"* họ Trịnh đã lấy được sự ủng hộ của một số sĩ phu miền Bắc. Cộng với tình trạng ngày càng suy thoái của xã hội miền Bắc dưới triều nhà Mạc, nên họ Trịnh đã dần dần mạnh lên và cuối cùng thu phục lại được miền Bắc, mở đầu cho một giai đoạn mới.

homes to farm their lands and also to explore and develop new areas. There were not as much natural and human resources in the South as there were in the North. However, because the Trịnh knew how to maximise the positive impacts of the slogan "Support the Lê, Fight the Mạc", they won the support of a number of the Northern scholars. In addition, the Northern society under the Mạc dynasty was increasingly deteriorating, so the Trịnh gradually grew stronger, and in the end, conquered the North marking the beginning of a new era.

Nhà Minh và cuộc nội chiến Lê Trịnh-Mạc

Ngay sau khi Mạc Đăng Dung cướp ngôi nhà Lê, một số cựu thần của nhà Lê đã chạy sang Tàu xin nhà Minh mang quân đánh họ Mạc. Năm 1533, Nguyễn Kim, sau khi lập vua Trang Tông, sai Trịnh Duy Liêu sang nhà Minh tố cáo họ Mạc, nói rằng Mạc Đăng Dung tiếm quyền ngăn trở việc tiến cống. Thấy tình hình Đại Việt như vậy, nhà Minh cũng muốn dùng chiêu bài *"diệt Mạc phù Lê"* để chiếm Đại Việt nhưng vào lúc đó đã suy yếu nhiều, nên đã không thể xua quân gây chiến được. Nhà Minh chỉ lợi

The Ming dynasty and the civil war between the Lê Trịnh–Mạc

Immediately after Mạc Đăng Dung's usurpation of the throne from the Lê, some of the Lê loyalists fled to China and appealed to the Ming to fight the Mạc. In 1533, following the installation of king Trang Tông to the throne, Nguyễn Kim sent Trịnh Duy Liêu to the Ming court to accuse the Mạc of usurping the throne and disrupting the task of paying tribute. Being aware of the chaos in Đại Việt and its internal conflict, the Ming also wanted to use the slogan *"Fight the Mạc, Support the Lê"* as a guise to invade and take control of Đại

dụng tình thế ép Mạc Đăng Dung hàng phục bằng cách đưa quân đến đóng sát biên giới khoa trương thanh thế.

Mạc Đăng Dung do phải đối phó với quân ly khai của các tỉnh phía Bắc, chiến tranh với Lê-Trịnh và lòng dân không yên, nên đã phải quy hàng nhà Minh. Việc Mạc Đăng Dung cùng 40 đình thần lấy lụa buộc ngang cổ, quỳ gối dâng sổ sách điền thổ và quân dân cho quân Minh là một hành động ô nhục chưa từng có trong lịch sử Đại Việt. Sau đó, Mạc Đăng Dung còn sai sứ sang nhà Minh dâng biểu xin hàng và cắt năm động thuộc vùng An Quảng cho sáp nhập vào Khâm Châu. Năm 1541, nhà Minh xuống chiếu tha tội cho Mạc Đăng Dung, nhưng cách chức An Nam Quốc Vương, đổi tên nước ta thành An Nam Đô Thống Ty, cho Mạc Đăng Dung làm Đô Thống Sứ, hàm Nhị Phẩm. Từ đó, trên danh nghĩa, nhà Mạc là một hàng thần của nước Tàu, nhận quan tước của Minh triều.

Việt. But the Ming was too weak at the time to send troops over. It then took advantage of the divisions in Đại Việt to pressure Mạc Đăng Dung to surrender by placing troops along the border for intimidation purpose.

Because Mạc Đăng Dung had to deal with the troops of breakaway provinces in the Northern border, and the war with the Lê-Trịnh court in the South, as well as the unsettling of the people, he had to surrender to the Ming. The scene of Mạc Đăng Dung and his 40 high-ranking mandarins, with their necks tied with silk ribbons, kneeling down to offer land, civilian and military records to the Ming troops was the most shameful act unseen in the history of Đại Việt. Afterwards, Mạc Đăng Dung also sent envoys to the Ming court to offer a surrender and to cede five mountain districts of An Quảng, which were to be annexed to Qinzhou. In 1541, the Ming issued a decree of clemency forMạc Đăng Dung, but stripped off his title of An Nam king, and changed the status of our country from a kingdom to *An Nam Đô Thống Ty* (An Nam Supreme Commission). Mạc Đăng Dung was awarded the position of *Đô thống sứ* (Commissioner), a second-rank mandarin. From then on, on paper, the Mạc was considered a surrendered vassal of the Ming dynasty.

CUỘC CHIẾN TRANH TRỊNH-MẠC

THE TRỊNH–MẠC WARS

Việc phân chia đất đai Đại Việt thành Nam triều và Bắc triều vào giữa thế kỷ 16 mở đầu cho thời kỳ nội chiến và phân cắt kéo dài gần ba thế kỷ bao gồm hai cuộc chiến Trịnh-Mạc và Trịnh-Nguyễn. Cuộc chiến Trịnh-Mạc kéo dài khoảng 150 năm từ 1545 đến 1677 và được chia làm ba giai đoạn.

The partition of Đại Việt territory into Northern and Southern courts in the middle of the 16th century marked the beginning of civil wars and divisions which lasted nearly three centuries including two wars: "Trịnh – Mạc" and then "Trịnh – Nguyễn". The Trịnh-Mạc war lasted for 150 years from 1545 to 1677. The first 50 years of the war were particularly important and spread out in three stages.

Giai đoạn Mạc suy Trịnh hưng (1545-1569)
Giai đoạn này hai bên cầm cự lẫn nhau và nhà Mạc dần dần bị suy yếu. Vào năm 1546 Mạc Phúc Hải chết, con trưởng là Mạc Phúc Nguyên còn bé lên nối ngôi, mọi việc triều chính đều do chú là Mạc Kính Điển quyết đoán. Một nhóm triều thần muốn lập Mạc Trung

The period of "weak Mạc" and "strong Trịnh" (1545-1569)
During this time, the two sides were in defensive positions and the Mạc slowly weakened. In 1546 Mạc Phúc Hải died, his eldest son ascended the throne at a young age, so all important decisions were made by his uncle Mạc Kính Điển. A group of mandarins wanted to install another son of

Chính, con khác của Mạc Đăng Dung lên ngôi nhưng không thành, nên nổi lên chiếm giữ kinh thành. Kính Điển phải đem Mạc Phúc Nguyên chạy ra khỏi thành rồi hội quân ở các Trấn phản công.

Mãi tới năm 1549, Mạc Kính Điển mới dẹp yên. Chính từ những mâu thuẫn nội bộ tranh giành quyền lực đã khiến nhà Mạc suy yếu. Quân Mạc thua trận liên tiếp, quân Trịnh chiếm ưu thế và có lần tấn công áp sát kinh thành. Tuy nhiên, quân Trịnh chưa giành được thắng lợi tuyệt đối nào vì cũng gặp phải vấn đề nội bộ lục đục.

Giai đoạn Mạc hưng Trịnh suy (1570-1583)
Trong giai đoạn này, nội bộ nhà Trịnh lủng củng vì vậy thế lực suy yếu khiến cho nhà Mạc có điều kiện phản công lại. Năm 1569, Trịnh Kiểm bị bệnh nặng, trao binh quyền cho con trưởng là Trịnh Cối. Đầu năm 1570, Trịnh Kiểm chết, Trịnh Tùng em Trịnh Cối

Mạc Đăng Dung, Mạc Trung Chính, to the throne, but failed. They thus revolted and took control of the capital. Mạc Kính Điển had to take Mạc Phúc Nguyên out of the capital, and then gathered troops from the outer provinces to counterattack.

It was not until 1549 that Mạc Kính Điển managed to quell the revolt. It was these internal conflicts and power struggles which led to the weakening of the Mạc dynasty. The Mạc troops lost battle after battle, whereas the Trịnh army was in a dominant position, and on one occasion, launched an attack and advanced their troops right up to the capital. However, the Trịnh troops could not achieve any decisive victory due to their own internal conflicts.

The period of "strong Mạc" and "weak Trịnh" (1570-1583)
During this time, the Trịnh suffered internal conflicts which weakened its strength, allowing the Mạc the opportunity to fight back. In 1569, Trịnh Kiểm was seriously ill, and passed on the power to his eldest son Trịnh Cối. In 1570, Trịnh Kiểm died, Trịnh Tùng, the younger brother of

âm mưu với Lê Cập Đệ rước vua Lê về Vạn Lại, chia quân chống cự với Trịnh Cối. Hai bên cầm quân đánh giết lẫn nhau, tướng sĩ hoang mang chán nản, nhiều người bỏ theo hàng nhà Mạc. Nhân dịp đó, Mạc Kính Điển mang quân tấn công vào Thanh Hóa, Trịnh Cối thấy thế không chống đỡ được, xin hàng nhà Mạc.

Chẳng bao lâu, thấy Trịnh Tùng chuyên quyền quá, Lê Cập Đệ bàn với vua Lê Anh Tông giết Trịnh Tùng. Âm mưu bại lộ, Lê Cập Đệ bị giết, Lê Anh Tông bỏ trốn vào Nghệ An. Trịnh Tùng lập hoàng tử Duy Đàm lên làm vua (Lê Thế Tông) rồi sai người vào Nghệ An bắt Anh Tông giết đi. Những vụ việc này càng làm cho triều thần chán nản, hoang mang nên bỏ theo hàng nhà Mạc. Giai đoạn này, quân Mạc chiến thắng liên tiếp, dồn quân Trịnh vào thế phòng thủ. Trận tấn công năm 1570 là trận đánh lớn nhất của nhà Mạc, đẩy quân Trịnh phải chống đỡ, phòng thủ. Nhưng quân Mạc cũng không giành được chiến thắng cuối cùng.

Trịnh Cối, conspired with Lê Cập Đệ to fetch the Lê king toVạn Lại and deployed troops to fight Trịnh Cối. The troops of the two sides were commanded to kill each other. This caused their morale to collapse, and many defected to the Mạc. Taking the opportunity, Mạc Kính Điển sent troops in to attack Thanh Hóa, Trịnh Cối could not fight back and surrendered to the Mạc.

Soon, as Trịnh Tùng became too arbitrary in the exercise of his authority, Lê Cập Đệ consulted with king Lê Anh Tông to kill Trịnh Tùng. The conspiracy was exposed,Lê Cập Đệ was then killed and Lê Anh Tông escaped to Nghệ An. Trịnh Tùng put prince Duy Đàm on the throne as king Lê Anh Tông, and sent people to Nghệ An to apprehend and kill Lê Anh Tông. These events caused even more despondency and bewilderment among the courtiers, so many defected to the Mạc. During this time, the Mạc troops enjoyed victory after victory, pushing the Trịnh troops into defensive mode. The offensive in 1570was the Mạc greatest offensive, which pushed the Trịnh into defensive position. However, the Mạc troop could not achieve a final victory either.

Giai đoạn Trịnh hưng và nhà Mạc suy vong (1584-1592)

Cho đến năm 1583, tuy rằng nhà Mạc vẫn còn giữ thế tấn công, nhưng đã bị suy yếu nhiều. Chiến tranh liên miên đã làm cho dân chúng phải chịu những sưu dịch nặng nề trong khi mâu thuẫn nội bộ nhà Mạc đã lên đến tột đỉnh.

Lợi dụng sự suy yếu đó, Trịnh Tùng sau một thời gian dài phòng ngự và củng cố lực lượng, bắt đầu mở các cuộc tấn công ra Bắc. Các cuộc tấn công của quân Trịnh trong hai năm 1591–1592 đã đánh bại hoàn toàn quân Mạc.

Tháng 12 năm 1592, Mạc Mậu Hợp bị bắt và bị giết. Sau đó con trai là Mạc Toàn cũng bị quân Trịnh giết, quân Mạc rút về Cao Bằng ẩn náu, triều đại nhà Mạc từ từ chấm dứt.

The period of "strong Trịnh" and collapse of the Mạc (1584-1592)

Although the Mạc was still in attacking mode until 1583, it was already much weakened. The prolonged war led to heavy tax burden on the people, while the internal conflict within the Mạc court reached its critical point. Taking advantage of that weakness, Trịnh Tùng, after a long period of time in defensive mode and building up his force, started to launch many Northbound offensives. The Trịnh's offensives during the two years 1591-1592 completely defeated the Mạc.

In December 1592, Mạc Mậu Hợp was captured and killed. Soon after that, his son Mạc Toàn was also killed by the Trịnh force. The Mạc troops withdrew to Cao Bằng and ran into hiding. The Mạc dynasty gradually ended following these events.

THE TRỊNH – NGUYỄN WARS
Cuộc Chiến Tranh Trịnh – Nguyễn

Sau khi nhà Mạc cướp ngôi nhà Lê, lấy danh nghĩa "Phù Lê diệt Mạc", năm 1533, Nguyễn Kim, một tướng nhà Lê, lập con của vua Lê Chiêu Tông là Lê Trang Tông lên làm vua. Năm 1545 Nguyễn Kim bị một hàng tướng nhà Mạc đầu độc chết, quyền hành về tay con rể là Trịnh Kiểm. Trịnh Kiểm muốn nắm trọn quyền bính, nên đầu độc con trai trưởng của Nguyễn Kim là Nguyễn Uông chết. Em Nguyễn Uông là Nguyễn Hoàng sợ bị anh rể giết luôn mình nên tìm cách lánh xa.

After the Mạc usurped the Lê's throne, Nguyễn Kim, a general of the Lê, installed LêTrang Tông, son of king Lê Chiêu Tông, to the throne in 1533 under the banner of "Serve the Lê to defeat the Mạc". In 1545, Nguyễn Kim was poisoned to death by a surrendered general of the Mạc, thus all the power fell onto his son-in-law Trịnh Kiểm. Trịnh Kiểm wanted to have full authority, so he poisoned Nguyễn Uông, the eldest son of Nguyễn Kim, to death. Fearing for his life, Nguyễn Hoàng, Nguyễn Uông's younger brother, tried to move away from Trịnh Kiểm.

HỌ NGUYỄN LẬP NGHIỆP TẠI PHƯƠNG NAM
THE FOUNDING YEARS OF THE NGUYỄN'S RULE IN THE SOUTH

Vào lúc đó, phần lớn lãnh thổ Đại Việt vẫn thuộc về nhà

At the time, most of Đại Việt territory was under the control of

Mạc, sự việc Trịnh Kiểm chiếm cứ được vùng Thanh Nghệ đã cắt lãnh thổ này làm hai, vùng Thuận Hóa ở phía Nam chỉ còn liên lạc được với phía Bắc bằng đường biển. Năm 1548 Trịnh Kiểm đánh chiếm Thuận Hóa, tới năm 1552 chiếm luôn được đất Quảng Nam, đây là vùng đất cực Nam của nước ta thời bấy giờ.

Với một lãnh thổ rộng lớn mới chiếm được, lực lượng quân sự còn yếu, Trịnh Kiểm biết rằng sẽ gặp nhiều khó khăn để bình định. Cho nên khi vợ là Ngọc Bảo, xin cho em trai Nguyễn Hoàng đi trấn thủ Thuận Hóa thì bằng lòng ngay. Điều này nằm trong kế sách vừa lợi dụng Nguyễn Hoàng giữ vùng đất hoang sơ cho mình để rảnh tay đối phó với quân nhà Mạc, đồng thời đẩy được Nguyễn Hoàng đi xa để tránh sự bất trắc sau khi đã giết Nguyễn Uông.

Vùng Thuận Hóa hồi đó là một nơi còn rất hoang sơ và lạc hậu. Theo Lê Quí Đôn trong Phú Biên Tạp Lục:

the Mạc. The fact that Trịnh Kiểm captured the Thanh Nghệ areas resulted in the territory being cut into two parts, and the Thuận Hóa region in the South could only communicate with the North by means of sea travel. In 1548, Trịnh Kiểm attacked and occupied Thuận Hóa. By 1552, Trịnh Kiểm also conquered Quảng Nam, the Southern-most part of our country at the time.

With a vast newly conquered territory, but a still small military force, Trịnh Kiểm knew that it would be difficult to govern. Therefore, when his wife Ngọc Bảo asked for her younger brother Nguyễn Hoàng to be sent to administer Thuận Hóa, Trịnh Kiểm promptly agreed. This was in line with his strategy: on the one hand, to use Nguyễn Hoàng to hold the newly conquered land in order to free his hands to deal with the Mạc; and on the other hand, to send Nguyễn Hoàng away to avoid any unexpected events after the killing of Nguyễn Uông.

Thuận Hóa back then was still an undeveloped and backward territory. According to Lê Quí Đôn in his book *Phú Biên Tạp Lục* (Miscellaneous Chronicles of the

"*Nước lụt tràn ngập, không có đê ngăn. Nhà ở toàn bằng cỏ tranh, không có ngói lợp. Trên con đường giao thông chính chạy suốt từ Thuận Hóa tới đèo Hải Vân chỉ có 4 quán nhỏ ở huyện Lệ Thủy và huyện Minh Linh. Cả Thuận Hóa chỉ có 3 cái chợ để mua bán"*

Năm 1558, Nguyễn Hoàng mang cả gia đình, họ hàng, những người thân tín cùng quân sĩ vào Nam. Chính những người đó đã giúp Nguyễn Hoàng rất đắc lực trong việc mở mang vùng đất hoang sơ này.

Những năm sau đó, do chiến tranh Trịnh-Mạc và thiên tai khắc nghiệt khiến cho dân chúng kéo nhau vào vùng Quảng Nam-Thuận Hóa sinh sống rất đông. Người dân coi Nguyễn Hoàng như chúa đất. Cũng thời gian đó, những trận lụt khủng khiếp năm 1559, 1572 tại Thanh Nghệ khiến dân tình vừa đói khổ vì chiến tranh, lại gặp phải bệnh dịch lan tràn nên mọi người càng dồn về khu vực Nguyễn Hoàng cai quản đông hơn nữa.

Pacified Frontier):
"Flooding was everywhere without any dike. Houses were made of thatches without tiled roofs. The land was vast. On the main highway from Thuận Hóa to Hải Vân Pass, there were just 4 small shops at Lệ Thủy and Minh Linh districts. For the whole area of Thuận Hóa, there were only 3 markets for tradings."

In 1558, Nguyễn Hoàng brought his whole extended family, together with close associates and his troops, to the South. These were the people who helped Nguyễn Hoàng in the development of this primitive land.

In the following years, due to the Trịnh-Mạc wars and natural disasters that caused many people to move to Quảng Nam-Thuận Hóa to live, people considered Nguyễn Hoàng to be the king of the land. At the same time, the massive floods in 1559 and 1572 in Thanh Nghệ, where people had suffered the hardships of wars, and on top of that, the spread of plagues, resulted in more people moving toward areas under the administration of Nguyễn Hoàng.

Chỉ vài năm sau, bên cạnh những làng xóm cũ, nay các vùng kinh tế trù phú nở rộ khắp nơi. Công của Nguyễn Hoàng được Lê Quí Đôn ghi lại như sau: "*Đoan Quận Công* (tước của Nguyễn Hoàng):

Cai trị hai xứ ấy trên mười năm, chính sách an hòa nhân hậu, phép tắc công bằng, nghiêm giữ quân sĩ có kỷ luật. Cấm chứa chấp kẻ hung bạo, quân và dân hai xứ ấy đều yêu mến khâm phục, ai ai cũng cảm ơn đức. Ở chợ có giá nhất định, trong dân gian không có trộm cướp, đêm không phải đóng cổng, thuyền ngoại quốc đến buôn bán, việc giao dịch phân minh, toàn cõi dân chúng yên vui làm ăn."

Những năm đầu Nguyễn Hoàng vào trấn thủ Thuận Hóa. Chúa Trịnh vẫn cho người vào thu thuế và bổ nhiệm các quan chức thân tín vào kiểm soát công việc của chúa Nguyễn.

Năm 1570, Trịnh Kiểm bệnh

Only a few years later, besides the established villages, new economically prosperous areas sprang up everywhere. Lê Quí Đôn wrote in his book *Phú Biên Tạp Lục* (Miscellaneous Chronicles of the Pacified Frontier) about the legacy of Nguyễn Hoàng: *"The Duke of Đoan (title of Nguyễn Hoàng) Ruled that country more than ten years with humane and fair policies and firm disciplined army. Brutes were forbidden, both people and the army in those two areas loved and admired the Duke. Everyone was deeply grateful for his benevolent deeds. Prices in marketplaces were consistent; society was without thieves and robbers and house gates were left unlocked at night; foreign traders came for business; Transactions were Transparent. The whole country was safe and peaceful to work and to live."*

In the early years when Nguyễn Hoàng first came to his post in Thuận Hóa, the Trịnh lord still sent officials in to collect taxes and also appointed trusted mandarins to control Nguyễn Hoàng's administration.

In 1570, Trịnh Kiểm died of

nặng rồi mất, con cả là Trịnh Cối lên thay, nội tình họ Trịnh ngày một lục đục. Khả năng kiểm soát của họ Trịnh với cánh quân họ Nguyễn vì thế khá lơi lỏng, khiến cho Nguyễn Hoàng có cơ hội gây dựng thành một lực lượng cát cứ phía Nam.

Năm 1592, Trịnh Tùng là em của Trịnh Cối, tiếm quyền anh, chiếm được Thăng Long, nhưng dư đảng họ Mạc cùng các lực lượng đối kháng khác vẫn còn mạnh, gây chiến liên miên, khiến Trịnh Tùng phải yêu cầu Nguyễn Hoàng đem binh lực từ Nam ra tiếp viện. Sau tám năm ở lại miền Bắc, Nguyễn Hoàng tìm cách trốn về Thuận Hoá. Trịnh Tùng rất căm tức nhưng không làm gì được.

illness, Trịnh Cối succeeded him and the Trịnh clan began to suffer from internal conflict. The control of the Trịnh over the Nguyễn therefore became loosened, allowing Nguyễn Hoàng opportunities to build up a formidable force south of the Trịnh's territory.

In 1592 Trịnh Tùng captured Thăng Long, but remnants of the Mạc and other opposing forces were still strong, and still engaged in fighting everywhere. Trịnh Tùng had to ask Nguyễn Hoàng to bring troops from the South for reinforcement. After 8 years in the North, Nguyễn Hoàng managed to flee back to Thuận Hóa. Trịnh Tùng was very angry, but could not take any retaliatory action.

CƯƠNG VỰC TRỊNH-NGUYỄN SAU NĂM 1600

THE TERRITORIES OF THE TRỊNH AND NGUYỄN CLANS AFTER 1600

Sau khi trở vào Nam, năm 1600, Nguyễn Hoàng xưng Chúa. Hai bên Trịnh-Nguyễn

After returning to the South, Nguyễn Hoàng proclaimed his Lordship in 1600. The Trịnh and

vẫn giữ một trạng thái hòa bình nhưng không còn sự tin tưởng nào nữa. Vào năm 1613 Nguyễn Hoàng mất. Trước đó, ông căn dặn con trai thứ sáu của mình là Nguyễn Phúc Nguyên:

"Đất Thuận Quảng này phía bắc có núi Hoành Sơn, sông Linh Giang, phía nam có núi Hải Vân, núi Di Sơn, thật là một nơi trời để cho người anh hùng dụng võ. Vậy ta phải thương yêu dân chúng, luyện tập quân sĩ, để mà gây dựng cơ nghiệp muôn đời."

Nguyễn Phúc Nguyên lên thay cha, tính hiền hòa, mộ đạo Phật, dựng và sửa nhiều chùa chiền, nên được gọi là Chúa Sãi, lập tức bị hai em là Chưởng Cơ Hợp và Trạch (con thứ bảy và thứ tám của Nguyễn Hoàng) giành ngôi. Năm 1620 Hợp và Trạch mưu loạn, ngầm đưa thư ra đất Bắc cho họ Trịnh xin đem quân vào giúp, hẹn việc xong sẽ chia đất đền đáp. Họ Trịnh liền cử Đô Đốc Nguyễn Khải đem 5000 quân vào đóng đồn túc trực tại cửa Nhật Lệ. Dựa vào thanh thế của quân Trịnh, Hợp và Trạch nổi dậy đánh cướp kho

Nguyễn clans still maintained the peace, but there was not any trust left between them. In 1613, Nguyễn Hoàng passed away. Before that, he had told his sixth son Nguyễn Phúc Nguyên that:

"Thuận Quảng, with Hoành Sơn mountain and Linh Giang river in the north, and Hải Vân and Di Sơn mountains in the south, is a heavenly gifted land for bravemen to exercise military skills. So we must take care of the people and train the troops to establish long lasting dynasty."

As Nguyễn Phúc Nguyên ascended to the Lordship, called Lord Sãi, his two younger brothers, Commanders Hợp and Trạch who were the seventh and eighth sons of Nguyễn Hoàng, competed for the throne. In 1620 Hợp and Trạch conspired to revolt. They secretly sent letters to the North asking the Trịnh for military assistance with the promise to cede lands in return once the task was done. The Trịnh then sent Admiral Nguyễn Khải with 5000 troops to camp at the Nhật Lệ rivermouth. Relying on the reputation of the Trịnh's troops, Hợp and Trạch rose up to attack Ái

Ái Tử, đắp lũy chống lại Chúa Sãi. Trận nổi dậy này bị Chúa Sãi dẹp yên. Phúc Hiệp, Phúc Trạch cúi đầu chịu tội. Phúc Nguyên muốn tha, nhưng các tướng đều cho là pháp luật không tha được. Bèn sai giam vào ngục. Hiệp và Trạch xấu hổ sinh bệnh chết. Nguyễn Khải được tin cũng rút quân về Bắc. Chúa Sãi, nhân việc họ Trịnh vô cớ đem quân vào tạo loạn liền tuyệt giao, không nạp thuế cống nữa. Cuộc tranh chấp giữa hai họ Trịnh Nguyễn từ đó chính thức bắt đầu.

Tử logistic base and builttrenches to fight against Lord Sãi. Their revolt was ultimately quashed; Hợp and Trạch had to accept their fates. Phúc Nguyên wanted to pardon but his generals wanted to uphold the laws, so they were put in gaol. Hiệp and Trạch were ashamed and died of illness.Upon hearing the news, Nguyễn Khải also withdrew his troops back to the North. With the excuse that the Trịnh brought troops in to cause rebellion for no good reason, Lord Saidecided to cease contact with and stop paying tribute to the North. The conflict between the two Trịnh Nguyễn families practically began from then on.

CÁC CUỘC GIAO TRANH TRỊNH-NGUYỄN

THE CLASHES OF THE TRỊNH-NGUYỄN WARS

Năm 1623, Trịnh Tùng chết. Trịnh Tráng lên thay với ý chí xâm chiếm Thuận Quảng còn mạnh mẽ hơn cha, mặc dù Tráng là con rể của Nguyễn Hoàng. Trong những năm từ 1620 tới 1627, Trịnh Tráng nhiều lần cho sứ giả vào Nam đòi Nguyễn Hoàng nộp thuế và ra Đông Đô chầu vua Lê,

In 1623, Trịnh Tùng died and Trịnh Tráng succeeded the throne. Although Trịnh Tráng was the son-in-law of Nguyễn Hoàng, his determination to conquer Thuận Quảng was even stronger than that of his father. In the years between 1602 and 1627, Trịnh Tráng sent envoys to the South demanding the Nguyễn Lord to pay taxes and

nhưng Nguyễn Hoàng khéo léo từ chối. Năm 1627 Trịnh Tráng cho người vào dụ Nguyễn Hoàng cho con ra chầu và nộp lễ cống nhưng vẫn bị Nguyễn Hoàng từ chối, Trịnh Tráng liền quyết ý đem quân vào đánh.

Cuộc chiến Trịnh-Nguyễn lần thứ nhất (1627-1628)
Tháng 3 năm 1627, Trịnh Tráng lấy cớ rước vua Lê vào Nghệ An thăm dân để đem đại quân thủy bộ tấn công vùng cửa Nhật Lệ. Tướng Nguyễn Khải và Lê Khuê của chúa Trịnh chỉ huy đại quân, chia làm hai cánh tấn công nhưng thua trận, bởi lúc đó chúa Nguyễn có hai tướng tài mưu lược là Nguyễn Hữu Dật và Nguyễn Vệ cũng như vũ khí tốt mua của Bồ Đào Nha (Portugal).

Cuộc chiến Trịnh-Nguyễn lần thứ hai (1633)
Sau cuộc chiến lần thứ nhất, Nguyễn Phúc Nguyên, tức Chúa Sãi được Đào Duy Từ hiến kế xây lũy Trường Dục,

also to come to Đông Đô to pay homage to the Lê kings, but the Nguyễn Lord tactfully refused. In 1627, Trịnh Tráng sent envoys in to entice Nguyễn Hoàng to send his son to the North to pay homage and to pay tribute, but Nguyễn Hoàng again refused the enticement. Trịnh Tráng was then determined to bring troops in to attack.

The First Trịnh-Nguyễn War (1627-1628)
In March 1627, under the guise of escorting the Lê king in his visit to Nghệ An, Trịnh Tráng brought a large army with land and naval forces to attack theNhật Lệ rivermouth. The Trịnh's generals Nguyễn Khải and Lê Khuê commanded more than 200 thousand troops and launched an attackin twodirections, but suffered defeat because the Nguyễn had two brilliant generals Nguyễn Hữu Dật and Nguyễn Vệ with their better weaponry bought from the Portuguese.

The Second Trịnh-Nguyễn War (1633)
After the First War, Nguyễn Phúc Nguyên (i.e., Lord Sãi) wasadvised by Đào Duy Từ to build the Trường Dục, also known

tức hệ thống Lũy Thầy để ngăn địch. Đồng thời Chúa Nguyễn cũng sai tướng Nguyễn Đình Hùng chiếm Nam Bố Chánh bên bờ sông Gianh và trao lại cho Trương Phúc Phấn trấn giữ.

Năm 1633, con của Chúa Sãi là Nguyễn Anh (còn có tên là Nguyễn Phúc Á), tính cướp ngôi của cha nên thông đồng với chúa Trịnh, xin chúa Trịnh đem quân vào đánh, để Anh làm nội gián. Trịnh Tráng đích thân mang binh vào đóng ở cửa Nhật Lệ. Nhưng bị đại tướng của chúa Nguyễn là Nguyễn Hữu Dật và Nguyễn Mỹ Thắng bất ngờ đánh úp nên quân Trịnh thua chạy.

Trịnh Tráng phải rút quân về, nhưng để lại tướng Nguyễn Khắc Loát là con rể ở lại Bắc Bố Chính ngăn quân chúa Nguyễn.

as the Lũy Thầy fortress system to stopinvading enemy. The Nguyễn Lord also ordered general Nguyễn Đình Hùng to capture South Bố Chánh on the bank of the Gianh river and then ordered Trương Phúc Phấn to station troops there.

In 1633, Nguyễn Anh (also known as Nguyễn Phúc A), a son of the Nguyễn Lord, intended to usurp the throne from his father. He thus colluded with the Trịnh Lordto have troops brought in from the North to attack, and Anh would support the Trịnh from within. Trịnh Tráng personally led the troops and had them stationed at the Nhật Lệ rivermouth. However, the Trịnh troops were defeated and had to flee after the Nguyễn's generals Nguyễn Hữu Dật and Nguyễn Mỹ Thắng launched a surprise attack.

Trịnh Tráng had to withdraw his troops, but left behind his son-in-law, general Nguyễn Khắc Loát, to occupy North Bố Chánh to stop the Nguyễn's troops.

A BRIEF HISTORY OF VIETNAM .VOLUME 1

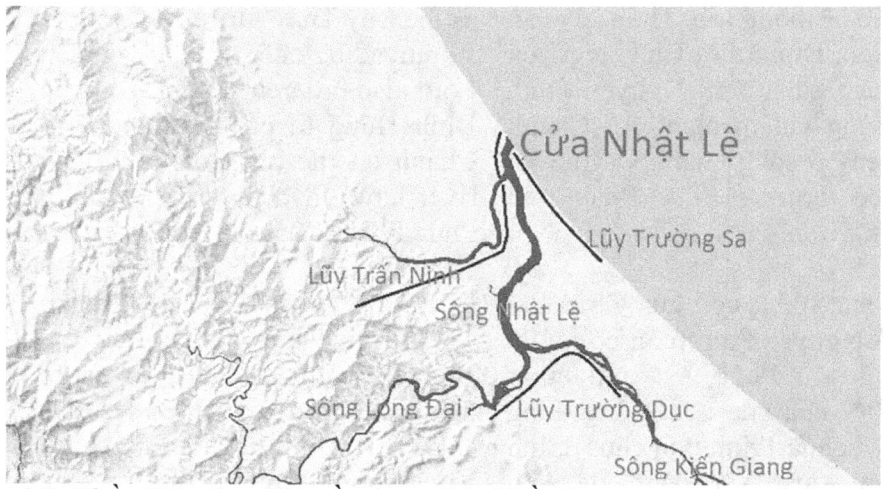

Lũy Thầy (Đào Duy Từ) gồm:
1. Lũy Trường Dục
2. Lũy Trấn Ninh (Đông Hải)
3. Lũy Đồng Hới (Trường Sa)

Sông Gianh là giới tuyến và Lũy Thầy là chiến lũy chống lại quân Trịnh ở phương Bắc.

Cuộc chiến Trịnh-Nguyễn lần thứ ba (1642-1643)

Năm 1635, Chúa Sãi chết, con là Nguyễn Phúc Lan lên nối nghiệp, gọi là Chúa Thượng. Lúc ấy Nguyễn Anh ở Quảng Nam nghe tin cha chết, anh lên thay bèn kết đảng nổi loạn. Chúa Thượng cho quân vào giết hết đồng bọn và cả em mình là Nguyễn Anh. Chúa Trịnh thấy anh em chúa Nguyễn đánh lẫn nhau nên truyền cho tướng Nguyễn

Lũy Thầy fortress system includes:
1. Trường Dục fortress
2. Trấn Ninh fortress (Đông Hải)
3. Đồng Hới (Trường Sa) fortress.

Gianh river is the border and Lũy Thầy Fortress is the line of defense against the Trịnh from the North.

The Third Trịnh-Nguyễn War (1642-1643)

In 1635, Lord Sãi died and was succeeded by his son Nguyễn Phúc Lan, also called Lord Thượng. On hearing the news of his father's death and the succession of his older brother to the throne, Nguyễn Anh, who was in Quảng Nam at the time, conspired with others to revolt. Lord Thượng sent troops in to kill all the rebels including his younger brother Nguyễn Anh. The

Khắc Loát đem quân chiếm được Nam Bố Chánh.

Năm 1642, Trịnh Tráng mắc mưu phản gián của tướng bên chúa Nguyễn là Nguyễn Hữu Bật nên giết tướng Nguyễn Khắc Loát. Quân chúa Nguyễn nhân cơ hội chiếm được luôn cả thành Bắc Bố Chánh nhưng sau lại rút khỏi thành. Trịnh Tráng liền đem quân vượt sông Gianh, đóng ở cửa Nhật Lệ. Nhưng đánh mãi không qua được Lũy Thầy. Quân tướng hao mòn vì bệnh tật do lạ khí hậu ác nghiệt tại địa phương nên phải rút quân về.

Cuộc chiến Trịnh-Nguyễn lần thứ tư (1648)
Con trưởng của chúa Sãi là Nguyễn Phúc Kỳ lấy Tống Thị là con gái của Nguyễn Phúc Thông tay chân của nhà Trịnh. Nguyễn Phúc Kỳ chết, Tống Thị ở lại Đàng Trong, quyến rũ được Nguyễn Phúc Trung, là con thứ tư của Chúa Sãi. Tống

Trịnh Lord, taking advantage of the infighting between the Nguyễn brothers, ordered general Nguyễn Khắc Loát to capture South Bố Chánh.

In 1642, Trịnh Tráng was deceived by a counterespionage ploy by the Nguyễn's general Nguyễn Hữu Bật and killed Nguyễn KhắcLoát. The Nguyễn's troops took the opportunity to capture the citadel of North Bố Chánh, but then withdrew from the citadel. Trịnh Tráng then ordered troops to cross the Gianh river and stationed at the Nhật Lệ rivermouth. But despite numerous efforts, the Trịnh's troops could not penetrate the Lũy Thầy fortress system. Illnesses due to unfamiliar and harsh local climate took a large toll on the troops and their commanding generals, thus the Trịnh's troops had to be withdrawn back to the North.

The Fourth Trịnh-Nguyễn War (1648)
The eldest son of Lord Sãi, Nguyễn Phúc Kỳ, marriedTống Thị, daughter of Nguyễn Phúc Thông whowas a trusted subordinate of the Trịnh. When Nguyễn Phúc Kỳ died, Tống Thị stayed in the South and managed to seduce Nguyễn Phúc Trung, the

Thị liên lạc với cha ở ngoài Bắc, mưu với Chúa Trịnh đem quân vào đánh Chúa Thượng.

Đô Đốc Lê Văn Hiểu được lệnh của Trịnh Tráng, đem đại quân đánh vào cửa Nhật Lệ. Quân của Chúa Nguyễn thua phải rút về phía đông lũy Trường Dục trấn thủ. Nguyễn Phúc Tần, con Chúa Thượng đem quân ra tiếp viện. Nguyễn Phúc Tần chia quân một mặt phục sẵn ở sông Cẩm La, mặt khác sai tướng Nguyễn Hữu Tiến nửa đêm xua 100 con voi vào trại quân Trịnh mở đường cho đạo quân khác của Chúa Nguyễn tấn công. Quân Trịnh đại bại, quân Nguyễn đuổi theo tàn quân Trịnh tới tận sông Lam mới dừng lại. Trong trận này, quân Nguyễn bắt được gần ba vạn quân Trịnh làm tù binh, trong đó các tướng chỉ huy là Gia, Lý, Mỹ đều bị bắt sống.

Cuộc chiến Trịnh-Nguyễn lần thứ năm (1655-1660)
Năm 1648 Chúa Thượng qua đời. Nguyễn Phúc Tần nối

fourth son of Lord Sãi. Tống Thị contacted her father in the North and conspired with the Trịnh Lord to send in troops to attack Lord Thượng.

Admiral Lê Văn Hiếu, on the order from Trịnh Tráng, brought a major force in to attack the Nhật Lệ river mouth. Nguyễn's troops were defeated and had to retreat to the east of Trường Dục fortress to set up a defense. Nguyễn Phúc Tần, son of Lord Thượng, then came with reinforcement. Nguyễn Phúc Tần, on one hand, set up an ambush at Cẩm La river, and on the other hand, ordered general Nguyễn Hữu Tiến todispatched 100 war elephants into the Trịnh's camp at midnight to clear the way for other units to attack. Trịnh's army suffered heavy defeat, and its remnants were pursued by the Nguyễn's troopsall the way to the Lam river before being stopped. In this battle, the Nguyễn captured nearly 30,000 prisoners of war from the North, amongst them commanding generals Gia, Lý and Mỹ were all captured alive.

The Fifth Trịnh-Nguyễn War (1655-1660)
In 1648, Lord Thượng passed away and was succeeded by

ngôi gọi là Chúa Hiền. Tống Thị và Nguyễn Phúc Trung nổi lên tranh quyền nhưng thất bại, cả hai đều bị giết. Năm 1655 quân Trịnh vượt sông Gianh quấy phá. Chúa Hiền quyết định cho quân Bắc tiến. Trận đầu quân Đàng Trong (tên gọi vùng lãnh thổ Đại Việt kiểm soát bởi Chúa Nguyễn từ phía Nam sông Gianh trở vào Nam) vượt sông Gianh, tướng của Chúa Trịnh là Phạm Thế Toàn đầu hàng. Quân Chúa Nguyễn tiến tới Hoành Sơn, đánh tan luôn quân Chúa Trịnh do Lê Hữu Đức chỉ huy. Chúa Trịnh Tráng sai Trịnh Trượng đem quân vào Nghệ An cùng tàn quân Lê Hữu Đức kháng cự. Quân Trịnh, Nguyễn giao tranh khốc liệt bất phân thắng bại. Binh tướng cả hai bên đều tổn thất rất nặng, buộc cả hai cùng chấp nhận đình chiến. Sông Gianh được lấy làm biên giới phân tranh.

Lịch sử ghi nhận xung đột Trịnh-Nguyễn có tất cả bảy trận giao tranh lớn và hai trận nhỏ vào năm 1662 và 1672 khi quân Trịnh lại tấn công miền Nam, nhưng không thành công. Cho tới khi nhà Tây Sơn nổi lên tiêu diệt cả hai phe Trịnh, Nguyễn, cuộc chiến tranh Trịnh-Nguyễn mới kết

Nguyễn Phúc Tần, also called Lord Hiền. Tống Thị and Nguyễn Phúc Trung revolted, but failed and both were killed. In 1655, the Trịnh's troops launched skirmishes across the Gianh river. Lord Hiền decided to advance troops to the North. On the first battle, the Nguyễn's troops crossed the Gianh river and the Trịnh's general Phạm Thế Toàn surrendered. The Nguyễn's troops advanced to Hoành Sơn and defeated the Trịnh's troops under the command of Lê Hữu Đức. The Trịnh Lord ordered Trịnh Trượng to bring troops to Nghệ An, and together with the remnants of Lê Hữu Đức's troops, to fight back. The troops of the two sides fought many fierce battles, but neither could win. Both sides suffered heavy losses which forced them to accept a ceasefire. The Gianh river was chosen as the new border.

It was recorded in history that there were seven major battles and two smaller ones in 1662 and 1672 when Trịnh again attacked the Nguyễn in the South, but they were unsuccessful. It was not until the Tây Sơn rose up and defeated both the Nguyễn and Trịnh clans that the Trịnh-Nguyễn War ended.

thúc.

Chiến tranh Trịnh-Nguyễn được coi là một giai đoạn đen tối trong lịch sử dân tộc. Cuộc chinh chiến đã đẩy người dân vào vòng xoáy bạo lực, làm bia hứng đạn cho cuộc tranh chấp quyền lực giữa hai dòng họ. Tệ hơn nữa là ngay chính trong hai dòng họ Trịnh và Nguyễn cũng cuốn vào vòng xoáy quyền lực đó, bằng những cuộc thanh trừng tiêu diệt nội bộ và gây ra sự suy tàn về kinh tế.

The Trịnh-Nguyễn wars constituted one of the dark pages of our history. The wars had pushed people into a downward spiral of violence, resulting in untold sufferings and damages in addition to a serious deterioration of the economy.

TRỊNH'S GOVERNING POLICIES IN ĐÀNG NGOÀI
Chính Sách của Họ Trịnh tại Đàng Ngoài

Vào năm 1599 giang sơn Đại Việt bị chia làm hai phần. Từ sông Gianh trở ra bắc gọi là Đàng Ngoài, từ sông Gianh vào phía nam gọi là Đàng Trong. Đàng Ngoài, quyền hành hoàn toàn nằm trong tay chúa Trịnh, lúc đó là chúa Trịnh Tùng, vua Lê chỉ đóng vai trò hư vị. Chính sách cai trị của họ Trịnh ở miền Bắc có thể chia ra làm ba thời kỳ như sau:

Thời kỳ đầu, các chúa Trịnh tả xung hữu đột. Lúc này Đàng Ngoài phải đánh nhau với họ Mạc ở phía Bắc và chống chọi với họ Nguyễn ở phương Nam. Vì thế mọi việc sửa đổi chỉ chú trọng tới việc binh bị là chính.

Thời kỳ thứ hai là trong khoảng thời gian bình trị. Lúc này chiến tranh đã tạm yên nên các vấn đề trong nước như phép tắc, luật lệ, thuế khóa, học hành, thi cử đều có cơ hội chỉnh đốn lại.

In 1599, the territory of Đại Việt was divided into two parts. From the Gianh river to the North was called Đàng Ngoài, whereas from the Gianh River to the South was called Đàng Trong. In Đàng Ngoài, the power was completely in the hands of the Trịnh lord (then lord Trịnh Tùng), the Lê king was only a nominal king. The governing policies of the Trịnh clan in Đàng Ngoài may be divided into three stages:

The early stage was a period of turbulent times. Then, Đàng Ngoài had to fight with the Mạc in the North and deal with the Nguyễn in the South. So all policy reforms focused mainly on military affairs.

The second stage was a period of relative peace and stability. In this period, the war was temporarily halted, so the Trịnh lords implemented reforms in a number of administrative areas such as laws, taxation, education and academic examinations.

Thời kỳ thứ ba là trong khoảng thời gian các chúa Trịnh bắt đầu trụy lạc, chỉ biết ăn chơi, vơ vét. Trong thời gian này, các tệ trạng tham ô, cửa quyền tràn lan, các chúa tập trung vào việc khai thác các lợi ích của dòng họ mình. Đất nước trên đà suy thoái, dân tình lầm than. Thêm vào đó chiến tranh lan tràn khắp nơi đưa tới sự sụp đổ của họ Trịnh và nhà Lê cũng kết thúc.

The third stage was a period where the Trịnh lords started to indulge in debauched lifestyle. During this time, embezzlement and harassment for bribes were prevalent. The lords only focused on grabbing as much benefits as they could for their own families. The country was on a decline and the people were in misery. In addition, civil war spread throughout the country, leading to the collapse of the Trịnh clan and the end of the Lê dynasty

THỜI KỲ LOẠN LẠC

THE TURBULENT PERIOD

Thời kỳ loạn lạc vào khoảng những năm cuối thế kỷ 16 tới giữa thế kỷ 17. Đây là thời gian các chúa ở Đàng Ngoài phải đánh Nam dẹp Bắc, nên việc cai trị chủ yếu được thiết lập thiên về quân sự. Lê Quí Đôn đã viết về trình trạng này trong Đại Việt Thông Sử như sau:

"Từ Nhị Hà trở về Bắc, giặc giã nổi lên khắp nơi, khói lửa không ngớt."

The turbulent period occurred from around the late 16th to the middle of the 17th century. During this period, the lords of Đàng Ngoài had to fight the South and pacify the North, so the governing system was set up with a focus on military affairs. Lê Quí Đôn wrote about this state of affairs in *"Đại Việt Thông Sử"* (Complete History of Đại Việt) as follows: *"From the Nhị Hà river towards the north, hostilities erupted and devastation spread throughout with fire and*

sword."

Năm 1599, vua Lê Thế Tông băng hà. Trịnh Tùng lập con thứ của Lê Thế Tông lên làm vua, tức vua Lê Kính Tông. Bất mãn với sự lộng quyền của Trịnh Tùng, Hòa Quận Công Vũ Đức Cung nổi lên chống lại họ Trịnh ở Tuyên Quang. Đồng thời một số tướng lãnh khác của họ Trịnh cũng làm phản ở Sơn Nam. Năm 1599, Trịnh Tùng tự xưng là Thượng Phụ, Bình An Vương, Đô Nguyên Soái, Tổng Quốc Chính và thiết lập phủ Chúa. Kể từ đây, nhà Lê chỉ còn hư danh, mọi việc quân cơ, cai trị đều do phủ Chúa quyết định. Ngay cả chuyện phế lập ngôi vua cũng nằm trong tay các chúa Trịnh.

In 1599, king Lê Thế Tông passed away. Trịnh Tùng installed the second son of Lê Thế Tông to the throne as king Lê Kính Tông. Dissatisfied with the abuse of power of Trịnh Tùng, Vũ Đức Cung, Duke of Hòa, rose up against the Trịnh in Tuyên Quang. At the same time, a number of the Trịnh's generals in Sơn Nam broke away from the central authority. In 1599, Trịnh Tùng proclaimed himself as *Thượng Phụ* (Father of the Nation), *Bình An Vương* (Pacifying Prince), *Đô Nguyên Soái* (Commander-in-Chief of the Armed Forces), *Tổng Quốc Chính* (Governor General), and built the lord's palace. From then on, the Lê king was only a nominal figurehead, and all national military and governance matters were decided by the lord's palace. Even the installation and deposition of a king rested in the hands of the Trịnh lords.

THỜI KỲ BÌNH TRỊ VÀ SUY THOÁI

THE PEACEFUL AND DECLINING PERIODS

Đây là thời gian có nhiều thay đổi ở Đàng Ngoài, cả về hành

During these periods in Đàng

chính và quân sự.

Chính sách quân sự

Không phải chỉ trong lúc giặc giã, binh bị mới được để ý tới mà ngay cả thời bình trị, quân đội cũng được trọng dụng trong các thời chúa Trịnh cai trị. Cho tới năm 1677 chúa Trịnh Tạc mới cho các quan văn được vào bàn việc trong phủ Chúa. Còn trước đó chỉ có các quan võ cao cấp, mới được phép vào phủ chúa, bàn luận các việc quốc gia đại sự mà thôi.

Khi họ Trịnh đánh nhau với nhà Mạc, quân số khoảng hơn 56 ngàn người. Sau khi đuổi được họ Mạc lên Cao Bằng rồi. Chúa Trịnh chia binh làm hai loại:

1/ Túc Vệ Quân được tuyển mộ ở Thanh Hóa và Nghệ An
Các binh sĩ này đóng ở kinh thành để bảo vệ phủ chúa, cung vua. Họ được cấp công điền và được hưởng nhiều bổng lộc, bởi vậy còn có tên là Ưu binh. Đạo quân này cũng còn được gọi là lính Tam phủ,

Ngoài, there were many changes in both administrative and military matters.

Military policy

Under the reigns of the Trịnh lords, the military enjoyed special privileges, not only during turbulent times but also in times of peace. It was not until 1677 that lord Trịnh Tạc started to allow non military mandarins to discuss government matters in the lord's palace. Prior to this, only high-ranking military mandarins had the permission to enter the lord's palace to discuss matters of national importance.

When the Trịnh was at war with the Mạc, the total number of troops was more than 56,000. Following the expulsion of the Mạc to Cao Bằng, the Trịnh lord organized the army into two categories:

1/ *Túc Vệ Quân* (*Royal Guards*) were recruited from Thanh Hóa and Nghệ An. These soldiers were stationed in the capital to protect the safety of the lord and the king. They were allocated public lands and received many other benefits, and as such, they were called *Ưu binh* (*Privileged soldiers*). This

vì chỉ được chọn tại ba phủ thuộc Thanh Hóa. Năm 1724 chúa Trịnh Cương còn gọi:

"Thanh Hóa là đất thang mộc. Nghệ An là dân ứng nghĩa."

(Có nghĩa Thanh Hóa là nơi phát sinh của một triều đại và Nghệ An là nơi cung cấp người cho đại sự). Đây là đám kiêu binh vì được các Chúa tin tưởng và dành quá nhiều ưu đãi. Chúng thường hà hiếp dân chúng, nên ai ai cũng đều khiếp sợ. Ngay cả Tham Tụng Phạm Công Trứ và Bồi Tụng Nguyễn Quốc Trinh là những vị quan quan trọng cũng từng bị đám kiêu binh này qua mặt Chúa đốt nhà hoặc giết chết. Trịnh Tạc phải đem tiền bạc phủ dụ chúng mới thôi. Về sau, cũng chính đám kiêu binh này đã góp phần trực tiếp vào sự sụp đổ của dòng họ Trịnh.

2/ Ngoại binh được tuyển từ bốn trấn ở đất Bắc là Sơn Nam, Kinh Bắc, Hải Dương và Sơn Tây

Cũng có thể gọi các binh lính

group of soldiers was also called *Tam phủ* (*Three districts*) troops since they were recruited from the three districts of Thanh Hóa. In 1724, lord Trịnh Cương said: *"Thanh Hóa is the lord's hometown. Nghệ An always answers the call of duty."*

These privileged soldiers became increasingly arrogant because they had the full trust of the lords and received so much preferential treatment. They often engaged in persecution of people and everyone was so terrified of them. Even *Tham tụng* (Chancellor) Phạm Công Trứ and *Bồi tụng* (Vice-Chancellor) Nguyễn Quốc Trinh, who were among the highest-ranking mandarins, could not escape persecution when they were killed or their house was burnt down. Trịnh Tạc had to placate them by giving them more money. Later on, it was these arrogant soldiers who contributed directly to the collapse of the Trịnh clan.

2/Ngoại Binh (Provincial Soldiers) were recruited from four provinces in the North, namely, Sơn Nam, Kinh Bắc, Hải Dương and Sơn Tây.

These soldiers could be viewed as

này là thành phần dự bị. Họ chỉ được tuyển mộ đủ để giữ các trấn, hầu hạ các quan chức. Còn bao nhiêu cho về làm ruộng, khi nào dùng tới mới gọi nhập ngũ. Như thời chúa Trịnh Doanh có lắm giặc giã, phải đánh dẹp nhiều nơi, mới gọi đến lính tứ trấn.

Chính Sách hành chánh
Có ba con đường tuyển chọn các quan chức thời Lê-Trịnh.

1/ Chế độ thi cử
Thể thức thi cử vẫn còn theo lề lối thời Lê sơ. Cứ ba năm mở một kỳ thi, gồm có thi Hương, thi Hội rồi tới thi Đình. Tuy nhiên, về khả năng của các sĩ tử được tuyển chọn thường rất hạn hẹp và yếu kém. Kiến thức của đám người này chỉ là những con mọt sách. Học theo lối từ chương và tệ hại hơn nữa, tình trạng gian lận trong kỳ thi và mua bán đề thi càng ngày càng phát triển. Phủ chúa thời đó đã phải kêu lên rằng: *"Gần đây kẻ đọc kinh lo sưu tầm tiểu chú mà bỏ phần chính văn, kẻ đọc sử tìm ngoại biên mà bỏ cương mục. Học thuộc sơ sài . . . "*

a kind of reserve army. Only a proportion of them were kept in the army to provide their services to the provinces and to serve the needs of the mandarins. The rest were returned home to work on farms, and called to active duty when needs arose, for example, during the turbulent years underlord Trịnh Doanh.

Administrative policy
The recruitment of mandarins under the Lê-Trịnh period was undertaken in three ways:

1/ Academic examinations:
The exam modalities under the Initial Lê period were adopted. Exams were organized once every three years comprising *Hội* (Junior Doctorate) and then *Đình* (Doctorate) exams. However, those who passed these exams often had very limited knowledge and capabilities, partly because of excessive use of rote learning. Even worse, the problems of cheating during exam and leaking of exam questions became increasingly prevalent. The lord at the time had to exclaim that: *"Recently, students only collected and memorized short summaries, and ignored the original text; only searched for peripheral*

knowledge, and ignored the essence, of history. Only superficial rote learning ..."

2/ Chính sách mua bán quan chức được phổ biến

Thời chúa Trịnh Doanh còn đặt ra lệ nộp tiền để thông qua các kỳ thi. Chỉ cần đóng ba quan là được miễn khảo hạch để vào thi, gọi là thông kinh.

Từ đời Trịnh Giang trở đi, đặt ra lệ cứ tứ phẩm trở xuống ai nộp 600 quan thì được thăng chức một bậc. Còn những người dân thường chỉ cần nộp 2.800 quan là được bổ tri phủ, 1.800 quan được bổ tri huyện. Như thế, hễ ai có tiền là được quyền trị dân, bởi vậy phẩm giá của những người làm quan đời bấy giờ cũng kém dần đi.

2/ Open sale of official positions:

Under lord Trịnh Doanh, examinees could pass exams simply by paying a fee. With three *quan* (Vietnamese currency at the time), an examinee was exempt from preliminary test and could go straight to final exam.

From the period of lord Trịnh Giang onwards, a common practice was that mandarins of the fourth rank or lower could pay 600 *quan* for promotion to the next rank level. Ordinary people were only required to pay 2,800 *quan* for the position of District Chief, and 1,800 *quan* for County Chief. Thus, anyone who had money was entitled to rule, and as such, the quality of mandarins became increasingly degraded.

3/ Chính sách tiến cử hầu như được áp dụng triệt để cho các võ quan

Vì họ Trịnh muốn tổ chức một quân đội tuyệt đối trung thành với dòng họ mình, nên các chức quan võ trọng yếu, đều được đề cử từ các thân tộc

3/ Nominations of trusted people:

This recruitment method was strictly applied in the case of military mandarins. Since the Trịnh aimed to establish an army with absolute loyalty to them, all important military mandarinates were held only by members of the

dòng họ Trịnh, hoặc các thân tộc trung thành với họ Trịnh mà thôi.

Về Hình luật

Hình luật cũng gần giống như đời Lê trước đó. Hình pháp được chia ra làm 5 loại gọi là ngũ hình: xuy, trượng, đồ, lưu và tử. Lúc trước tội gì cũng được cho chuộc bằng tiền, nay chúa Trịnh Tạc định lại: Bất cứ ai phạm tội gì cũng theo tội nặng nhẹ mà luận hình, chứ không cho chuộc nữa. Thời chúa Trịnh Cương bỏ luật chặt tay. Và đổi lại là: Ai phải chặt hai bàn tay đổi thành tù chung thân; ai phải chặt một bàn tay đổi thành 12 năm tù.

Các Thứ thuế

Có nhiều loại thuế được kể tới như sau: thuế Đinh, thuế Điền và Sưu Dịch.

Thuế Đinh: Cứ sáu năm phải làm lại sổ một lần để tùy số dân đinh nhiều ít mà đánh thuế. Mỗi suất đinh đóng một

Trịnh's extended family, or trusted and loyal people.

Criminal law

The criminal law under the Trịnh lords was similar to that during the Initial Lê period. There were 5 categories of criminal penalties: whipping, caning, forced labour, exiled, and execution. Under previous law, all criminal penalties were redeemable by money payment. The new law under Trịnh Tạc was that anyone who committed a crime would be penalized in accordance with the extent of criminality, and could not be redeemed by money. Lord Trịnh Cương removed the hand-chopping penalty and replaced it with imprisonment terms, for example, chopping both hands was changed to life imprisonment, chopping one hand was changed to 12 years in prison.

Taxation

There were different types of tax: head tax, land tax and corvée:

Head tax: The civil registration records were revised once every six years to update the number of people liable to head tax. Every

quan hai tiền. Người già từ 50 tới 60 hoặc tráng niên từ 17 tới 19 chỉ phải đóng phân nửa.

Thuế Điền thổ: Cứ mỗi mẫu công điền là phải nạp 8 tiền, ruộng nào cấy hai mùa phải chia ba, quan lấy một phần thóc. Những đất bãi của quan, cứ mỗi mẫu nạp thuế một quan hai tiền. Các ruộng tư điền, ngày trước không phải đóng thuế, đến nay không có ngoại lệ đó nữa; ruộng hai mùa mỗi mẫu đóng ba tiền, ruộng một mùa mỗi mẫu đóng hai tiền. Ngoài ra còn có các loại thuế đánh vào thổ sản, thuế mỏ, thuế đò, thuế chợ.

liable individual had to pay one *quan* and *two* tiền in head tax. This tax rate was cut in half for older people aged 50 to 60, or young adults aged 17 to 19.

Land tax: The tax rate for each acre of public agricultural land was 8 *tiền*. Crops from paddy fields with two harvest seasons had to be divided into three, one of which was reserved for the managing mandarin. With regard to lands belonging to a mandarin, the tax rate was one *quan* and two *tiền* for each acre. Under previous law, privately-owned agricultural lands were exempt from taxes. This exemption was now removed: the tax rate was three *tiền* for each acre of paddy fields with two harvest seasons, and one *tiền* for one harvest season.

In addition, there were other types of tax on local produce, mining, ferries, markets, etc.

CHÍNH SÁCH NGOẠI GIAO CỦA HỌ TRỊNH

DIPLOMATIC POLICY OF THE TRỊNH CLAN

Ngoài việc liên hệ với các nước lân bang như Tàu và Ai

Apart from relations with neighbouring countries like China

Lao, các dịch vụ buôn bán, giao thiệp với các nước khác không đáng kể.

Quan hệ với nước Tàu
Trong thời kỳ vua Lê chúa Trịnh cai trị ở Đàng Ngoài, nội tình nước Tàu có nhiều biến động. Do đó mãi tới năm 1667, nhà Thanh sau khi chiếm được toàn bộ lãnh thổ, mới sai sứ giả sang nước ta phong cho vua Lê làm An Nam Quốc Vương và định lệ triều cống. Cống phẩm gồm có: 209 lạng vàng, 691 lạng bạc, 20 sừng tê giác, 10 cặp ngà voi.

Tới năm 1716, nhà Thanh miễn cho ta ngà voi và sừng tê giác, vì đường xá quá xa xôi, vận chuyển khó khăn. Đây là thời kỳ Đàng Ngoài có nhiều biến động nội bộ và vì nỗ lực củng cố miền đồng bằng, nên trong thời gian này nước ta mất đi một phần lãnh thổ tại vùng biên giới vào tay nhà Thanh.

Năm 1672, Vũ Công Tuấn nổi lên chống lại họ Trịnh ở Tuyên Quang. Những lúc thua trận, quân của Tuấn chạy sang biên giới Vân Nam. Năm 1688,

and Laos, diplomatic contacts with other countries were insignificant.

Diplomatic relations with China
During the Lê-Trịnh rule in Đàng Ngoài, China experienced many internal turmoils. It was not until 1667 that the Qing, after conquering the whole territory of China, sent envoys to our country to confer the title of "King of Annam" to the Lê king and to make arrangements for tribute payment, which included 209 taels of gold, 691 taels of silver, 20 rhino horns, 10 pairs of elephant tusks.

In 1716, the Qing removed elephant tusks and rhino horns from the tribute requirements because of long distance and difficult transport. This is the period in which Đàng Ngoài was in constant internal turmoils including those due to governing policies, so part of the territory of our country fell into the hands of the Qing during this time.

In 1672, Vũ Công Tuấn rose up against the Trịnh clan in Tuyên Quang. In times of defeat, Tuấn's forces fled to Yunnan, near the border between Vietnam and

Thoại Nhân Bá là thổ ty của nhà Thanh, nhân cơ hội, mang quân đánh dẹp và chiếm luôn một số đất tại ba châu Vị Xuyên, Bảo Lạc và Thủy Vĩ của nước ta. Đồng thời cũng trong thời kỳ này, tàn quân của họ Mạc sau khi thất trận tại Cao Bằng, đã phải rút quân qua biên giới Việt-Tàu, phối hợp với quân của Vũ Công Tuấn cướp phá các vùng thuộc Cao Bằng, Tuyên Quang, Hưng Hóa. Đây lại là một cơ hội tốt cho nhà Thanh trong năm 1688 tới 1690 đem quân đánh chiếm hết một giải đất từ phía tây của Cao Bằng để sáp nhập vào phủ Mông Tự (Mengzi) và phủ Khai Hoa (Kaihua) của Tàu.

Trong tình huống này, họ Trịnh chỉ còn biết sai sứ sang Tàu xin nhà Thanh trả lại những phần đất bị lấn chiếm. Lúc bấy giờ nhà Thanh đang phải đối phó với các cuộc nổi dậy liên tiếp của dân chúng, nên không muốn gây thêm phiền hà tại biên giới. Năm 1726, nhà Thanh đã trả lại một giải đất dài 80 dặm thuộc châu Vị Xuyên và Thủy Vĩ. Tới năm 1728, nhà Thanh lại trả thêm 40 dặm đất nữa thuộc Vị Xuyên, lấy sông Đỗ Chủ làm

China. In 1688, Thoại Nhân Bá, a mandarin of the Qing, took the opportunity and brought his army to capture a number of regions in Vị Xuyên, Bảo Lạc and Thủy Vĩ counties. Also in this period, the remnants of the Mạc's army, after their defeat in Cao Bằng, had to withdraw to the Chinese side of the China – Vietnam border, and combined with the troops of Vũ Công Tuấn to loot properties in Cao Bằng, Tuyên Quang, Hưng Hóa. This was a good opportunity for the Qing, from 1688 to 1690, to bring troops to capture a stretch of land west of Cao Bằng and incorporated it into Mengzi and Kaihua districts in China.

In the circumstances, the most viable option for the Trịnh was to send envoys to petition the Qing to return the encroached land. At the time, the Qing had to deal with waves of successive riots in their own country, so they did not want to create more trouble at the border region. In 1726, the Qing returned an 80-mile long stretch of land belonging to Vị Xuyên and Thủy Vĩ counties. In 1728, the Qing returned a further 40-mile parcel of Vị Xuyên's land, taking the Đỗ Chủ river as the border

biên giới. Nhưng còn những phần đất khác đã vĩnh viễn sáp nhập vào lãnh thổ nước Tàu.

Năm 1768-1769 Hoàng Công Chất và con là Hoàng Công Toàn nổi lên chống lại họ Trịnh tại phủ Yên Tây (nay là Lai Châu) giáp với Vân Nam. Công Chất và Công Toàn thua trận, chạy sang biên giới. Quân Thanh lại có cớ chiếm lấy sáu châu Hoàng Nham, Hợp Phi, Quảng Lăng, Tuy Phụ và Khiêm Châu sát nhập vào tỉnh Vân Nam. Họ Trịnh cử sứ giả sang đòi lại, nhưng không thành công, từ đó cả một vùng rộng lớn phía Tây Bắc nước ta mất vào tay nước Tàu.

Quan hệ với Ai Lao
Năm 1574, Lan Xang (tên nước Lào vào giai đoạn đó) bị Miến Điện lấn chiếm, mãi cho tới cuối thế kỷ thứ 16, Lan Xang mới dành lại được độc lập. Triều đại vua Sorinya Vongsa (1637-1694) nước Lan Xang mở rộng lãnh thổ bao gồm gần hết phần đất Lào

between the two countries. The rest of the captured lands were permanently incorporated into Chinese territory.

In 1768-1769, Hoàng Công Chất and son Hoàng Công Toàn rebelled against the Trịnh clan in Yên Tây district (present-day Lai Châu), bordering Yunnan. Công Chất and Công Toàn were defeated and crossed the border to the Chinese side. The Qing again had the excuse to capture six counties Tung Lăng, Hoàng Nham, Hợp Phì, Lễ Tuyền, Tuy Phụ and Khiêm Châu, and incorporated them into Yunnan province. The Trịnh lord sent envoys to China to seek the return of the captured territories, but their mission was not successful. From then on, a large area of land northwest of our country was lost to China.

Diplomatic relations with Laos
In 1574, Lan Xang (name of Laos at the time) was invaded by Myanmar, and did not regain its independence until the end of the 16th century. Under the reign of king Sorinya Vongsa (1637-1694), Lan Xang expanded its territory almost as far as the present-day Laos. During this

quốc hiện nay. Dưới triều đại này, quan hệ Việt–Lào hết sức tốt đẹp. Vua Sorinya Vongsa đã kết hôn cùng con gái vua Thần Tông. Sau khi vua Sorinya Vongsa băng hà, nước Lan Xang xảy ra nhiều biến động phế lập. Cháu của vua Sorinya Vongsa là Ông Lô phải bôn tẩu qua nước ta. Năm 1700, Ông Lô được chúa Trịnh Căn giúp trở về nước giết vua đang tại vị, giành lại ngôi báu. Năm 1706 chúa Trịnh Căn còn gả con gái cho vua Ông Lô để giữ hoà khí bang giao.

period, the diplomatic relations between Vietnam and Laos was very good. King Sorinya Vongsa was married to the daughter of king Thần Tông. After king Sorinya Vongsa passed away, Lan Xang suffered from many internal turmoils due to divisive royal succession battles. Ong Lo, a grandson of king Sorinya Vongsa, had to flee to our country. In 1700, Ong Lo, with the help of lord Trịnh Căn, returned to his country to kill the existing king, and regained the throne. In 1706, lord Trịnh Căn married off his daughter to king Ong Lo to maintain peaceful relations between the two countries.

HOÀNG CƠ ĐỊNH

NGUYỄN'S GOVERNING POLICIES IN ĐÀNG TRONG
Chính Sách của Họ Nguyễn tại Đàng Trong

Tiến trình thành lập Đàng Trong bắt đầu vào cuối năm 1558, khi Nguyễn Hoàng được Trịnh Kiểm cho vào trấn thủ Thuận Hóa. Năm 1570 chúa Trịnh giao nốt Quảng Nam cho Nguyễn Hoàng trị nhậm. Trong những năm đầu chúa Trịnh nhân danh vua Lê, vẫn cho người vào thu thuế và bổ nhiệm các quan chức thân tín vào kiểm soát công việc của họ Nguyễn. Quyền kiểm soát vùng Thuận Hóa-Quảng Nam của triều đình Lê-Trịnh bắt đầu thuyên giảm từ năm 1600, cho tới năm 1613 Nguyễn Hoàng mất, truyền ngôi cho con là Nguyễn Phúc Nguyên (Chúa Sãi).

Chúa Sãi lên ngôi quyết định sa thải các quan chức do vua Lê bổ nhiệm. Di chuyển Phủ Chúa vào Phước Yên. Sửa lại bộ máy hành chánh, thành lập ba Ty là:

The progress of establishing Đàng Trong began at the end of 1558, when Nguyễn Hoàng was sent by Trịnh Kiểmto govern Thuận Hóa. In 1570, the Trịnh lord further entrusted Nguyễn Hoàng with the governance of Quảng Nam. In the early years, on behalf of the Lê king, the Trịnh lord still sent people in to collect taxes and assigned trusted mandarins to supervise the Nguyễn administration. The control of Thuận Hóa-Quảng Nam by the Lê-Trịnh court became loosened from 1600 until 1613 when Nguyễn Hoàng died, and son Nguyễn Phúc Nguyên (Lord Sãi) succeeded the throne.

After ascending to the throne, Lord Sãi ordered the dismissal of mandarins appointed by the Lê king, moved the lord's palace to Phước Yên, reorganized the administrative apparatus and established three *Ty* (Departments):

1/ Ty Xá coi việc kiện tụng và lưu giữ hồ sơ.

2/ Ty Tướng Thần coi việc thu thuế.

3/ Ty Lệnh Sử lo việc việc tế tự và quân lương.

Năm 1620 Chúa Sãi tuyệt giao với triều đình Lê-Trịnh và kể từ năm 1672, sau khi các cuộc chiến Trịnh Nguyễn chấm dứt, từ Thuận Hóa về phía nam trở thành một giang sơn biệt lập, gọi là Đàng Trong, kinh đô đặt tại Phú Xuân (Huế) để phân biệt với Đàng Ngoài là lãnh thổ Đại Việt phía bắc Thuận Hóa do chúa Trịnh kiểm soát.

1/ *Ty Xá* (Department of Document Archives and Litigation)

2/ *Ty Tướng Thần* (Department of Tax Collection)

3/ *Ty Lệnh Sử* (Department of Rituals and Military Provisions)

In 1620, lord Sãi severed all relations with the Lê-Trịnh court, and from 1672, following the ending of the Trịnh-Nguyễn civil war, the region from Thuận Hóa towards the south became a separate territory, called Đàng Trong with Phú Xuân (Huế) as capital, to be distinguished from Đàng Ngoài, which was Đại Việt territory north of Thuận Hóa and controlled by the Trịnh lord.

TỔ CHỨC CHÍNH TRỊ TẠI ĐÀNG TRONG

GOVERNANCE STRUCTURE OF ĐÀNG TRONG

Tổ chức hành chánh
Cũng giống như Đàng Ngoài, các Chúa Nguyễn tuyển dụng quan lại bằng ba cách:

1/ Tiến cử con cháu dòng họ quí tộc và kẻ thân tín làm quan
Có ba thành phần được ưu

Administrative governance
Similar to the case of Đàng Ngoài, the Nguyễn lords recruited mandarins in three ways:

1/ *Nominations of descendants of noble families and trusted people:* Special considerations were given

dụng gồm: Dòng tộc nhà họ Nguyễn, tiếp đến những người ở Tống Sơn, Thanh Hóa chạy theo Chúa Tiên (Nguyễn Hoàng) vào Nam. Cuối cùng là những người gốc Thanh Hóa.

2/ Thi cử tuyển lựa người tài
Hình thức thi cử ít được áp dụng.
Năm 1640, chúa Thượng (Nguyễn Phúc Lan) mới bắt đầu định phép thi cử. Có hai cấp là Chính Đồ và Hoa Văn. Cứ 9 năm mở một kỳ thi tại kinh đô Phú Xuân. Còn các Dinh thì 5 năm mở khoa thi một lần.

3/ Mua quan bán chức bằng tiền
Ví dụ năm 1725, Chúa Chu (Nguyễn Phúc Minh) chính thức định giá muốn làm Xã trưởng phải nộp 45 quan. Xã có 2 loại chức dịch: Tướng Thần và Xã Trưởng. Việc thăng quan tiến chức được mua bằng tiền như vậy. Tuy nhiên, không phải chức tước nào cũng mua được. Những chức tước quan trọng trong triều đình, các Chúa Nguyễn chỉ tuyển chọn các thân tộc quyền quí mà thôi.

to three categories: I) descendants of the Nguyễn family; II) people from Tống Sơn, Thanh Hóa, who accompanied lord Tiên to the South; and III) people who originated from Thanh Hóa.

2/ Talent search examinations:
Exam mode was not commonly used. It was not until 1640 that lord Thượng (Nguyễn Phúc Lan) issued exam rules. There were two exam levels, *Chính Đồ* and *Hoa Văn*, which were organized once every 9 years in Phú Xuân capital, and once very 5 years in *Dinhs* (encampments).

3/ Open cash sales of official positions
For example, in 1725, Lord Chu (Nguyễn Phúc Minh) determined that it would cost 45 *quan* (Vietnamese currency at the time) to buy the position of *Xã trưởng* (Commune Chief). A commune had two administrative officials: *Tướng Thần* (Tax collector) and *Xã Trưởng* (Commune Chief). Many government positions could be bought by cash in this way. However, the Nguyễn lords only appointed relatives of noble families to important court positions.

Điều đặc biệt là các quan chức này đều không có lương. Tiền lương bổng của họ đều là nguồn thu hoạch từ dân chúng. Nhưng các Chúa Nguyễn cũng đặt ra mức thu hoạch của các quan lại rõ rệt. Tuy nhiên, muốn làm quan, không phải chỉ bỏ tiền ra một lần, mà phải chi cho nhiều thứ như giỗ tết, đình đám, lấy bằng cấp. Do đó các quan nha tìm mọi cách vơ vét tiền tài, của cải trong dân chúng để làm giàu.

Năm 1744, Chúa Vũ (Nguyễn Phúc Khoát) định lại triều nghi. Chúa tự xưng vương hiệu. Sau đó thiết lập các Bộ Lại, Bộ Lễ, Bộ Hình, Bộ Hộ. Thêm vào Binh bộ và Công bộ. Đồng thời thiết lập Hàn lâm viện cho các văn quan. Chúa Vũ cũng chỉ định Tứ trụ triều đình chọn trong các bộ này và đều là người trong hoàng tộc hoặc thân tín.

A special common feature was that these mandarins did not receive wage payments from the court, but from common people living in their administrative regions. The Nguyễn lords set clear limits for these payments. However, in order to become a mandarin, not only did they spend money once, but many times on occasions such as funeral anniversaries, New Year's celebrations, festivals, receipt of academic certificates, etc., so these mandarins used any available means to grab as much as they could from vulnerable people to become rich.

In 1744, lord Vũ (Nguyễn Phúc Khoát) reformed the court protocols, and proclaimed himself prince. He then established other ministries, namely, *Lại* (*Personnel*), *Lễ* (*Protocols*), *Hình* (*Justice*), *Hộ* (*Civil Affairs*), *Binh* (*Military Affairs*) and *Công* (*Public Works*). An academy was also established for civil mandarins. Lord Vũ also ordered that the court's Tứ Trụ (four fillars) from these ministries must be chosen from members of the royal family or trusted people.

Tổ chức quân đội

Trong hoàn cảnh Chúa Nguyễn phải đương đầu với Chúa Trịnh ở Đàng Ngoài và các cuộc bành trướng lãnh thổ về phương Nam, Chúa Tiên (Nguyễn Hoàng) và các chúa kế nghiệp đã phải xây dựng một thể chế lấy quân đội làm chỗ dựa. Binh quyền là ưu tiên hàng đầu, nên các Chúa Nguyễn rất quan tâm tới tạo dựng một quân đội thật hùng mạnh.

Tổ chức quân đội được chia ra làm ba loại:

1/ Quân Túc Vệ
Loại này gồm Tả Tiệp và Hữu Tiệp. Túc Vệ binh chỉ tuyển chọn những người trong hoàng tộc, con cái dòng họ quí tộc, hoặc con cái những người đi theo Chúa Tiên vào Thanh Hóa thuở ban đầu. Cũng vì vậy mà quân số này không nhiều. Do đó, các Chúa Nguyễn còn phải dựa vào binh chính qui ở các Dinh. Túc Vệ binh có bổn phận bảo vệ kinh thành cũng như lo sự an toàn cho các Chúa.

2/ Quân Chính quy
Loại này được tổ chức thành

Military governance

Having to confront the Trịnh lords in Đàng Ngoài and their Southward territorial expansion activities, lord Tiên (Nguyễn Hoàng) and his successors had to build a governing system with a strong emphasis on the military. Because military power was a top priority, the Nguyễn lords paid close attention to building a powerful army.

The military was organized into three categories:

1/ Quân Túc Vệ (*Royal guards*): This category comprised *Tả Tiệp* (Left guard unit) and *Hữu Tiệp* (Right guard unit). Only members of the royal family, descendants of noble families, or children of those who accompanied lord Tiên to Thanh Hóa in the early days were selected for this category. Therefore, the number of *Quân Túc Vệ* was not high, and the Nguyễn lords had to rely on regular troops from the *Dinhs* (*encampments*). *Quân Túc Vệ* had the duty to protect the capital as well as the safety of the lords.

2/ Regular troops
Regular troops were organized

Cơ, Đội và Thuyền, đóng ở các Dinh. Thường thì mỗi thuyền có từ 30 tới 60 người. Nhiều thuyền họp lại thành đội. Nhiều đội họp thành cơ. Đây là quân chủ lực của các Chúa Nguyễn dùng cho các cuộc chinh chiến. Có những cơ chỉ có vài trăm quân mà cũng có những cơ lên tới cả chục ngàn lính.

3/ *Thổ binh*
Là những binh sĩ địa phương, cũng còn gọi là tạm binh. Quân số của thổ binh rất lớn. Có nhiệm vụ canh giữ, tuần tra và lao động ở những vùng đất mới chiếm được. Thổ binh không được trả lương nhưng được miễn sưu thuế và tự túc canh tác.

Quân chính qui và thổ binh được tuyển chọn từ dân giả từ 18 tới 50 tuổi, trừ trường hợp là con trai độc nhất trong gia đình hoặc bệnh tật.

Từ đầu thế kỷ 17, người Đàng Trong đã học được cách đúc súng và trang bị đại bác cho chiến thuyền. Các chiến thuyền này thường có ba khẩu

into *Cơ*, *Đội* and *Thuyền*, and stationed in the *Dinhs* (encampments). Normally, each *Thuyền* had from about 30 to 60 people. A number of *Thuyền* combined to form a *Đội*, and a number of *Đội* formed a *Cơ*. These were the main fighting force of the military. The number of troops in a *Cơ* varied, sometimes only a few hundred, but could reach up to 10,000 at other times.

3/ *Thổ binh* (*Local troops*)
The number of *Thổ binh*, also called *tạm binh* (temporary troops), was very large. Their duties included guarding, patrolling and working in newly acquired territories. They were not paid wages, but were exempt from taxes and had to cultivate the land for their own food.

Regular troops and *Thổ binh* were selected from common people from 18 to 50 years of age, except those who were the only son of their family, or had heath problems.

From the beginning of the 17th century, the people in Đàng Trong knew how to make firearms and could equip warships with cannons. These ships usually had

đại bác, một ở mũi thuyền, và mỗi mạn thuyền một khẩu. Chiến thuyền có khoảng 30 tay chèo và thường lớn hơn chiến thuyền của Đàng Ngoài. Bởi vậy, đã có lần hải quân của Chúa Nguyễn chiến thắng được cả chiến thuyền ngoại quốc.

three cannons, one at the prow, and one on each side of the ship. Each warship was manned by about 30 oars, and these warships were often larger than those of Đàng Ngoài. Therefore, there was one time the Nguyễn lord's navy defeated even foreign warships.

CÁC CHÚA NGUYỄN MỞ NƯỚC VỀ PHƯƠNG NAM

THE NGUYỄN LORDS EXPANSION OF TERRITORY TO THE SOUTH

Chúa Nguyễn chiếm Chiêm Thành

Năm 1611, Chúa Tiên (Nguyễn Hoàng) sai Chủ Sự Văn Phong mang quân chiếm vùng đất của Chiêm Thành giáp giới Quảng Nam, thành lập phủ Phú Yên. Vua Chiêm Thành là Bà Tấm nhiều lần kéo quân đánh Phú Yên, nhưng đều thất bại.

Năm 1653, Chúa Hiền (Nguyễn Phúc Tần) viện cớ quân Chiêm hay quấy nhiễu Phú Yên, nên sai Cai Cơ Hùng Lộc và Xá Cai Minh Vũ đem quân sang đánh Chiêm Thành,

The Nguyễn lords took control of Champa

In 1611, lord Tiên (Nguyễn Hoàng) sent captain Văn Phong and his troops to capture a stretch of land belonging to Champa which bordered Quảng Nam, and established Phú Yên district. Thereafter, the Champa king, Po Nraup, attacked Phú Yên a number of times, but was not successful.

In 1653, lord Hiền (Nguyễn Phúc Tần), under the guise of protecting Phú Yên from Champa's constant harassment, ordered Hùng Lộc, a *Cơ* commander, and Minh Vũ, Chief of *Ty Xá*, along with their

Quân nhà Nguyễn tiến tới đốt kinh đô Chiêm, rồi tràn luôn lên tới sông Phan Rang. Vua Chiêm phải bỏ chạy và xin hàng. Chúa Hiền thành lập thêm hai phủ Thái Khanh và Diên Ninh trong vùng đất Chiêm từ Phú Yên tới Phan Rang. Từ đó Chiêm Thành chỉ còn lại vùng đất phía nam sông Phan Rang và hàng năm phải triều cống.

Năm 1693, Chúa Minh (Nguyễn Phúc Chu) thấy vua Chiêm là Bà Tranh không chịu triều cống, nên sai tổng binh Nguyễn Hữu Kính đem quân đánh Chiêm, bắt được Bà Tranh và toàn thể quan quân nước Chiêm, giải về Phú Xuân. Từ đó nước Chiêm hoàn toàn bị xóa sổ. Vùng đất sau cùng của Chiêm Thành được Chúa Minh biến thành trấn Thuận Thành của Đàng Trong. Trong thời gian này, dân Chiêm cũng có vài cuộc kháng chiến, nhưng không thành công. Tuy nhiên, để xoa dịu dân tình tại Chiêm Thành, Chúa Minh đã phong cho một quí tộc Chiêm là Kế Bà Tử làm

troops, to launch an offensive on Champa. The Nguyễn troops marched right into Champa, burned down its capital city, and advanced up to Phan Rang river. The Champa king had to flee and sought to surrender. Lord Hiền established two more districts, Thái Khanh and Diên Ninh, in the newly acquired Champa land from Phú Yên to Phan Rang. Thereafter, the remainder of Champa was limited only to the region south of Phan Rang river, and had to pay annual tributes.

In 1693, the Champa king, Po Sout, refused to pay tributes, lord Minh (Nguyễn Phúc Chu) sent commanding general Nguyễn Hữu Kính, along with his troops, to attack Champa. Po Sout and the entire Champa's court and army were taken captives and brought to Phú Xuân. Since then, Champa was completely wiped out from the world map. Lord Minh changed the last territory of Champa to Thuận Thành province of Đàng Trong. During this time, the people of Champa staged several revolts, but were not successful. However, to appease the people of Champa, lord Minh appointed Po Saktiray Daputih, a member of Champa royal family,

Phiên Vương trấn Thuận Thành. Nhưng tới năm 1697 chúa Minh lại đổi trấn Thuận Thành, thành phủ Bình Thuận, đặt quan chức người Việt cai trị.

Chúa Nguyễn Chiếm Chân Lạp

Năm 1620, Chúa Sãi (Nguyễn Phúc Nguyên) gả con gái mình là công chúa Ngọc Vạn cho vua Chân Lạp là Chey Chettha Đệ Nhị. Năm 1623 khi chiến tranh xảy ra giữa Chân Lạp (Chenla) và Xiêm La (Siam), Chúa Nguyễn đã giúp Chân Lạp đánh đuổi quân Xiêm. Nên từ đó, dân Việt được tự do khai khẩn đất hoang, buôn bán miễn thuế tại Chân Lạp. Nhiều nhất tại các vùng Mỗi Xoàn (Bà Rịa bây giờ) và Đồng Nai (tức Biên Hòa) dưới sự giúp đỡ của hoàng hậu Ngọc Vạn.

Năm 1625, vua Chân Lạp Chey Chettha đệ nhị băng hà. Nước Chân Lạp xảy ra nhiều biến động, tranh chấp phế lập. Năm 1674, Nặc Ông Nộn giết vua lên ngôi tại Oudong, tiếp đó Nặc Đài, thuộc dòng vua, cầu viện nước Xiêm La đem quân đánh Chân Lạp giúp Nặc Đài lấy lại ngôi báu. Nặc Ông Nộn chạy sang cầu cứu Chúa

local lord of Thuận Thành. However, in 1697, lord Minh renamed Thuận Thành province as Bình Thuận district, and appointed Vietnamese mandarins to govern the region.

The Nguyễn lords took control of Chenla

In 1620, lord Sãi (Nguyễn Phúc Nguyên) married off his daughter, princess Ngọc Vạn, to Chenla king Chey Chettha II. In 1623, during the war between Chenla and Siam, the Nguyễn lord provided help to Chenla to expel the Siamese. From then on, Vietnamese people were free to clear wildlands, and enjoyed business tax exemptions in Chenla, mostly in the regions of Mỗi Xoàn (now Bà Rịa) and Đồng Nai (i.e., Biên Hòa) with the help of Chenla queen Ngọc Vạn.

In 1625, Chenla king Chey Chettha II passed away, leading to turmoils and violent regime changes. In 1674, Ang Nan killed the king and seized the throne in Oudong. Then, Ang Ji, a member of the royal family, sought military help from Siam to regain the throne. Ang Nan rushed to the Nguyễn lord for rescue. Lord Nguyễn Phúc Tần sent Dương

Nguyễn. Chúa Nguyễn Phúc Tần sai Dương Lâm đem quân giúp Nặc Ông Nộn. Tháng 4 năm 1674, quân Chúa Nguyễn chiếm Sài Gòn và Gò Bích, vây hãm Phnom Penh. Nặc Đài tử trận. Em là Nặc Thu xin hàng. Chúa Nguyễn chia Chân Lạp làm hai tiểu quốc, phong cho Nặc Thu làm chính quốc vương đóng đô tại Oudong, còn Nặc Ông Nộn được phong làm phó quốc vương đóng tại Sài Gòn.

Năm 1688, Hoàng Tiến ở Lạch Than (huyện Kiến Hòa, trấn Định Tường) tự xưng là Phấn Dũng Hổ Uy Tướng Công, đắp chiến lũy, đúc súng, đóng chiến thuyền khiêu chiến với nước Chân Lạp nhằm chống lại Chúa Nguyễn. Cùng lúc Nặc Thu cũng bỏ triều cống và cầu cứu Xiêm La giúp xây chiến lũy tại Nam Vang, Gò Bích và Cầu Nam nhằm xoá bỏ ảnh hưởng của Chúa Nguyễn với mình.

Tháng 11 năm 1688 Chúa Hiền (Nguyễn Phúc Tần) sai Mai Vạn Long kéo quân tới giúp Nặc Ông Nộn đánh Nặc

Lâm along with his troops to help Ang Nan. In April 1674, the Nguyễn army took control of Sài Gòn and Gò Bích, and encircled Phnom Penh. Ang Ji was killed on the battlefield, his brother, Ang Sur, surrendered. The Nguyễn lord divided Chenla into two smaller states, installed Ang Sur as king based in Oudong, and Ang Nan as vice-king based in Sài Gòn.

In 1688, Hoàng Tiến in Lạch Than (Kiến Hòa district, Định Tường province), a self-proclaimed *Phấn Dũng Hổ Uy Tướng Quân* (Phấn Dũng Hổ Uy General), made fortifications, manufactured firearms, built warships, and provoked a war with Chenla in order to oppose against the Nguyễn lord. At the same time, Ang Sur stopped paying tributes and sought help from Siam to build fortifications in Phnom Penh, Gò Bích and Cầu Nam in order to remove the influence of the Nguyễn lord.

In November 1688, lord Hiền (Nguyễn Phúc Tần) ordered Mai Vạn Long along with troops to help Ang Nan fight against Ang

Thu. Mai Vạn Long dẹp được Hoàng Tiến nhưng bị phía Nạc Thu mua chuộc, kéo dài cuộc chiến tới năm 1690. Chúa Hiền cách chức Mai Vạn Long, cử Nguyễn Hữu Hào thay thế. Nguyễn Hữu Hào cũng bị mua chuộc và bị cách chức như Mai Vạn Long. Tuy nhiên, quân Nguyễn vẫn đóng tại Sài Gòn để đối phó với quân của chánh vương Nạc Thu đang cai trị tại Oudong.

Năm 1691, phó vương Nặc Ông Nộn qua đời. Chúa Minh (Nguyễn Phúc Chu) sai Nguyễn Hữu Kính tới Chân Lạp, tiếp thu nguyên mặt đông Chân Lạp, đặt thành hai Dinh là Trấn Biên (Biên Hòa) và Phiên Trấn (Gia Định).

Chúa Nguyễn thâu nạp Hà Tiên

Năm 1680, Mạc Cửu một cựu thần của nhà Minh (bên Tàu), chống lại nhà Thanh thất bại. Mạc Cửu kéo quân và dòng họ tới Nam Vang, một vùng đất của Chân Lạp để khai phá. Sau được vua Chân Lạp phong cho chức Ốc Nha, cho cai quản Sài Mạt (Hà Tiên). Với tài thao lược sẵn có, Mạc Cửu chẳng

Sur. Mai Vạn Long eradicated Hoàng Tiến, but was bribed by Ang Sur, thus prolonged the war until 1690. Lord Hiền dismissed Mai Vạn Long from his position, and appointed Nguyễn Hữu Hào as his replacement. Nguyễn Hữu Hào was also bribed and later dismissed as in the case of Mai Vạn Long. However, the Nguyễn army still remained in Sài Gòn to deal with the ongoing threat of military attack of Ang Sur's forces from Oudong.

In 1691, vice-king Ang Nan died. Lord Minh (Nguyễn Phúc Chu) sent Nguyễn Hữu Kính to Chenla to take control of the entire eastern region of this country, which was then Transformed into two *Dinhs* (encampments), namely, Trấn Biên (Biên Hòa) and Phiên Trấn (Gia Định).

The Nguyễn lords took control of Hà Tiên

In 1680, Mạc Cửu (Mo Jiu), a high-ranking mandarin of the Ming who had failed in his attempts against the Qing, moved his troops and relatives to Phnom Penh for resettlement. Later on, the Chenla king conferred on him the title of *Oknha* (district chief) with the responsibility of governing Sài Mạt (Hà Tiên).

bao lâu đã làm chủ một vùng đất rộng lớn gồm có Phú Quốc, Lũng Kỳ, Cần Bột (Kampot), Vũng Thơm, Komponsom, Rạch Giá, Cà Mau. Năm 1708, Mạc Cửu thấy Chân Lạp trên đà suy sụp nên xin phụ thuộc vào Chúa Nguyễn. Năm 1714, Chúa Nguyễn phong cho Mạc Cửu làm Tổng binh, biến Hà Tiên thành một Trấn của Đàng Trong.

Từ năm 1695 tới năm 1757, nội tình Chân Lạp ngày một rệu rã do tranh chấp quyền lực nội bộ. Cả hai phe đều chạy sang ngoại bang cầu cứu. Những trận đánh liên tiếp xảy ra giữa quân của Chúa Nguyễn và quân Xiêm La trong thời gian này để bảo vệ cho phe của mình.

Năm 1757, vua Chân Lạp Ang Chan II (Nặc Ông Chân) hiến tặng ba vùng đất gồm Chân Sum, Mật Luật, Lợi Kha Bát cho Chúa Nguyễn. Cuộc nội chiến của đất nước Chân Lạp khiến nước này dần tan rã, đất đai của Chúa Nguyễn vùng Hà Tiên ngày một mở mang.

Kể từ đây, Chúa Nguyễn ở

With his strategic visions, he soon became the owner of a vast area of land covering Phú Quốc, Lũng Kỳ, Cần Bột (Kampot), Vũng Thơm, Komponsom, Rạch Giá, Cà Mau. In 1708, Mạc Cửu switched allegiance to the Nguyễn lord because Chenla was on the verge of collapse. In 1714, the Nguyễn lord appointed him *Tổng binh* (Commander-in-Chief), and changed the status of Hà Tiên to a *Trấn* (Province) of Đàng Trong.

From 1695 to 1757, Chenla became increasingly destabilized and weakened due to internal power conflict. Both sides of the conflict appealed to foreign countries for help. The constant battles between the Nguyễn lord and the Siamese armies during this time were to protect their own allies.

In 1757, the Chenla king Ang Chan II donated three areas of land including Chân Sum, Mật Luật and Lợi Kha Bát to the Nguyễn lord. The civil war in Chenla gradually led this country to disintegration, while the territory of the Nguyễn lord in Hà Tiên was increasingly expanding and prosperous.

From then on, the Nguyễn lords in

Đàng Trong đã cai trị một giải đất rộng lớn từ Nam Hoành Sơn đến mũi Cà Mau, kết thúc việc mở nước về phương Nam. Kết quả này là nhờ chính sách di dân, khẩn hoang bền bỉ và sáng suốt của các Chúa Nguyễn.

Tân Minh Hầu Nguyễn Cư Trinh đã ghi lại rằng:
"*Ngày trước lập ra phủ Gia Định cũng trước hết mở xứ Mỗi Xoài, sau mở xứ Đồng Nai, khiến cho quân và dân nhóm họp đông đúc rồi mới mở xứ Sài Gòn. Đó là cách lấy ít đánh nhiều, cứ dần dần như tầm ăn lá...*"

Vào giữa thế kỷ 18, vùng đất của các Chúa Nguyễn được chia thành 12 dinh gồm: Bố Chính, Quảng Bình, Lưu Đồn, Cựu Dinh, Chính Dinh (Phú Xuân), Quảng Nam, Phú Yên, Bình Khang, Bình Thuận, Trấn Biên, Phiên Trấn, Long Hồ và 1 trấn là Hà Tiên.

Đàng Trong ruled over an expansive territory from the south of the Hoành Sơn mountain range to Cape Cà Mau, ending the southward territorial expansion. This outcome was due partly to the wise and persistent immigration and land-clearing policies of the Nguyễn lords.

The Marquis of Tân Minh Nguyễn Cư Trinh recorded that: "*The establishment of Gia Định district first started with Mỗi Xoài, then Đồng Nai regions; it was only until the military and civil population was sufficiently large that Sài Gòn was developed. This is how to beat a larger force with a smaller one, bit by bit like silkworms eating a mulberry leaf ...*"

In the middle of the 18th century, the territory of the Nguyễn lords was divided into 12 *dinhs* (encampments) including: Bố Chính, Quảng Bình, Lưu Đồn, Cựu Dinh, Chính Dinh (Phú Xuân), Quảng Nam, Phú Yên, Bình Khang, Bình Thuận, Trấn Biên, Phiên Trấn, Long Hồ; and one *trấn* (province) which was Hà Tiên.

HOÀNG CƠ ĐỊNH

THE ARRIVAL OF WESTERNERS IN VIETNAM AND THE DECLINE OF THE TRỊNH-NGUYỄN DYNASTIES
Người Tây Phương đến Việt Nam và Sự Suy Vong của các Triều Đại Trịnh – Nguyễn

Xã hội Việt Nam giao thoa và tiếp nhận văn hóa phương Tây bắt đầu từ khoảng đầu thế kỷ 16 khi những lái buôn Bồ Đào Nha đến Hội An (thuộc Đàng Trong) buôn bán.	The Vietnamese society began to interact with and embrace the Western culture around the early 16th century when Portuguese merchants arrived in Hội An (Đàng Trong – central and southern Vietnam) to trade.

NGƯỜI TÂY PHƯƠNG ĐẾN VIỆT NAM / THE ARRIVAL OF WESTERNERS IN VIETNAM

Năm 1585, một đoàn thuyền gồm năm chiếc của người phương Tây nhưng không xác định được là Bồ Đào Nha (Portuguese) hay Tây Ban Nha (Spanish) đến cướp phá ở Cửa Việt. Chúa Nguyễn Phúc Nguyên, con thứ sáu của Nguyễn Hoàng đem mười chiến thuyền ra chặn đánh	In 1585, a fleet of five vessels of Westerners, from either Portugal or Spain, arrived at Cửa Việt to loot. Lord Nguyễn Phúc Nguyên, the sixth son of Nguyễn Hoàng, brought ten warships to confront and force this pirate group to withdraw to the sea.

buộc nhóm hải tặc này phải rút ra biển.

Sang đầu thế kỷ 17, người Hòa Lan lấn át người Bồ Đào Nha và nhận được sự tiếp đón của Chúa Sãi (Nguyễn Phúc Nguyên). Năm 1636 người Hòa Lan lập thương điếm tại Quảng Nam. Năm 1637, tàu Hòa Lan cập bến và làm ăn với Chúa Trịnh ở Đàng Ngoài, được hoan nghênh và tiếp đón tử tế ở Kẻ Chợ (Thăng Long). Cũng trong năm đó, Chúa Trịnh cho người Hòa Lan đặt thương điếm ở Phố Hiến. Sau đó vài năm thì cho họ đặt một thương điếm ở kinh đô Thăng Long.

Sự giao thương của người Hoà Lan với cả hai đàng nước Đại Việt cũng góp phần vào cuộc xung đột Trịnh-Nguyễn. Năm 1642, người Hòa Lan liên minh với chúa Trịnh, đem một hạm đội gồm năm tàu chiến vào Đà Nẵng cướp bóc, thị uy. Tuy nhiên hạm đội này đã bị đánh bại. Người Hòa Lan cho quân đổ bộ lên vùng ven biển, bắt một số thường dân xử chém để trả thù. Chúa Nguyễn lúc bấy giờ là Nguyễn Phúc Lan đã ra lệnh đóng cửa

In the early 17th century, the Dutch overwhelmed the Portuguese and were embraced by lord Sãi (Nguyễn Phúc Nguyên). In 1636, the Dutch established trade stores in Quảng Nam. In 1637, Dutch ships arrived and started doing business with the Trịnh lord in Đàng Ngoài (north Vietnam), and were welcomed and received kind reception at Kẻ Chợ (Thăng Long). In the same year, the Trịnh lord allowed the Dutch to set up trade stores in Phố Hiến. A few years later, another trade store was established in Thăng Long capital.

The trade relations between the Dutch and both Đàng Trong and Đàng Ngoài of Đại Việt was also a factor contributing to the Trịnh-Nguyễn conflict. In 1642, the Dutch allied with the Trịnh lord and sent a fleet of five warships to Đà Nẵng for purposes of looting and intimidation. However, the warship fleet was defeated, and to retaliate, the Dutch landed troops in a coastal region and kidnapped a number of civilians who were then executed by beheading. Lord Nguyễn Phúc Lan, the Nguyễn

thương điếm của người Hòa Lan, đốt hàng hóa đổ xuống biển và xử chém một số người Hòa Lan có mặt tại đó. Điều này đã khiến người Hòa Lan liên minh chặt chẽ với chúa Trịnh để chống chúa Nguyễn nhưng vẫn thất bại.

Tháng bảy năm 1643, Đô Đốc Pieter Baeck chỉ huy một hạm đội gồm ba tàu chiến sang họp với quân nhà Trịnh ở bắc Bố Chính. Khi hạm đội này đang đi dọc theo hải phận Quảng Nam thì đụng độ với thủy quân của nhà Nguyễn gồm 60 chiến thuyền do Nguyễn Phúc Tần chỉ huy. Soái hạm chỉ huy chở Pieter Baeck bị đánh chìm, hai chiếc còn lại bỏ chạy ra Bắc. Uy tín của người Hòa Lan sụt giảm trong mắt chúa Trịnh và dần không còn được ưu ái. Đến đầu thế kỷ 18 thuyền buôn Hòa Lan không còn lui tới Việt Nam nữa.

lord at the time, ordered the closure of Dutch trade stores, as well as the burning and throwing of their merchandises into the sea. A number of Dutch people who were there at the time were also executed by beheading. These events led to a more cohesive alliance between the Dutch and the Trịnh lord in opposition to the Nguyễn lord, but this alliance was still defeated.

In July 1643, admiral Pieter Baeck and a fleet of three warships under his command were en route to attend a meeting with the Trịnh army in north of Bố Chính. As the fleet was moving along the coast of Quảng Nam, they had a clash with a unit of the Nguyễn navy consisting of 60 warships led by Nguyễn Phúc Tần. The commanding flagship with Pieter Baeck on board was sunk, the other two fled to the north. The standing of the Dutch was diminished in the eyes of the Trịnh lord and they were gradually no longer favored. By the early 18th century, the Dutch stopped sending their merchant ships to Vietnam.

SỰ XUẤT HIỆN CỦA THIÊN CHÚA GIÁO Ở VIỆT NAM	THE EMERGENCE OF CHRISTIANITY IN VIETNAM
Năm 1533 đời vua Trang Tông nhà Lê đã có người Tây đến đất Đại Việt truyền đạo ở huyện Nam Chân (Nam Trực) và huyện Giao Thủy (Nam Định). Tuy nhiên, phải đến đầu thế kỷ 17 thì việc truyền giáo này mới thực sự đạt được kết quả.	In 1533, under the reign of king Trang Tông of the Lê dynasty, Westerners already arrived in Đại Việt to carry out their missionary work in Nam Chân (Nam Trực) and Giao Thủy (Nam Định) districts. However, it was not until the early 17th century that the missionary work actually became fruitful.
Năm 1605, phái đoàn đầu tiên của dòng Tên gồm giáo sỹ Francesco Buzomi người Ý, Diego Carvalho người Bồ Đào Nha đã đến xây dựng nhà thờ ở Đà Nẵng. Sau đó họ tiếp tục xây dựng thêm một nhà thờ ở Hội An.	In 1605, the first Jesuit mission, comprising missionaries Francesco Buzomi (Italian) and Diego Carvalho (Portuguese), arrived and built churches in Đà Nẵng. They then went on to build another church in Hội An.
Trong vòng mười năm từ 1605 đến 1615 đã có 21 nhà thờ truyền giáo của dòng Tên được xây dựng, sự kiện này cũng cũng đã góp phần trong việc tạo ra chữ quốc ngữ về sau.	Within 10 years from 1605 to 1615, a total of 21 Jesuit missionary churches were established. The emergence and growth of Christianity was a critical factor contributing to the creation of the Romanized Vietnamese script later on.
Năm 1621, linh mục Francisco de Pina người Bồ Đào Nha và linh mục Cristoforo Borri	In 1621, Portuguese Fr. Francisco de Pina and Italian Fr. Cristoforo Borri composed a Christian

người Ý đã viết một cuốn giảng kinh bằng tiếng Việt. Năm 1631, linh mục Cristoforo Borri cho xuất bản tập bút ký về Đại Việt, trình bày cặn kẽ vị trí, khí hậu, chính quyền, tài nguyên và phong tục tập quán của dân Đàng Trong. Đây cũng là cuốn sách đầu tiên về Việt Nam do người phương Tây viết. Cho tới năm 1631, giáo hội xứ Đàng Trong đã có được khoảng mười lăm ngàn tín đồ, xây dựng nhiều nhà thờ ở Đà Nẵng, Hội An và Quảng Nam.

Năm 1626, dòng Tên mở rộng hoạt động ra ngoài Bắc. Linh mục Guiliani Baldinotti được cử ra Đàng Ngoài và được Trịnh Tráng đón tiếp nồng hậu. Thành quả của chuyến đi đó là một tờ trình được gửi về Vatican đánh dấu cho việc thành lập phái đoàn truyền giáo cho Đàng Ngoài, do linh mục Alexandre de Rhodes dẫn đầu. Alexandre de Rhodes bắt đầu truyền giáo ở Đàng Trong từ năm 1624 đến năm 1627 thì ông đã rất rành rẽ tiếng Việt. Ông ở lại truyền giáo ở Đàng Ngoài trong vòng ba năm và khá thành công.

Các chúa Trịnh và Nguyễn

catechism in local Vietnamese dialect. In 1631, Fr. Cristoforo Borri published a travelogue about Đại Việt, describing in detail the geography, climate, government, resources and customs of Đàng Trong. This is the first book about Vietnam ever written by a Westerner. By 1631, the Christian parish in Đàng Trong had about 15,000 members, and established quite a few churches in Đà Nẵng, Hội An and Quảng Nam.

In 1626, the Jesuits expanded their missionary work to the north. Fr. Guiliani Baldinotti was sent to visit Đàng Ngoài and was warmly received by lord Trịnh Tráng.The result of the visit was a report sent to the Vatican, which culminated in the establishment of a mission to Đàng Ngoài, led by Fr. Alexandre de Rhodes. Fr. Alexandre de Rhodes began his missionary work in Đàng Trong from 1624 to 1627, and was very fluent in Vietnamese. He stayed in Đàng Ngoài for three years and his missionwas quite successful.

The warm receptions extended to

đón tiếp nồng hậu các nhà truyền giáo cũng là có mục đích nhờ vả họ trong cuộc nội chiến giữa hai phe. Chính vì vậy, khi nhận thấy việc mở cửa này không giúp ích gì được cho mưu đồ của mình, thì cả chúa Nguyễn và chúa Trịnh đều bắt đầu chính sách cấm đạo. Năm 1630, chúa Trịnh trục xuất Alexandre de Rhodes, khiến ông phải quay vào hoạt động truyền giáo ở Đàng Trong. Năm 1639, ở Đàng Trong, chúa Thượng ra lệnh cấm đạo, xử tử một số người theo đạo và trục xuất các giáo sỹ ngoại quốc. Năm 1645, Alexandre de Rhodes bị trục xuất về Pháp. Tuy nhiên, việc cấm đạo không được thực hiện nghiêm ngặt mà còn tùy thuộc vào sự hợp tác của các giáo sỹ, cũng như nhu cầu vũ khí và quân sự của các chúa.

Đến giữa thế kỷ 17, những thay đổi trong việc truyền đạo bắt đầu xảy ra. Thế lực Tây Ban Nha suy yếu, người Hòa Lan theo đạo Tin Lành chiếm ưu thế ở Nam Dương Quần Đảo (Indonesia) và làm bá chủ con đường hàng hải Tàu-Nhật, người Bồ Đào Nha cũng mất

the missionaries by the Trịnh and Nguyễn lords were mainly for the purpose of seeking support for their own side in the internal power struggle between the two. Therefore, when realizing that the "door-opening" scheme did not work out, both the Trịnh and Nguyễn lords started the policy of prohibiting Christianity. In 1630, the Trịnh lord deported Alexandre de Rhodes, forcing him to return to Đàng Trong in order to continue his missionary activities. In 1639, in Đàng Trong, lord Thượng banned Christianity, executed a number of Christians, and expelled foreign missionaries. In 1645, Alexandre de Rhodes was deported to France. However, the Christianity prohibition policy was not strictly enforced, but was dependent on the cooperation of the clergy, as well as on the weaponry and military demands of the lords.

By the middle of the 17th century, important changes in the practice of missionary work began to take place. The Spanish power weakened, the Protestant Dutch became a dominant force in the Indonesian archipelago and controlled the China-Japan martitime route, and the

độc quyền truyền giáo tại Á châu. Năm 1645, Alexandre de Rhodes về Pháp và vận động thành lập hội truyền giáo ngoại quốc của Pháp. Năm 1664, hội truyền giáo này chính thức được thành lập và dần dần giành được ưu thế dưới sự ủng hộ của giới tư bản và chính quyền Pháp. Năm 1665, Đàng Ngoài được chia làm hai giáo phận: địa phận miền Đông, do giám mục Deydier phụ trách và địa phận miền Tây do giám mục Jacque de Bourges cai quản.

Sang thế kỷ 18, việc cấm đạo vẫn còn, tuy nhiên ít có tác dụng và các cuộc đàn áp không được thi hành thường xuyên mà chỉ theo lệnh của các chúa. Ngoài Bắc, năm 1718, Trịnh Cương bắt những người theo đạo cạo đầu và khắc lên mặt bốn chữ *"Học Hòa Lan đạo"*. Việc cấm đạo tại Đàng Trong lỏng lẻo hơn so với Đàng Ngoài. Mãi đến năm 1750, chúa Võ Vương mới trục xuất tất cả giáo sỹ nước ngoài. Các giáo sỹ này chạy lên trú ngụ ở Oudong, Cao Miên (Cambodia) và giữ liên lạc với giáo hội trong nước thông qua việc nhờ cậy những người Việt

Portuguese also lost their monopoly on missionary practice in Asia. In 1645, Alexandre de Rhodes returned to France and campaigned for the founding of a French overseas Christian mission.In 1664, the mission was formally established and gradually gained its prominence with the support of the French capitalists and government.In 1665, Đàng Ngoài wasdivided into two dioceses: the Eastern diocese under the leadership of bishop Deydier and the Western diocese under the guidance of bishop Jacque de Bourges.

In the 18th century, the Christianity prohibition was still in place, but not effective. Religious repressions were not carried out on a routine basis, but only on the orders of the lords. In 1718, in Đàng Ngoài, lord Trịnh Cương forced Christian to shave their heads and carved on their faces four words *"Học Hoa lan đạo"* (Studied Dutch religion).The enforcement of Christianity prohibition in Đàng Trong was laxer compared to that in Đàng Ngoài. It was not until 1750 that lord Võ Vương expelled all foreign missionaries from Đàng Trong. These missionaries fled and lived in Oudong, Cambodia,

đánh cá ở Biển Hồ.

and maintained contact with the Christian community in Vietnam with the help of Vietnamese fishermen living in the Tonle Sap region.

CHỮ QUỐC NGỮ

THE ROMANIZED VIETNAMESE SCRIPT

Việc tạo ra chữ quốc ngữ là một công trình lâu dài với sự đóng góp của rất nhiều người. Người đầu tiên tìm cách ghi lại tiếng Việt bằng hệ thống chữ cái La Tinh là linh mục Francisco de Pina người Bồ Đào Nha và linh mục Cristoforo Borri người Ý.

Năm 1621, hai linh mục này đã làm một cuốn giảng kinh bằng tiếng Việt viết bằng chữ La-Tinh (sau này gọi là chữ Quốc Ngữ). Sau Francisco de Pina và Cristoforo Borri, hai giáo sỹ Bồ Đào Nha là Gaspar de Amaral làm cuốn từ điển Việt Nam-Bồ Đào Nha và Antonio Barbosa làm cuốn từ điển Bồ Đào Nha - Việt Nam. Sau này Alexandre de Rhodes đã dựa vào hai cuốn từ điển trên để biên soạn cuốn từ điển

The development of *chữ quốc ngữ* was a monumental work that took along time to complete with contributions of many eminent people. The first people who invented the writing system which recorded the Vietnamese language based on the Latin alphabet were Portuguese Fr. Francisco de Pina and Italian Fr.Cristoforo Borri.

In 1621, these two priests composed a Christian catechism in Vietnamese using the Latin alphabets (which later on was called Chữ Quốc Ngữ). Building on these pioneering efforts, two other Portuguese missionaries, Gaspar de Amaral and Antonio Barbosa, compiled a Vietnamese – Portuguese dictionary and a Portuguese – Vietnamese equivalent, respectively. Later on, Alexandre de Rhodes relied on these two dictionaries to compile a

Việt-Bồ-La. Alexandre de Rhodes cũng là người có công áp dụng cũng như hoàn chỉnh chữ quốc ngữ.

Chữ quốc ngữ bấy giờ và suốt hai thế kỷ sau đó cũng chỉ được dùng trong việc ghi chép, chuyển ngữ các bài giảng về kinh sách Thiên Chúa Giáo chứ chưa được dùng để thông tin hay sáng tác. Khi Pháp đặt chế độ bảo hộ lên Việt Nam, vì việc sử dụng Pháp ngữ hay chữ Nho quá khó khăn và không thuận tiện giữa người Pháp và dân Việt, chữ quốc ngữ mới được sử dụng. Với lối viết giản dị, dễ học, nói sao viết vậy, chữ quốc ngữ là phương tiện lý tưởng cho mục đích phổ biến chính sách của nhà nước bảo hộ tới dân chúng và điều hành mọi công việc hành chánh.

Về sau, chữ quốc ngữ chỉ thực sự lan rộng trong dân chúng như một phương tiện thông tin, sáng tác và truyền bá văn học khi chính các nhà báo miền Nam như Trương Vĩnh Ký, Huỳnh Tịnh Của và các nhà cách mạng Việt Nam, đặc biệt là nhóm Đông Kinh Nghĩa

Vietnamese – Portuguese – Latin dictionary. Alexandre de Rhodes was also credited with important works on the application and improvement of *chữ quốc ngữ*.

Chữ quốc ngữ, both then and in the following two centuries, was used only for documenting and translating Christian scripture-based sermons, and not for communication or creativity purposes. When the French imposed a protectorate over Vietnam, *chữ quốc ngữ* became popular because the use of French or Chinese characters was too difficult and inconvenient. Having the advantages of being simple, easy-to-learn and representing an exact transcription of the spoken language, *chữ quốc ngữ* was indeed an ideal medium for the purpose of communicating the protectorate government policy to the public and managing administrative affairs.

Despite this, *chữ quốc ngữ* still was not popular among the public as a medium for communication, creative activities and disseminating literary works. The rise in popularity *chữ quốc ngữ* only took place when journalists in southern Vietnam such as Trương Vĩnh Ký, Huỳnh Tịnh Của, and

Thục, đã lợi dụng chính sách dùng chữ quốc ngữ của Pháp để mở rộng sinh hoạt truyền thông và làm phương thức đấu tranh thức tỉnh dân Việt giành độc lập.

Vietnamese revolutionaries, especially the *Đông Kinh Nghĩa Thục* (Đông Kinh Free School) group, took advantage of the French's use of *chữ quốc ngữ* as the official writing system to expand their communication activities, and to awaken their fellow citizens to fight for Vietnam's independence.

SỰ SUY THOÁI CỦA HỌ NGUYỄN Ở ĐÀNG TRONG

THE DECLINE OF THE NGUYỄN CLAN IN ĐÀNG TRONG

Sau khi cuộc nội chiến Trịnh-Nguyễn kết thúc, các chúa Nguyễn bắt đầu quay ra hưởng lạc. Chúa Nguyễn Phúc Chu (1691 – 1725) là người đầu tiên biểu hiện thái độ đó. Đến thời chúa Nguyễn Phúc Khoát (xưng là Võ Vương 1738 – 1765) cho xây dựng lại kinh thành Phú Xuân với quy mô một đế đô để chứng tỏ ngang bằng với họ Trịnh. Năm 1765 Nguyễn Phúc Khoát mất, cậu ruột đồng thời là sui gia của chúa Nguyễn Phúc Khoát là Trương Phúc Loan đã hoán sửa di chiếu, lập người con thứ mười sáu của Nguyễn Phúc

Following the ending of the Trịnh-Nguyễn civil war, the Nguyễn lords turned to a hedonistic lifestyle. Lord Nguyễn Phúc Chu (1691 – 1725) was the first to display such behaviour. Under the reign of lord Nguyễn Phúc Khoát (a self-proclaimed Martial Prince, 1738 – 1765), Phú Xuân capital was rebuilt with the scale of an imperial city to be on par with the Trịnh lord. In 1765, Nguyễn Phúc Khoát died, his uncle and also his marriage ally, Trương Phúc Loan, forged his last will and installed his 16th son, Nguyễn Phúc Thuần, who was only 11 years old at the time, as the new lord. Trương

Khoát là Nguyễn Phúc Thuần lên làm chúa, khi ấy mới mười một tuổi. Trương Phúc Loan thao túng quyền bính, làm nhiều điều tàn ác khiến ai ai cũng oán giận.	Phúc Loan controlled and manipulated the court without restraint, and at times treated people with extreme cruelty, causing resentment among many.
Năm 1746, cuộc khởi nghĩa đầu tiên nổ ra do người Chàm ở Thuận Hóa nổi dậy. Nhưng cuối cùng, vì thiếu khí giới, lương thực nên quân Chàm thất bại, các thủ lãnh bị bắt và bị giết chết. Năm 1747, nhóm thương nhân người Hoa do Lý Văn Quang cầm đầu bất ngờ đánh úp dinh Trấn Biên, Gia Định. Không chiếm được dinh, Lý Văn Quang phải rút về bãi Đông Phố ở giữa sông Đồng Nai, sau đó bị quân họ Nguyễn bắt sống. Năm 1770, một cuộc nổi dậy lớn của người Hré, một sắc tộc thiểu số sống tập trung ở vùng núi Quảng Ngãi, Bình Định làm rung động chính quyền.	The first uprising which broke out in 1746 was initiated by the Champa people in Thuận Hóa. But in the end, due to shortage of weapons and food supply, the Champa army was defeated, and their leaders were taken captives and later killed. In 1747, a group of Chinese businessmen led by Lý Văn Quang launched a surprise attack on *dinh* (encampment) Trấn Biên, Gia Định. Failing to capture Trấn Biên, Lý Văn Quang had to retreat to Đông Phố isle in the middle of the Đồng Nai river, and was later taken captive by the Nguyễn army. In 1770, there was a major revolt of the Hré, a minority ethnic group living in the mountainous regions of Quảng Ngãi and Bình Định, which shook the government.
Năm 1771, cuộc khởi nghĩa Tây Sơn do ba anh em Nguyễn Nhạc, Nguyễn Lữ, Nguyễn Huệ lãnh đạo nổ ra sau khi những cuộc khởi nghĩa khác của dân chúng ở Đàng Trong bắt đầu suy tàn.	In 1771, the Tây Sơn uprising, led by three brothers Nguyễn Nhạc, Nguyễn Lữ and Nguyễn Huệ, broke out, while other revolts of the people in Đàng Trong began to decline.

Thế Nguyễn Nhạc mỗi ngày một mạnh, quân triều đình không đánh dẹp được. Sau khi Nguyễn Nhạc lấy được thành Quy Nhơn, có các thương nhân là Tập Đình và Lý Tài cũng mộ quân nổi lên phò giúp nhà Tây Sơn. Chẳng bao lâu, từ đất Quảng Nghĩa vào đến Bình Thuận đều thuộc về quân Tây Sơn cai quản.	Nguyễn Nhạc's army became increasingly more powerful, making it impossible for the Nguyễn lord's troops to break through. After Nguyễn Nhạc took control of Quy Nhơn citadel, traders by the names of Tập Đình and Lý Tài enlisted more recruits in support of the Tây Sơn. Soon afterwards, the territory from Quảng Nghĩa to Bình Thuận was under the control of the Tây Sơn.
Ở ngoài Bắc, chúa Trịnh Sâm biết thế suy yếu của nhà Nguyễn, nên đã đem hơn ba vạn quân vào đất Bố Chính đánh họ Nguyễn, ngoài miệng nói là vào đánh Trương Phúc Loan. Cuối năm 1774, quân chúa Trịnh lấy được lũy Trấn Ninh. Sau khi bắt được Trương Phúc Loan, quân Trịnh lại viện cớ quân Tây Sơn vẫn còn nên kéo quân xuống Phú Xuân để cùng đánh giặc. Chúa Nguyễn biết mưu, đem thủy quân trấn giữ ở sông Bái Đáp Giang (Quảng Điền) nhưng bị đánh úp tan tác. Quân nhà Trịnh tiến chiếm thành Phú Xuân, chúa Nguyễn và các quan chạy vào Quảng Nam. Trịnh Sâm phong cho Hoàng Ngũ Phúc làm Đại Trấn Thủ đất Thuận Hóa để tính	In the North, lord Trịnh Sâm was well aware of the decline of the Nguyễn lord, so he sent more than 30,000 troops to Bố Chính to attack the Nguyễn clan, but under the guise of punishing Trương Phúc Loan. By the end of 1774, the Trịnh troops took control of the Trấn Ninh rampart. After taking Trương Phúc Loan captive, and with the excuse that the Tây Sơn troops were still fighting, the Trịnh army advanced to Phú Xuân to confront the enemy. The Nguyễn lord was aware of this cunning ploy, so he sent naval troops to defend the Bái Đáp Giang river (Quảng Điền), but his troops were crushed in an ambush. The Trịnh army advanced and captured Phú Xuân citadel, the Nguyễn lord and his entourage had to flee to Quảng Nam. Trịnh

chuyện lấy Quảng Nam, còn mình rút quân về Bắc.	Sâm then appointed Hoàng Ngũ Phúc *Đại Trấn Thủ* (*Viceroy*) of Thuận Hóa in a plan to take over Quảng Nam, while he himself withdrew troops to the north.
Chúa Nguyễn chạy vào Quảng Nam được mấy tháng thì quân Tây Sơn từ Quy Nhơn tiến đánh, chúa Nguyễn thua chạy về Trà Sơn. Liệu chừng không chống giữ được, chúa Nguyễn cùng cháu là Nguyễn Phúc Ánh xuống thuyền chạy vào Gia Định.	A few months after fleeing to Quảng Nam, the Nguyễn lord and remnants of his troops were attacked and defeated by the Tây Sơn army from Quy Nhơn. After running to Trà Sơn, and knowing that they could not hold out much longer, the Nguyễn lord and his nephew Nguyễn Phúc Ánh escaped to Gia Định by boat.
Vương quyền của các Chúa Nguyễn tại Đàng Trong kể như chấm dứt từ đó, nhường chỗ cho thế lực bành trướng của nhà Tây Sơn.	From that time onwards, the royal power of the Nguyễn lords in Đàng Trong ceased to exist, giving way to the increasingly dominant power of the Tây Sơn.

SỰ SUY THOÁI CỦA HỌ TRỊNH Ở ĐÀNG NGOÀI

THE DECLINE OF THE TRỊNH CLAN IN ĐÀNG NGOÀI

Do không thể mở rộng lãnh thổ về phía Nam, mà dân số ngày càng tăng, đồng thời có tình trạng những quan lại và người có thế lực xâm chiếm ruộng công hoặc ruộng tư của dân, lại gặp phải những năm mất mùa do thiên tai, khiến dân tình vô cùng đói khổ. Năm 1711, chúa Trịnh Cương đã phải hạ lệnh cấm các nhà giàu không được lập các trang trại. Nhưng lệnh cấm này không đạt được hiệu quả bao nhiêu. Phần khác Trịnh Cương sau khi mới nắm quyền có một số cải tổ chính trị, chỉnh đốn kỷ cương, nhưng lại rơi ngay vào sa đọa, say mê xây cất cung điện, chùa chiền để tuần du thưởng lãm. Năm 1729, Trịnh Cương chết, Trịnh Giang lên thay. Từ thời Trịnh Giang trở đi, họ Trịnh rơi vào suy thoái nghiêm trọng, nhiều cuộc nổi loạn xảy ra khắp nơi. Trong triều, Trịnh Giang đã ám hại những triều thần không về phe mình và tin

A problem that Đàng Ngoài was facing at the time was the inability of the Trịnh clan to expand their territory to the south, while the population was growing. Furthermore, there were many instances where mandarins or powerful people illegally confiscated public or private lands, on top of years of crop losses as a result of natural disasters. These problems contributed to the extreme misery that the people in Đàng Ngoài had to endure. In 1711, lord Trịnh Cương had to order the banning of the rich from establishing farming estates, but the ban was largely ineffective. When he first rose to power, Trịnh Cương implemented a number of political reforms and readjustments of the laws. However, he quickly sank into debauchery, and became infatuated with building palaces, pagodas for his royal tours. In 1729, Trịnh Cương died, Trịnh Giang took over the lordship. From this time onwards, the decline of the Trịnh clan became increasingly serious with many revolts taking place all over Đàng Ngoài. In the court, Trịnh

dùng bọn hoạn quan, xây dựng vây cánh. Do đó dẫn đến việc bọn hoạn quan lũng đoạn triều chính.

Lợi dụng tình trạng trên, nhà sư Nguyễn Dương Hưng đã tập hợp được hàng ngàn dân lưu vong và bất mãn với họ Trịnh tạo thành cuộc khởi nghĩa đầu tiên. Nguyễn Dương Hưng chiếm núi Tam Đảo làm căn cứ, xưng vương hiệu, đặt quan chức, công khai chống lại họ Trịnh. Cuộc nổi dậy của Nguyễn Dương Hưng bị dẹp tan vào cuối năm 1737. Nhưng ngay sau đó lại nổ ra cuộc khởi nghĩa do Lê Duy Mật cầm đầu vào năm 1738. Lợi dụng lúc chính quyền họ Trịnh gặp khó khăn, Lê Duy Mật cùng với một nhóm tôn thất nhà Lê toan tính đốt phá kinh thành, diệt trừ họ Trịnh. Việc bất thành, đám triều thần tham gia bị giết chết, Duy Mật chạy trốn vào vùng thượng du Thanh Hóa và cầm cự với quân họ Trịnh đến năm 1769 thì bị đánh bại.

Giang covertly inflicted harm on those who did not gang up with him, trusted his eunuchs with court matters, and set up his own clique of loyal and trusted supporters. This debilitating situation led to the court being abused and manipulated by eunuchs.

Under these circumstances, Buddhist monk Nguyễn Dương Hưng gathered thousands of exiles who were disaffected with the Trịnh clan to launch the first uprising. Nguyễn Dương Hưng took over Tam Đảo mountain range to be used as a base, proclaimed himself prince, established a system of mandarins, and openly opposed the Trịnh clan. The revolt, however, was crushed at the end of 1737. Immediately after the defeat of Nguyễn Dương Hưng, another uprising led by Lê Duy Mật erupted in 1738. Taking advantage of the precarious position of the Trịnh government during their troubled time, Lê Duy Mật, along with a group of extended royal family members of the Lê dynasty, attempted to burn down the capital and eradicate the Trịnh clan. Their attempt, however, was unsuccessful, and many of those involved were killed. Duy Mật fled to the upland region of Thanh Hóa, and held out there against the Trịnh army until his defeat in 1769.

Sau hai cuộc khởi nghĩa của Nguyễn Dương Hưng và Lê Duy Mật, phong trào bạo loạn của dân chúng bùng lên gần như toàn bộ miền Bắc. Khoảng thời gian từ 1740 đến 1751 là thời điểm cực thịnh của các cuộc khởi nghĩa. Lúc này, Trịnh Giang đã tự giam mình ở cung Thưởng Trì, mọi quyền hành rơi vào tay hoạn quan Hoàng Công Phụ. Đầu năm 1740, Hoàng Công Phụ chỉ huy đại quân đi đàn áp khởi nghĩa ở Hải Dương.

Nhân cơ hội đó, Nguyễn Quý Cảnh cùng một số triều thần khởi binh giết chết bè đảng của Hoàng Công Phụ, lập Trịnh Doanh lên làm chúa, tôn Trịnh Giang làm Thái Thượng Vương. Hoàng Công Phụ nghe tin liền bỏ trốn. Trịnh Doanh lên ngôi chúa lập tức tiến hành cải cách, đình bãi các công trình xa xỉ, giảm thuế, triệt bỏ một số tuần ty không hợp lệ, cấm mua bán ức hiếp dân chúng, miễn tô ruộng cho hai xứ Thanh Nghệ. Mặt khác, Trịnh Doanh cấp tốc tăng

Following the two uprisings of Nguyễn Dương Hưng and Lê Duy Mật, a string of violent mass riots erupted throughout most of Đàng Ngoài. The period from 1740 to 1751 was the peak period for the mass uprising movement. By then, Trịnh Giang had already detained himself in Thưởng Trì palace and all power had fallen into the hands of eunuch Hoàng Công Phụ. At the beginning of 1740, Hoàng Công Phụ led a large army to quell an uprising in Hải Dương.

Taking this opportunity, Nguyễn Quý Cảnh, along with a number of mandarins, rose up and killed Hoàng Công Phụ's clansmen, installed Trịnh Doanh as the new lord and Trịnh Giang as the supreme lord. Hoàng Công Phụ ran away upon hearing the news. After ascending the throne, Trịnh Doanh immediately implemented various reforms including suspending all luxurious works, reducing taxes, eliminating a number of illegal tax collection departments, prohibiting the bullying of civilians, exempting land tax for two regions Thanh Nghệ. In addition, he promptly

cường lực lượng quân sự, chiêu mộ tinh binh, rèn đúc vũ khí, chỉnh đốn quân đội các trấn, đặc biệt là thủy binh. Trịnh Doanh tiến hành sắm sửa thêm quân nhu, khí giới, tích trữ lương thực, thu gom các vật liệu chế tạo súng đạn, tịch thu tượng Phật, chuông khánh ở một số nơi để đúc súng. Ngoài ra Trịnh Doanh còn đặc biệt trọng đãi đám ưu binh nên họ Trịnh đã có được một đạo quân hùng mạnh đủ sức đè bẹp các cuộc nổi loạn lúc bấy giờ.

Dưới triều đại họ Trịnh, cuộc nổi dậy quan trọng nhất là của Hoàng Công Chất, kéo dài suốt 30 năm, phát xuất từ vùng Sơn Nam, "khi tan, khi hợp" đánh phá quân triều đình qua nhiều địa phương, có khi tấn công cả vào Thăng Long. Từ Sơn Nam, Hoàng Công Chất chuyển qua vùng Thanh Hóa rồi ngược lên Hưng Hóa. Sau cùng lực lượng của Hoàng Công Chất tụ lại tại vùng giáp giới với Vân Nam nên quân Trịnh đã phải phối hợp với quân nhà Thanh để cùng tiểu trừ nhưng cũng thất bại. Hoàng Công Chất lập căn cứ tại động Mãnh Thiên (Lai

strengthened the military, recruited elite troops, manufactured weapons, rebuilt the armies, especially naval troops, in different *Trấns* (provinces). Trịnh Doanh also acquired more military supplies and weapons, increased food storage, collected raw materials for making firearms, confiscated Buddha statues, bells, ...in several places to cast firearms. Furthermore, he reserved special treatment for elite soldiers, so he had a powerful army capable of quelling riots at the time.

Under the reign of the Trịnh clan, the most important uprising was that of Hoàng Công Chất, which originated from Sơn Nam area and lasted for 30 years with a long-term "dissolve-and-reform" strategy and numerous attacks on the court's army in many locations, including even Thăng Long. From Sơn Nam, Hoàng Công Chất moved to Thanh Hóa, then up to Hưng Hóa. Towards the end, his forces gathered in a region bordering Yunnan province of China, so the Trịnh army had to ally with the Qing troops to eliminate them, but did not succeed. Hoàng Công Chất then set up his base in Mãnh Thiên (Lai Châu), and sent troops to attack many places. In 1768, lord Trịnh Sâm ordered an

Châu) rồi kéo quân đánh phá khắp nơi. Tới năm 1768, chúa Trịnh Sâm sai quân tiến đánh căn cứ Mãnh Thiên, lúc này Hoàng Công Chất đã chết, con là Hoàng Công Toản thua chạy qua Vân Nam, nhưng 7 trong số 10 châu thuộc phủ Yên Tây do Hoàng Công Chất chiếm được đã không chịu hàng phục mà xin sáp nhập vào với Thanh triều khiến nước ta mất đi phần lãnh thổ đó.

Do chính sách chú trọng vào việc xây dựng và đặc biệt ưu đãi quân đội, chúa Trịnh đã tạo nên được một đạo quân hùng mạnh nhưng đã gây nên hậu quả là đám ưu binh đó ngày càng kiêu, đi cướp phá các nhà, cả dân lẫn quan, không ai kiềm chế được.

Năm 1767, Trịnh Doanh chết, con trai là Trịnh Sâm lên kế nghiệp. Trịnh Sâm đau yếu luôn, quyền bính về tay Quận Huy Hoàng Đình Bảo. Khi Trịnh Sâm chết, Hoàng Đình Bảo vì tình riêng đã phế bỏ thế tử là Trịnh Khải để lập Trịnh Cán. Trịnh Khải dựa vào đám

offensive on Mãnh Thiên base. By then, Hoàng Công Chất had already passed away, son Hoàng Công Toản was defeated and had to flee to Yunnan. However, 7 out of 10 *châu* (counties) of *phủ* (district) Yên Tây that had been captured by Hoàng Công Chất did not surrender, but asked to be annexed to the Qing. Since then these territories were lost to China.

Due to the focus on building military strength with preferential treatment of soldiers, the Trịnh lord was able to form a powerful army. But these privileged soldiers became increasingly arrogant. They started harassing people and ransacking properties of both civilians and mandarins, and no one could restrain them.

In 1767, Trịnh Doanh died, his son Trịnh Sâm succeeded the throne. Because of Trịnh Sâm's frequent health problems, all power fell into the hands of Hoàng Đình Bảo, Duke of Huy. When Trịnh Sâm died, because of personal preference, Hoàng Đình Bảo deposed Trịnh Khải, the legitimate heir, and installed Trịnh Cán to the throne.

kiêu binh để giành lại ngôi, nhưng liền sau đó trở thành nạn nhân. Năm 1784, kiêu binh tam phủ vào trấn giữ luôn phủ chúa, kéo nhau đi cướp phá các làng.

Tình thế của họ Trịnh lúc bấy giờ là trong chia phe đảng và loạn kiêu binh, ngoài đương đầu với hàng loạt cuộc khởi nghĩa. Đặc biệt lúc đó, quân Tây Sơn của Nguyễn Nhạc đã thu nạp được Nguyễn Hữu Chỉnh là một viên quan của họ Trịnh. Sau khi Hoàng Đình Bảo bị kiêu binh giết chết, Chỉnh khuyên Tây Sơn nên nhân dịp ra đánh Thuận Hóa. Tháng năm năm 1786 quân Tây Sơn lấy được đất Thuận Hóa ra đến Linh Giang.

Sau khi Tây Sơn lấy được đất Thuận Hóa, Nguyễn Hữu Chỉnh hiến kế cho Nguyễn Huệ đánh thẳng ra Bắc Hà. Quân Tây Sơn tiến tới Thăng Long, đánh tan thủy quân họ Trịnh. Trịnh Khải đối đầu không lại nên bỏ chạy lên Sơn Tây, trên đường đi thì bị

Trịnh Khải then relied on the proud soldiers to regain the throne, but ironically soon afterwards, he himself became their victim. In 1784, the overbearing *Tam Phủ* troops (*Royal guards*) took control of the lord's palace, and went about in groups ransacking villages.

The challenges that the Trịnh clan was facing at the time included internal divisions and an overbearing army from the inside, and a series of revolts from the outside. An important event that occurred at the time was the defection of Nguyễn Hữu Chỉnh, a high-ranking mandarin of the Trịnh clan, to the Tây Sơn army led by Nguyễn Nhạc. Following the killing of Hoàng Đình Bảo by the overbearing army, Chỉnh advised Tây Sơn to seize this opportunity to advance on Thuận Hóa. In May 1786, the Tây Sơn army took control of the territory from Thuận Hóa to Linh Giang.

After this victory, Chỉnh advised Nguyễn Huệ to advance straight North. The Tây Sơn army marched to Thăng Long, crushing the Trịnh clan's naval force. After being defeated, Trịnh Khải fled to Sơn Tây, but was taken captive on the way and committed suicide. Nguyễn Huệ ordered Trịnh Khải's funeral to

bắt nộp cho nhà Tây Sơn nên đã tự sát. Nguyễn Huệ cho lấy vương lễ tống táng chúa Trịnh rồi vào thành Thăng Long yết kiến vua Lê, kết thúc nghiệp chúa của họ Trịnh kéo dài 216 năm từ Trịnh Tùng đến Trịnh Khải (1570–1786).

be performed according to royal protocols, and then entered Thăng Long citadel to meet the Lê king. This event marked the end of the lordship of the Trịnh clan, lasting 216 years from Trịnh Tùng to Trịnh Khải (1570–1786).

HOÀNG CƠ ĐỊNH

THE TÂY SƠN DYNASTY
Triều Đại Tây Sơn

Anh em Tây Sơn khởi nghiệp từ năm 1771, nhưng phải đến năm 1778 mới lập nên triều đại Tây Sơn và đến năm 1802 bị Nguyễn Phúc Ánh tiêu diệt. Một triều đại chỉ tồn tại 24 năm do ba anh em thường dân Nguyễn Nhạc, Nguyễn Huệ và Nguyễn Lữ tạo dựng nên với những cuộc cải cách quốc gia quan trọng, nhưng cũng để lại dấu ấn của sự tranh giành quyền lực nội bộ điển hình trong lịch sử Việt Nam. Trong ba anh em, người được sử sách nhắc đến nhiều nhất là Nguyễn Huệ, tức hoàng đế Quang Trung. Ông được coi là vị anh hùng dân tộc "bách chiến bách thắng", với những chiến công chống ngoại xâm và cũng là người đề ra nhiều cải cách quan trọng trong việc xây dựng đất nước.

The Tây Sơn brothers launched their uprising in 1771, but not until 1778 that the Tây Sơn dynasty was established and it was terminated by Nguyễn Phúc Ánh in 1802. This dynasty lasted for only 24 years, and was founded by three commoner brothers Nguyễn Nhạc, Nguyễn Huệ and Nguyễn Lữ. It implemented important national reforms, but also left the hallmark of a typical internal power struggle in Vietnamese royal history. Of the three brothers, the most frequently mentioned in Vietnamese history books is Nguyễn Huệ, also known as emperor Quang Trung. He is viewed as an "all-conquering" national hero with glorious victories in our struggle against foreign aggressions, and also a far-sighted reformer with many unprecedented policy reforms for the development of the nation.

TÂY SƠN KHỞI NGHĨA

Nguyễn Nhạc dựng cờ khởi nghĩa năm 1771 tại đất Tây Sơn, ban đầu lực lượng của ông chủ yếu là dân từ các sắc tộc miền núi và lấy danh nghĩa chống lại Quốc Phó Trương Phúc Loan, ủng hộ hoàng tôn Nguyễn Phúc Dương là cháu đích tôn của Vũ Vương Nguyễn Phúc Khoát. Thời đó, quyền lực Đàng Trong hoàn toàn trong tay Trương Phúc Loan, khét tiếng xa hoa tham nhũng. Năm 1772, chúa Nguyễn đem quân tới trấn áp nhưng quân Tây Sơn đều phản công thắng lợi.

Lực lượng của Nguyễn Nhạc được lòng dân do sự bình đẳng, không tham ô của dân và lấy của người giàu chia cho người nghèo, cho nên ngày càng có được nhiều người ủng hộ.

THE TÂY SƠN UPRISING

Nguyễn Nhạc launched his uprising campaign in 1771 in Tây Sơn. In the early days, most of his forces were from mountainous ethnic minorities, and theapparent aim of the uprising was to fight against *Quốc phó* (*Regent*) Trương Phúc Loan and in support of Prince Nguyễn Phúc Dương, the eventual heir of Martial Prince Nguyễn Phúc Khoát.At the time, the power over Đàng Trong (central and southern Vietnam) was entirely controlled by Trương Phúc Loan, notoriously known for being very lavish and corrupt. In 1772, the Nguyễn troops staged acrackdown on the uprising, but they were all defeated by Tây Sơn's troops.

Tây Sơn troops did not rob and killed ordinary people. On the contrary, they seized assets of corrupted mandarins and unscrupulous land owners and distributed to the poors. Furthermore, they treated everyone fairly and equally thus the uprisingattracted more and more supporters over time.

Sau khi đứng vững ở địa bàn ấp Tây Sơn, năm sau, cuộc khởi nghĩa lan rộng và nghĩa quân Tây Sơn đã đánh thắng nhiều trận, chống trả lại quân chúa Nguyễn được phái tới trấn áp. Tới năm 1773 quân Tây Sơn, có các thương nhân là Tập Đình và Lý Tài cũng mộ quân nổi lên phò giúp, đã dùng mưu đánh chiếm được thành Quy Nhơn. Sau đó nhanh chóng đánh xuống phía nam, kiểm soát vùng đất từ Quảng Ngãi đến Phú Yên, cắt đôi lãnh thổ Đàng Trong của chúa Nguyễn. Nguyễn Nhạc tự xưng là Đệ Nhất Trại Chủ, cai quản hai huyện Phù Ly, Bồng Sơn. Nguyễn Thung xưng là Đệ Nhị Trại Chủ. Huyền Khê xưng Đệ Tam Trại Chủ, coi việc quân lương.

After consolidating their influence in Tây Sơn village, in the following year, the uprising widened and the Tây Sơn militias won many battles, and were able to fight back against the crack down by the Nguyễn troops. In 1773, the Tây Sơn troops took over Quy Nhơn citadel with the help of traders such as Tập Đình and Lý Tài who enlisted more recruits for the uprising. The troops then swiftly marched southward, and gained control of the region from Quảng Ngãi to Phú Yên, cutting the territory of the Nguyễn's Đàng Trong in half. Nguyễn Nhạc claimed himself as *Đệ Nhất Trại Chủ* (Ranch First Commander) governing Phù Ly and Bồng Sơn districts, Nguyễn Thung as *Đệ Nhị Trại Chủ* (Ranch Second Commander), and Huyền Khê as *Đệ Tam Trại Chủ* (Ranch Third Commander) managing military provisions.

QUÂN TRỊNH THAM CHIẾN	THE TRỊNH CLAN ENTERED CIVIL WAR
Tháng 11 năm 1774, chúa Trịnh Sâm sai Quận Việp Hoàng Ngũ Phúc, một viên tướng lão luyện, mang 4 vạn quân tiến vào Nam tấn công Phú Xuân (Huế), cũng lấy danh nghĩa trừng phạt Trương Phúc Loan giúp chúa Nguyễn. Mặc dù chúa Nguyễn Phúc Thuần buộc phải trói Trương Phúc Loan nộp cho Hoàng Ngũ Phúc nhưng quân Trịnh vẫn tiến đánh và chiếm thành Phú Xuân, khiến quân chúa Nguyễn không chống nổi, phải bỏ chạy về Quảng Nam. Tại đây chúa Nguyễn lại bị quân Tây Sơn uy hiếp, cùng thế buộc phải mang gia quyến trong đó có Nguyễn Phúc Ánh theo đường biển chạy vào Gia Định (Sài Gòn).	In November 1774, lord Trịnh Sâm ordered Hoàng Ngũ Phúc, Duke of Việp and an experienced general, to lead 40,000 troops to attack Phú Xuân (Huế), also under the guise of punishing Trương Phúc Loan and helping the Nguyễn lord. Although lord Nguyễn Phúc Thuần was forced to tie Trương Phúc Loan up and hand him over to Hoàng Ngũ Phúc, the Trịnh troops still proceeded and captured Phú Xuân. The Nguyễn troops could not resist the assault and had to flee to Quảng Nam. Here, the Nguyễn lord was overwhelmed by the Tây Sơn troops, and was forced to escape, along with his family including Nguyễn Phúc Ánh, by sea to Gia Định (Sài Gòn).
Từ miền Nam, tháng 5 năm 1775, tướng của chúa Nguyễn là Tống Phước Hiệp tiến quân ra Phú Yên đánh Tây Sơn và chiếm được Phú Yên, Nguyễn Nhạc chỉ còn giữ Quy Nhơn và Quảng Ngãi, bị kẹp giữa hai thế lực Trịnh và Nguyễn.	From the South, in May 1775, the Nguyễn lord's general Tống Phước Hiệp advanced to Phú Yên to launch an assault on Tây Sơn and captured Phú Yên. Nguyễn Nhạc could now hold only Quy Nhơn and Quảng Ngãi, and was sandwiched between the two opposing forces of the Trịnh and

Lúc đó Quân Trịnh tiếp tục đi về phía Nam vượt đèo Hải Vân, và đụng độ với quân Tây Sơn ở Quảng Nam. Quân Tây Sơn thua trận. Trước tình thế "lưỡng đầu thọ địch", Nguyễn Nhạc xin giảng hòa với quân Trịnh, trên danh nghĩa đầu hàng nhà Lê và xin làm tiên phong đi đánh chúa Nguyễn ở Gia Định. Hoàng Ngũ Phúc bằng lòng, mặc dù biết chắc Tây Sơn là mối đe dọa cho mình về sau, nhưng không làm gì hơn được.	Nguyễn clans. By then, the Trịnh troops continued to advance southward, crossed the Hải Vân pass, and then clashed with the Tây Sơn troops in Quảng Nam, who were later defeated. In order to avoid a "two-front war", Nguyễn Nhạc sought peace with the Trịnh army under the guise of surrendering to the Lê king, and volunteered to lead the vanguard force to fight against the Nguyễn lord in Gia Định. Hoàng Ngũ Phúc accepted the peace offer, despite knowing that the Tây Sơn was a future threat, but there was nothing else he could do.
Tháng 7 năm 1775, Nguyễn Nhạc sai Nguyễn Huệ đánh Phú Yên, quân Nguyễn bị thua tan rã. Tống Phúc Hiệp phải rút về Hòn Khói (Nha Trang). Từ đó thế lực quân Tây Sơn được củng cố dần, Hoàng Ngũ Phúc đành xin chúa Trịnh sai Nguyễn Hữu Chỉnh đem ấn kiếm vào phong cho Nguyễn Nhạc là Tây Sơn Hiệu Trưởng Tráng Tiết Tướng Quân, rồi dâng biểu về triều xin về Thuận Hóa, nhưng trên đường về Hoàng Ngũ Phúc lâm bệnh chết. Từ đó toàn bộ khu vực đèo Hải Vân trở xuống đều thuộc về nghĩa quân Tây Sơn	In July 1775, Nguyễn Nhạc sent Nguyễn Huệ to attack Phú Yên; the Nguyễn troops were defeated and disintegrated. Tống Phúc Hiệp had to retreat to Hòn Khói (Nha Trang). From then on, the Tây Sơn army was gradually consolidated and strengthened. Hoàng Ngũ Phúc had to advise the Trịnh lord to send Nguyễn Hữu Chỉnh in with the seal and sword to confer the title of the General of *Tây Sơn Hiệu Trưởng Tráng Tiết* to Nguyễn Nhạc. Hoàng Ngũ Phúc then sent a petition to the Trịnh lord seeking reassignment to Thuận Hóa, but died of illness on the way back. From then on, the

và chúa Trịnh Sâm phong cho Nguyễn Nhạc trấn thủ Quảng Nam.

entire region of the Hải Vân pass was under the control of the Tây Sơn, and lord Trịnh Sâm appointed Nguyễn Nhạc as *Trấn Thủ* (Governor) of Quảng Nam.

TÂY SƠN TIẾN ĐÁNH GIA ĐỊNH

TÂY SƠN ADVANCED ON GIA ĐỊNH

Tháng 4 năm 1777, quân Tây Sơn dưới sự chỉ huy của Nguyễn Huệ, tiến đánh quân chúa Nguyễn. Nguyễn Phúc Thuần thua bỏ trốn nhưng bị bắt đem giết vào cuối năm 1777. Nguyễn Phúc Ánh, con trai của Nguyễn Phúc Luân (hoàng tôn triều Nguyễn) lúc đó 15 tuổi, chạy thoát ra đảo Thổ Châu.

Nguyễn Lữ và Nguyễn Huệ lấy xong đất Gia Định, để tổng đốc Chu ở lại trấn thủ, rồi đem quân về Quy Nhơn.

Nhà Tây Sơn trên cơ bản đã chinh phục được toàn bộ lãnh thổ của họ Nguyễn, tăng cường sức mạnh và uy thế. Năm 1778, Nguyễn Nhạc tự xưng làm vua, lập triều đại Tây Sơn, đặt niên hiệu là Thái Đức, đóng đô tại thành Quy Nhơn (thành Đồ Bàn cũ của nước

In April 1777, the Tây Sơn army, under the command of Nguyễn Huệ, advanced to attack the Nguyễn troops. Lord Nguyễn Phúc Thuần was defeated and ran away, but was later captured and killed at the end of 1777. Nguyễn Phúc Ánh, son of Nguyễn Phúc Luân (the Nguyễn royal family), then 15 years of age, escaped to Thổ Châu island.

After taking Gia Định, Nguyễn Lữ and Nguyễn Huệ assigned governor Chu the task of governing the newly-captured territory, and withrew the troops back to Quy Nhơn. By now, The Tây Sơn effectivelyconquered the entire territory of the Nguyễn clan, thus strengthening their power and influence. In 1778, Nguyễn Nhạc proclaimed himself king, establishing the Tây Sơn dynasty with Thái Đức as his era name.

Chiêm Thành), phong cho Nguyễn Lữ làm Tiết Chế, Nguyễn Huệ là Long Nhương Tướng Quân, từ đó nhà Tây sơn không còn ràng buộc với chúa Trịnh nữa.

Quy Nhơn citadel (former Đồ Bàn citadel of Champa) was chosen as the capital. Nguyễn Lữ was appointed to the position of *Tiết Chế* (Commander-in-Chief of the Armies) and Nguyễn Huệ to the position of *Long Nhương Tướng Quân* (Long Nhương General). From then on, the Tây Sơn was no longer tied to the Trịnh lord.

Sau khi Nguyễn Huệ và Nguyễn Lữ về Quy Nhơn, Nguyễn Phúc Ánh, được tướng Đỗ Thanh Nhơn phò lập làm chúa, đã tụ tập lại lực lượng trung thành, khởi binh từ đất Long Xuyên đánh đuổi quân Tây Sơn tại Gia Định, rồi lấy lại thành Bình Thuận và thành Diên Khánh.

After Nguyễn Huệ and Nguyễn Lữ were back in Quy Nhơn, general Đỗ Thành Nhơn helped install Nguyễn Phúc Ánh as lord, who then gathered loyal forces, and from Long Xuyên, launched an offensive on Tây Sơn troops in Gia Định, and moved on to recapture Bình Thuận and Diên Khánh citadels.

Năm 1780 Nguyễn Phúc Ánh xưng vương, thông thương với Xiêm La, đem quân đi đánh và bảo hộ Chân Lạp. Đồng thời xây dựng củng cố đất Gia Định để phòng bị chiến tranh.

In 1780, Nguyễn Phúc Ánh proclaimed himself *Vương (King)*, established trade relation with Siam, sent troops to invade and then set up a protectorship over Chenla. He also initiated efforts to develop and consolidate Gia Định so that it was ready in case of war.

Năm 1782 Nguyễn Nhạc và Nguyễn Huệ đem hơn 100 chiến thuyền vào cửa Cần Giờ, đánh nhau với quân Nguyễn Vương. Nguyễn Vương thua to, phải bỏ thành Sài Gòn chạy

In 1782, Nguyễn Nhạc and Nguyễn Huệ brought more than 100 warships to Cần Giờ seaport and attacked the Nguyễn king's troops. The Nguyễn king suffered a heavy loss, and had to flee from

về đất Tam phụ (Ba Giồng), rồi ra lánh ở đảo Phú Quốc. Sau khi Nguyễn Nhạc và Nguyễn Huệ rút về Quy Nhơn, quân nhà Nguyễn lại nổi dậy chiếm lại được thành Sài Gòn và đón Nguyễn Phúc Ánh về. Năm 1783, quân Tây Sơn lại tiến đánh, Nguyễn Phúc Ánh cùng gia quyến phải bỏ chạy ra Phú Quốc. Tháng 6 năm 1783, Nguyễn Huệ ra đánh Phú Quốc, Nguyễn Phúc Ánh chạy về Côn Lôn. Quân Nguyễn Huệ gặp phải bão, bị đắm nhiều thuyền nên rút lui. Nguyễn Phúc Ánh (thường gọi là Nguyễn Ánh) thoát chết, quay trở về Phú Quốc.

Sài Gòn citadel to Tam Phụ (Ba Giồng), and then took refuge in Phú Quốc island. After Nguyễn Nhạc and Nguyễn Huệ withdrew to Quy Nhơn, the Nguyễn troops launched a counterattack, regained Sài Gòn citadel, and invited Nguyễn Phúc Ánh back. In 1783, the Tây Sơn troops attacked again, Nguyễn Phúc Ánh and his family had to flee to Phú Quốc. In June 1783, Nguyễn Huệ advanced to Phú Quốc; Nguyễn Phúc Ánh had to run to Côn Lôn. Nguyễn Huệ's troops were caught in a violent storm that sank many boats, and had to retreat.

So, Nguyễn Phúc Ánh escaped death narrowly and returned to Phú Quốc.

TÂY SƠN ĐÁNH BẠI QUÂN XIÊM

THE TÂY SƠN DEFEATED THE SIAM-NGUYỄN ALLIED FORCES

Trong thời gian còn chống trả Tây Sơn tại Nam Phần, Nguyễn Ánh nhiều lần thông qua giám mục Pigneau de Béhaine (Bá Đa Lộc) để cầu viện người Pháp nhưng không thu được nhiều kết quả. Do đó

During his fight against the Tây Sơn in the South, Nguyễn Ánh repeatedly sought help from the French through bishop Bá Đa Lộc (Pigneau de Béhaine), but did not achieve desired outcomes. So, Nguyễn Ánh turned to Siam

Nguyễn Ánh chuyển sang cầu viện Xiêm La (Thái Lan).

Năm 1784, Nguyễn Ánh từ Hà Tiên sang Xiêm La hội kiến với vua Xiêm La là Chất Tri (Chakri, Rama I) tại Vọng Các (Bangkok). Vua Xiêm sai hai tướng là Chiêu Tăng, Chiêu Sương đem 2 vạn thủy binh cùng 300 chiến thuyền sang hỗ trợ Nguyễn Ánh và đã nhanh chóng lấy được Rạch Giá, Ba Thắc, Trà Ôn, Mân Thít, Sa Đéc. Vua Tây Sơn lập tức sai Long Nhương Tướng Quân Nguyễn Huệ đem quân vào đánh. Sau khi vào Gia Định, Nguyễn Huệ cho bố trí trận địa và nhử quân Xiêm đến gần đoạn sông Rạch Gầm và Xoài Mút ở phía trên Mỹ Tho. Trận chiến diễn ra không đầy một ngày, Nguyễn Huệ đã tiêu diệt hoàn toàn quân Xiêm. Nguyễn Ánh cùng tàn quân Xiêm tháo chạy về Bangkok.

(Thailand) for help.

In 1784, from Hà Tiên, Nguyễn Ánh travelled to Siam to meet with the Siamese king Chất Tri (Chakri, Rama I) in Bangkok. The Siamese king sent two generals, Chiêu Sương (Phraya Wichinarong) and Chiêu Tăng (Krom Luang Thepharirak), along with 20,000 naval troops and 300 warships, to support Nguyễn Ánh and rapidly took Rạch Giá, Ba Thắc, Trà Ôn, Mân Thít, Sa Đéc. The Tây Sơn king immediately ordered Nguyễn Huệ to launch a counterattack. After arriving in Gia Định, Nguyễn Huệ arranged necessary battlefield deception measures and lured the Siamese troops to an area near the Rạch Gầm and Xoài Mút rivers just above Mỹ Tho. The battle was over in less than a day with Nguyễn Huệ completely destroying the Siamese army. Nguyễn Ánh and the remnants of the Siamese troops had to flee to Bangkok.

| TÂY SƠN TIẾN QUÂN RA BẮC LẬT ĐỔ CHÚA TRỊNH | TÂY SƠN ADVANCED NORTH OVERTHREW TRỊNH LORDS |

Tại phía Bắc lãnh thổ Đàng Trong, quân Trịnh sau khi tiến qua sông Gianh, chiếm được Phú Xuân lại ra sức cướp bóc dân chúng thậm tệ, khiến cho ai nấy đều oán hận.

In the north of Đàng Trong, the Trịnh army, after crossing the Gianh River, captured Phú Xuân, savagely plundered the properties of local people, causing widespread resentment.

Trong khi ở ngoài Bắc tình trạng loạn to, kiêu binh nổi lên cướp bóc và bức hại dân, đồng thời diệt Trịnh Cán, lập Trịnh Khải và thao túng triều đình. Nguyễn Hữu Chỉnh phải trốn vào Đàng Trong theo phò Nguyễn Nhạc. Chỉnh biết rõ tình hình quân Trịnh nên khuyên Tây Sơn nên nhân cơ hội đánh chiếm lại Phú Xuân.

Meanwhile, the North was ina state of total chaos and troops became arrogant. They robbed and persecuted innocent people, and at the same time, they deposed Trịnh Cán and installed Trịnh Khải as lord, and manipulated the court without restraint. Nguyễn Hữu Chỉnh had to flee to Đàng Trong and served under Nguyễn Nhạc. Chỉnh had intimate knowledge of the Trịnh clan's existing situation, and accordingly advised the Tây Sơnto seize this opportunity to recapture Phú Xuân.

Giữa năm 1786 Nguyễn Nhạc sai Nguyễn Huệ chỉ huy quân thủy bộ, phụ tá là Nguyễn Hữu Chỉnh và Vũ Văn Nhậm tiến đánh quân Trịnh tại Phú Xuân đạt thắng lợi dễ dàng. Nguyễn Hữu Chỉnh khuyên Nguyễn

In the middle of 1786, Nguyễn Nhạc ordered Nguyễn Huệ to command naval and ground troops, with Nguyễn Hữu Chỉnh and Vũ Văn Nhậm as deputies, to attack the Trịnh army in Phú Xuân. Nguyễn Huệ won easy

Huệ nhân đà thắng trận tiến thắng quân ra Bắc. Nguyễn Huệ nghe theo lời Chỉnh, một mặt cho người vào thông báo cho Nguyễn Nhạc, mặt khác chia đại quân làm hai cánh tiến thẳng ra Bắc. Trước sự tấn công vũ bão của Tây Sơn, quân họ Trịnh hoàn toàn tan rã. Nguyễn Huệ tiến vào Thăng Long, tuyên bố trả lại quyền bính cho nhà Lê rồi rút quân về Phú Xuân.

Chẳng bao lâu, Bắc Hà lại loạn trở lại, vua Lê lúc đó là Lê Chiêu Thống hoàn toàn bất lực trước dư đảng họ Trịnh, cho người vào Nghệ An vời Nguyễn Hữu Chỉnh. Nguyễn Hữu Chỉnh nhân cơ hội đem quân tiến ra Bắc lần nữa, dẹp tan dư đảng họ Trịnh và vua Lê Chiêu Thống thành bù nhìn trở lại, lần này là trong tay Nguyễn Hữu Chỉnh.

Thấy Nguyễn Hữu Chỉnh có hành động phản nghịch, Nguyễn Huệ sai Vũ Văn Nhậm đem quân ra Bắc trừng trị Chỉnh. Quân của Nguyễn

victory. Nguyễn Hữu Chỉnh advised Nguyễn Huệ to build on the momentum of victory by advancing straight North. Accepting Chỉnh's advice, Nguyễn Huệ sent notice to Nguyễn Nhạc, and divided the army into two wings heading straight North. Facing the raging onslaught of the Tây Sơn army, the Trịnh troops completely disintegrated. Nguyễn Huệ marched to Thăng Long, announced the return of power to the Lê king, and withdrew troops back to Phú Xuân.

Soon afterwards, the North was in chaos again. Lê Chiêu Thống, the Lê king at the time, was completely helpless against the remnants of the Trịnh clan thus sent envoy to Nghệ An to seek help from Nguyễn Hữu Chỉnh. Nguyễn Hữu Chỉnh took the opportunity to recruit troops and moved North again, eliminated the Trịnh clan's remainders, and king Lê Chiêu Thống became a puppet once again, but this time of Nguyễn Hữu Chỉnh.

Upon hearing of Nguyễn Hữu Chỉnh's traitorous conduct, Nguyễn Huệ ordered Vũ Văn Nhậm to bring troops to the North to punish Chỉnh. Chỉnh fought

Hữu Chỉnh không địch nổi với Vũ Văn Nhậm, Chỉnh bị bắt đem về Thăng Long hành quyết, vua Lê Chiêu Thống không nơi nương tựa phải cùng gia đình bỏ trốn rồi quyết định sang Tàu cầu viện. Đất Bắc từ đó hoàn toàn thuộc quyền Tây Sơn.

back, but was beaten. Chỉnh himself was taken captive and delivered to Thăng Long for execution. King Lê Chiêu Thống, without allied support in the North, had to escape and then decided along with his family, went to seek help from China. From then on, the North was completely under the control of the Tây Sơn.

QUANG TRUNG ĐẠI PHÁ QUÂN THANH

QUANG TRUNG DEFEATED THE THE QING ARMY

Theo lời cầu viện của Lê Chiêu Thống, cuối năm 1788, vua Thanh đương thời là Càn Long (Qianlong) sai Tôn Sĩ Nghị chỉ huy hơn 20 vạn quân hộ tống Lê Chiêu Thống về Việt Nam với danh nghĩa phù Lê. Quân nhà Thanh theo ba ngả Trấn Nam Quan, Tuyên Quang và Cao Bằng tràn vào lãnh thổ Bắc Việt, tiến chiếm thành Thăng Long. Theo lời khuyên của Ngô Thời Nhiệm, quân Tây Sơn do Ngô Văn Sở và Phan Văn Lân chỉ huy phải rút về cố thủ tại núi Tam Điệp.

At the request of Lê Chiêu Thống, by the end of 1788, Qianlong, the Qing king at the time, ordered Tôn Sĩ Nghị (Sun Shiyi) to command more than 200,000 troops to escort Lê Chiêu Thống back to Vietnam under the guise of supporting the Lê. The Qing army swept into the North Vietnam via three routes, Trấn Nam Quan, Tuyên Quang and Cao Bằng, and captured Thăng Long citadel. The Tây Sơn troops, commanded by Ngô Văn Sở and Phan Văn Lân, had to retreat and hold out at Tam Điệp mountain with Ngô Thời Nhiệm.

HOÀNG CƠ ĐỊNH

Ngày 22 tháng 12 năm 1788, để có danh nghĩa chính thống, Nguyễn Huệ lên ngôi Hoàng Đế, lấy hiệu là Quang Trung. Với lý do vua Lê Chiêu Thống đã bỏ nước ra đi nay lại rước giặc về xâm lăng bờ cõi, vua Quang Trung xuất quân tiến đánh ra Bắc Hà.

Ngày 26 tháng 12 năm 1788, đại quân của Hoàng Đế Quang Trung tới Nghệ An, dừng quân tại đó 10 ngày để tuyển quân và củng cố lực lượng, nâng quân số lên 10 vạn, tổ chức thành 5 đạo: tiền, hậu, tả, hữu và trung quân. Ngoài ra còn có một đội tượng binh với hơn 100 voi chiến.

Ngày 15 tháng 1 năm 1789, đại quân của Quang Trung đã ra đến Tam Điệp, Ninh Bình. Sau khi xem xét tình hình, Quang Trung tuyên bố với toàn quân rằng chỉ trong 10 ngày sẽ quét sạch quân Thanh.

Sớm hơn cả dự tính, chỉ trong vòng 6 ngày, kể từ đêm 30 Tết, quân Tây Sơn đã đánh tan 20 vạn quân Thanh ở Ngọc Hồi,

On December 22, 1788, in order to have a legitimate title, Nguyễn Huệ proclaimed himself emperor using Quang Trung as his era name. On the grounds that king Lê Chiêu Thống had already left the country, and now invited the invasion of foreign enemy into our territory, emperor Quang Trung decided to advance his army to the North and launch an offensive against the Qing army.

On December 26, 1788, the grand army of emperor Quang Trung entered Nghệ An and stopped there for 10 days to recruit troops and consolidate his forces. The total number of troops was raised to 100,000, which were organized into five wings: front, rear, left, right and center. In addition, there was a war elephant unit with over 100 elephants.

On January 15, 1789, Quang Trung's army arrived in Tam Điệp, Ninh Bình. After evaluating the situation, Quang Trung announced to the entire army that the Qing troops would be eliminated in just 10 days.

Even sooner than planned, within 6 days, from the night of the Lunar New Year's Eve, the Tây Sơn army crushed 200,000 troops of

Đống Đa. Trưa mồng 5 Tết, năm 1789, quân Tây Sơn tiến vào Thăng Long. Tôn Sĩ Nghị, Lê Chiêu Thống cùng tàn quân bỏ chạy về Tàu.

the Qing in Ngọc Hồi, Đống Đa. At noon of the fifth day of the Lunar New Year, in 1789, the Tây Sơn troops entered Thăng Long. Tôn Sĩ Nghị, Lê Chiêu Thống and the remnants of their army had to flee to China.

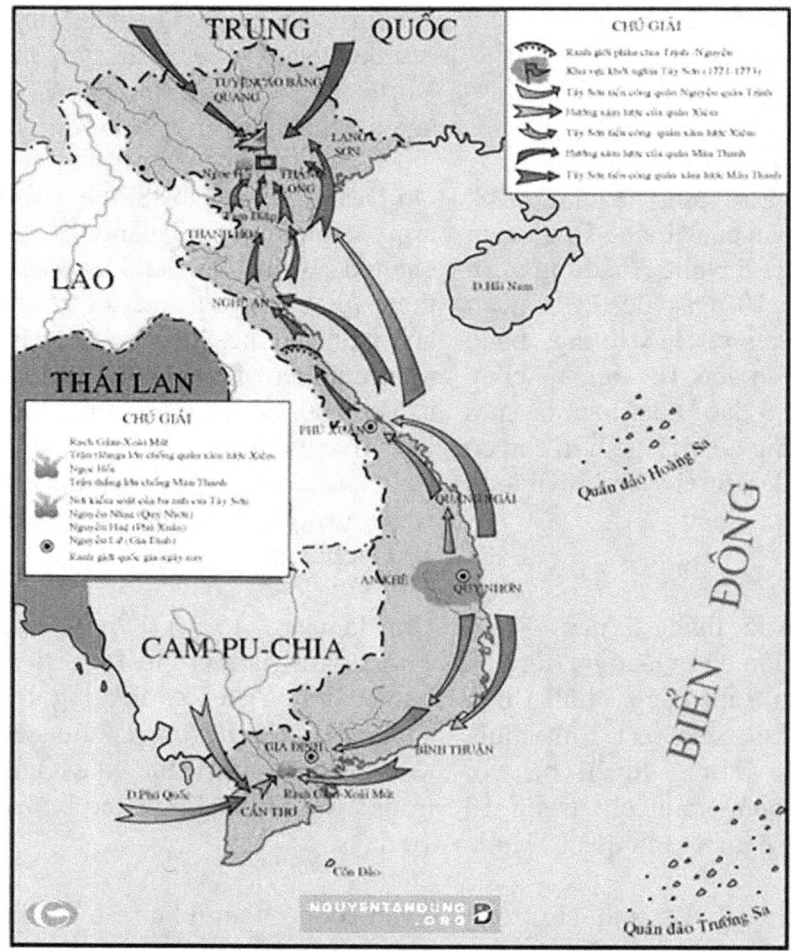

The expansion of Tây Sơn Regime
Sự bành trướng của triều đại Tây Sơn

BA TRIỀU ĐÌNH TÂY SƠN

THE THREE REIGNS OF THE TÂY SƠN DYNASTY

Nhà Tây Sơn khởi nghiệp vào năm 1771, sau khi cực thịnh vài năm thì bắt đầu chia rẽ nội bộ. Tây Sơn chia làm ba triều đình nhỏ, Nguyễn Nhạc phong cho Nguyễn Huệ làm Bắc Bình Vương cai trị từ đèo Hải Vân ra phía Bắc, Nguyễn Lữ làm Đông Định Vương trấn thủ đất Gia Định, còn Nhạc là Trung Ương Hoàng Đế đóng đô tại Quy Nhơn.

The Tây Sơn dynasty was formed in 1771, and after several peak years, it began to divide against itself. The Tây Sơn dynasty comprised three reigns. Nguyễn Nhạc appointed Nguyễn Huệ as *Bắc Bình Vương* (King of Pacification of the North), governing the region from Hải Vân pass to the North, Nguyễn Lữ as *Đông Định Vương* (King of Pacification of the East), governing the territory of Gia Định. Nguyễn Nhạc himself was the *Trung ương Hoàng đế* (Central Emperor) head quartered in Quy Nhơn.

Đông Định Vương Nguyễn Lữ

Đông Định Vương Nguyễn Lữ

Trong 3 anh em, Nguyễn Lữ yếu kém hơn cả. Từ năm 1776 tới 1785 quân Tây Sơn đã 6 lần tấn công vào Gia Định, lần nào cũng đánh quân Nguyễn Ánh chạy tan tành. Nhưng mỗi lần quân chủ lực Tây Sơn rút về Quy Nhơn, các trung thần của Nguyễn Ánh lại tụ tập phản công chiếm lại Gia Định. Hai bên cứ duy trì thế giằng co như

Of the three brothers, Nguyễn Lữ was the least competent. From 1776 to 1785, the Tây Sơn army launched a total of 6 offensives on Gia Định, and crushed Nguyễn Ánh's troops each time. But time and again, when the Tây Sơn troops withdrew to Quy Nhơn, loyal supporters of Nguyễn Ánh gathered their forces and counterattacked, recapturing Gia

vậy cho đến tháng 8 năm 1788 Nguyễn Ánh giữ được quyền kiểm soát tuyệt đối Gia Định. Nguyễn Lữ bạc nhược trở về Quy Nhơn rồi lâm bệnh qua đời.

Định. This "no-clear-winner" situation dragged on until August 1788, when Nguyễn Ánh gained total and absolute control of Gia Định. The sorrowful Nguyễn Lữ returned to Quy Nhơn and died of illness.

Trung Ương Hoàng Đế Nguyễn Nhạc

Tuy xưng danh Trung Ương Hoàng Đế nhưng Nguyễn Nhạc không thể hiện được vai trò đó. Vì thế khi Nguyễn Ánh tấn công Gia Định, Nguyễn Lữ bỏ chạy, Nguyễn Nhạc vẫn an vị không hề cử quân tiếp viện hay phản công. Ông cũng không có chương trình cai trị gì đáng lưu ý trong vùng Quy Nhơn, Bình Thuận do ông kiểm soát. Tới năm 1790 thế Nguyễn Ánh ngày một lớn Nguyễn Nhạc rút quân về cố thủ tại Quy nhơn, bỏ mất Bình Thuận. Khi bị Nguyễn Ánh tấn công, bao vây Quy Nhơn, Nguyễn Nhạc phải cho người ra Phú Xuân cầu viện. Vào lúc này vua Quang Trung Nguyễn Huệ đã mất, quyền hành trong tay con trai Quang Toản. Quang Toản gửi quân vào giải vây Quy Nhơn, đuổi được quân Nguyễn Ánh, nhưng chiếm luôn thành tiếm quyền

Nguyễn Nhạc

Despite having the title of the Central Emperor, Nguyễn Nhạc did not live up to his role. So when Nguyễn Ánh attacked Gia Định and Nguyễn Lữ had to run away, Nguyễn Nhạc stood idly by and did not send reinforcements or counterattack. Neither did he have any noteworthy governance policies for Quy Nhơn and Bình Thuận which were under his control. By 1790, as Nguyễn Ánh was becoming increasingly powerful, Nguyễn Nhạc withdrew troops to Quy Nhơn, abandoning Bình Thuận. When Nguyễn Ánh attacked and besieged Quy Nhơn, and Nguyễn Nhạc had to send people to Phú Xuân to seek help. By this time, king Quang Trung had already passed away, and the power was in the hands of his son king Quang Toản. Quang Toản's army broke the siege of Quy Nhơn and expelled Nguyễn Ánh's troops, but also took control of the

bác ruột khiến Nguyễn Nhạc uất ức lâm bệnh chết.

Bắc Bình Vương Nguyễn Huệ

Trong ba vương triều do Tây Sơn lập nên, vương triều của Nguyễn Huệ là lâu dài và có nhiều đóng góp cho lịch sử nước ta hơn cả. Vào cuối năm 1788, Nguyễn Huệ lên ngôi Hoàng Đế, lấy hiệu là Quang Trung. Sau khi đánh bại quân Thanh, vua Quang Trung đã trở thành vị lãnh đạo tối cao của triều Tây Sơn và là Hoàng Đế duy nhất được nhà Thanh công nhận là vị vua chính thống của Đại Việt (thay thế địa vị của nhà Hậu Lê).

citadel and usurped the power of Nguyễn Nhạc, who writhed in anger and later died of illness.

Nguyễn Huệ

Of the three reigns of the Tây Sơn dynasty, the reign of Nguyễn Huệ was the longest and had the most important contributions to the history of our country. At the end of 1788, Nguyễn Huệ was crowned emperor Quang Trung. After defeating the Qing army, emperor Quang Trung became the supreme leader of the Tây Sơn dynasty and was the only emperor recognized by the Qing as the legitimate king of Đại Việt (replacing the position of the Later Lê).

NHÀ TÂY SƠN DƯỚI TRIỀU VUA QUANG TRUNG

TÂY SƠN DYNASTY UNDER THE REIGN OF EMPEROR QUANG TRUNG

Về hành chánh và quân sự

Sau khi chiến thắng quân xâm lăng, vua Quang Trung đã thiết lập một triều đình trung ương theo cơ cấu truyền thống giống như các thời nhà Đinh và Tiền

Administrative and military affairs

After defeating the Qing army, emperor Quang Trung established a central court, adopting a traditional structure similar to

Lê trước đây. Vua cho các con trấn giữ các địa bàn hiểm yếu nhưng không được cấp thái ấp riêng để tránh hiểm họa hùng cứ một phương.

Tại các trấn, xã, vua cho làm lại sổ đinh, dân ai cũng phải biên vào sổ, rồi cấp cho mỗi người một thẻ bài, khắc bốn chữ "Thiên Hạ Đại Tín", chung quanh ghi tên họ quê quán, và phải điểm chỉ làm tin. Người nào cũng phải mang theo trong người thẻ ấy gọi là tín bài.

Các đơn vị quân sự được chia thành đạo, rồi tới cơ, đội. Mỗi trấn có một trấn thủ, đứng đầu tại mỗi huyện cũng có chức võ quan cai quản lực lượng địa phương.

Về văn hóa và giáo dục
Vua Quang Trung rất quan tâm trong việc xây dựng đất nước. Vua khuyến khích những bậc hiền tài ra giúp nước, phân phối công điền cho những nông dân nghèo, thúc đẩy thủ công nghiệp đã từng bị

those of the previous Đinh and Early Lê dynasties. The emperor assigned his male children the duty of governing strategically important regions, but forbade the granting of fiefdoms to avoid the threat of too powerful warlords.

In provinces and villages, the civil registration system was reformed. Vital statistics of each individual were recorded, and each was issued with an identification tablet inscribed with four words "*Thiên Hạ Đại Tín*" (Great Trust of the People). The name, home village and a fingerprint imprint of each individual were recorded on the tablet, which was to be carried on the individual at all times.

Military units were classified into *đạo* (Corp) *cơ*, and *đội*. Each *trấn* (province) was headed by a *trấn thủ* (governor), and each *huyện* (district) was governed by a *võ quan* (martial mandarin).

Culture and education
Emperor Quang Trung paid close attention to matters which were crucial to the development of the country. The emperor encouraged talented people to enter government service, allocated public lands to poor farmers,

cấm trước kia, cho phép được tự do tôn giáo, mở cửa giao dịch buôn bán với các nước tây phương, thay thế việc dùng chữ Hán bằng chữ Nôm, một lối chữ viết giống như Hán tự nhưng phát âm theo tiếng Việt. Chữ Nôm đã trở thành chữ viết chính thức trong các văn bản thời Quang Trung. Chữ Nôm cũng được áp dụng từ việc giảng dạy tại các địa phương cho tới các kỳ thi tuyển dụng nhân tài.

Về ngoại giao và kinh tế
Ngay từ trước khi giao chiến với quân Thanh, vua Quang Trung đã tính đến việc ngoại giao với nhà Thanh. Theo phương lược vạch sẵn, với tài ngoại giao khéo léo của Ngô Thì Nhậm, Quang Trung đã nhanh chóng thành công bình thường hóa bang giao với nhà Thanh. Vua Thanh đã cho sứ giả vào tận Phú Xuân để phong vương cho vua Quang Trung.

Vua Quang Trung cũng rất chú trọng đến việc giao thương kinh tế, thương mại với nước ngoài. Ông phái người sang điều đình với nhà Thanh

promoted handicrafts which had been banned previously, allowed religious freedom, opened up trade with Western countries, replaced the use of Chinese characters with Nôm script, which was a script similar to Chinese characters, but with Vietnamese pronunciation. The Nôm script became the official written language in government documents under the reign of Quang Trung. The Nôm script was also used in local teachings and in talent recruitment exams.

Diplomacy and economy
Even before the war against the Qing army, emperor Quang Trung had already considered establishing diplomatic relation with the Qing dynasty. With a strategic plan mapped out and deft diplomacy skills of Ngô Thì Nhậm, Quang Trung quickly succeeded in normalizing diplomatic relation with the Qing. The Qing king sent envoy all the way to Phú Xuân to confer the kingship status to emperor Quang Trung.

Emperor Quang Trung also focused on developing economic and trade relations with foreign countries. He sent people to negotiate with the Qing for the

xin mở các cửa ải Bình Nhi, Thủy Khẩu, Mục Mã và Dụ Thôn để dân hai nước có thể giao dịch buôn bán. Những yêu cầu đó đều được vua nhà Thanh chấp nhận.

Tới ngày lễ mừng thọ 80 tuổi của vua Càn Long nhà Thanh, Quang Trung sai Phạm Công Trị có hình dáng giống mình đi thay và giả mạo làm quốc vương nước Việt cùng với một phái đoàn gồm Ngô Văn Sở, Phan Huy Ích, Vũ Huy Tấn tham dự. Đoàn sứ bộ Quang Trung giả này đã được các quan chức nhà Thanh đón tiếp cực kỳ trọng thể và được tiếp kiến vua Thanh ở hành cung Nhiệt Hà nơi Càn Long đang nghỉ mát rồi theo về Bắc Kinh. Ngoài ra, Quang Trung giả còn được tặng thơ, ban thưởng áo quần rồi vẽ hình trước khi về nước.

Nhà vua cho thu thập kim loại đồng trong nước, một mặt dùng để làm vũ khí, mặt khác cho đúc tiền "Quang Trung Thông Bảo" thay cho tiền Cảnh Hưng để thuận tiện cho việc trao đổi thương mại.

opening up of the passes Bình Nhi, Thủy Khẩu, Mục Mã and Dụ Thôn, so that the peoples of the two countries could carry out trade activities. These requests were accepted by the Qing king.

On the occasion of the 80th birthday celebration of king Qianlong of the Qing, Quang Trung sent Phạm Công Trị, who had similar appearance to him, as a substitute. Trị pretended to be the king of Vietnam and attended the celebration, along with a delegation including Ngô Văn Sở, Phan Huy Ích, Vũ Huy Tấn ...The fake Quang Trung and his delegation were very well received by the Qing and met with the Qing king at the royal resort Nhiệt Hà, where Qianlong was vacationing, and then accompanied him back to Beijing. In addition, the fake Quang Trung was presented with poems, clothing and his own portrait before returning home.

The emperor ordered the collection of metal copper around the country to be used, on the one hand, for manufacturing weaponry, and on the other hand, for minting coins "*Quang Trung Thông Bảo*" (Regular Circulating

Đáng tiếc, các chính sách của Quang Trung đưa ra chưa áp dụng được bao lâu thì ngày 29 tháng 7 năm 1792 ông mất khi mới 40 tuổi. Quang Toản là con trai lên nối ngôi không tiếp nối được những công trình của cha. Đã thế, triều chính lại nhanh chóng xảy ra mâu thuẫn nội bộ làm cho thế lực Tây Sơn trở nên suy yếu và chẳng bao lâu sau đã sụp đổ trước sự tấn công của Nguyễn Ánh.

Currency Of Quang Trung Era) as replacement of Cảnh Hưng coins to facilitate trade activities.

Unfortunately, soon after the implementation of Quang Trung's policies, the emperor passed away on July 29 1792 at the early age of 40. His son, Quang Toản, succeeded the throne, but was not competent to continue his important reforms. In addition, the court was quickly beset with internal conflicts, which destabilized and weakened its power base. Before long, the Tây Sơn dynasty collapsed following a concerted military campaign by Nguyễn Ánh.

HOÀNG CƠ ĐỊNH

NGUYỄN ÁNH ESTABLISHED THE NGUYỄN DYNASTY, UNIFYING THE COUNTRY

Nguyễn Ánh Dựng Nên Triều Nguyễn, Thống Nhất Đất Nước

Nguyễn Ánh (1762–1820) là cháu nội của chúa Vũ (Nguyễn Phúc Khoát), vị Chúa cai trị Đàng Trong trước thời Tây Sơn bình định. Năm 1777, sau khi quân Tây Sơn chiếm lĩnh toàn bộ lãnh thổ Đàng Trong, Nguyễn Ánh bôn tẩu nhiều nơi rồi vượt biển lánh nạn ở đảo Thổ Châu, nằm về cực Tây-Nam của Việt Nam, cách bờ vịnh Rạch Giá 198 km.

Nguyễn Ánh (1762-1820) was a grandson of Lord Vũ (Nguyễn Phúc Khoát), the ruler of the South (Đàng Trong) before the Tây Sơn uprising. In 1777, after the Tây Sơn troops occupied the whole of the South, Nguyễn Ánh fled to many places, and then crossed the sea to take refuge in Thổ Châu island, located in the southwesternmost region of Vietnam, about 198 km from Rạch Giá bay.

CÁC CUỘC KHÁNG CỰ ĐẦU TIÊN CỦA NGUYỄN ÁNH

THE EARLY MILITARY RESISTANCE OF NGUYỄN ÁNH

Sau khi đánh bại được Nguyễn Ánh, đại quân Tây Sơn rút về Quy Nhơn. Liền sau đó, vào

After defeating Nguyễn Ánh, the Tây Sơn troops withdrew to Quy Nhơn. Soon afterwards, in

tháng 10 năm 1777, Nguyễn Ánh về Long Xuyên đánh Sa Đéc, rồi vào cuối năm, chiếm lại được Gia Định.	October 1777, Nguyễn Ánh was back in Long Xuyên and attacked Sa Đéc, and at the end of the year, regained Gia Định.
Tháng Giêng năm 1778 Nguyễn Ánh được Đỗ Thành Nhơn tôn làm Đại Nguyên Soái, Tổng Nhiếp Chính Sự. Tháng 5 năm 1778, Nguyễn Ánh cùng Đỗ Thành Nhơn tiến đánh Ngưu Chữ (tức Bến Nghé bây giờ) và thu phục toàn cõi Gia Định.	In January 1778, with the support of Đỗ Thành Nhơn, Nguyễn Ánh became the Generalissimo (Đại Nguyên Soái), and assumed the title of Imperial Regent. In May 1778, Nguyễn Ánh and Đỗ Thành Nhơn launched an offensive on Ngưu Chữ (now Bến Nghé) and conquered the whole of Gia Định.
Năm 1779, Nguyễn Ánh sai Đỗ Thành Nhơn đánh Chân Lạp, rồi đưa Nặc Ân lên làm vua dưới sự bảo hộ của một viên tướng của Nguyễn Ánh.	In 1779, Nguyễn Ánh sent Đỗ Thành Nhơn to attack Chenla, then made Nặc Ân king under the protectorship of a general of Nguyễn Ánh.
Tới tháng 4 năm 1781 vì nghi kỵ, Nguyễn Ánh giết Đỗ Thành Nhơn. Một số tướng sĩ của họ Đỗ nổi loạn.	In April 1781, due to mistrust, Nguyễn Ánh killed Đỗ Thành Nhơn. Some of Đỗ's generals became rebellious.
Nghe tin này, tháng 4 năm 1782 Nguyễn Nhạc sai Nguyễn Huệ đem quân vào chiếm lại được Gia Định. Nguyễn Ánh thua to, cùng tàn quân chạy về Hậu Giang, sai người băng qua Chân Lạp cầu cứu Xiêm La. Nhưng người của Nguyễn Ánh bị Chân Lạp giết, rồi quân Chân Lạp tiến đánh khiến Nguyễn Ánh phải	Upon hearing this news, in April 1782, Nguyễn Nhạc sent Nguyễn Huệ in and recaptured Gia Định. Suffering a heavy loss, Nguyễn Ánh ran back to Hậu Giangwith the remains of his troops, and then sent people across Chenla to seek help from Siam. But they were killed by Chenla forces, who subsequently launched an offensive against Nguyễn Ánh.

bỏ trốn ra đảo Phú Quốc lần nữa.

Nguyễn Ánh had to run into hiding in Phú Quốc island again.

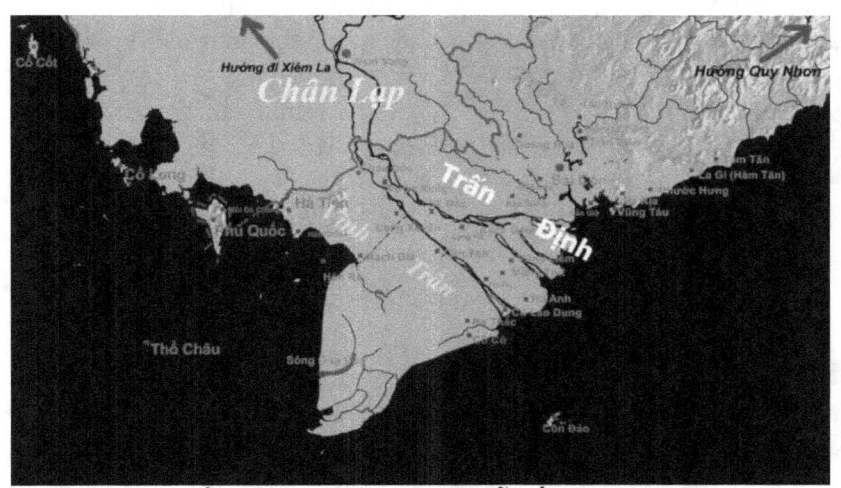

Trận chiến giữa Tây Sơn và Nguyễn Ánh vào năm 1783
The wars between Tây Sơn and Nguyễn Ánh in 1783

Trong hai năm 1782, 1783 quân Tây Sơn và Nguyễn Ánh giao tranh nhiều lần trong thế giằng co. Cứ mỗi lần thua, sau khi đại quân Tây Sơn rút về Quy Nhơn, Nguyễn Ánh lại quay trở lại đánh chiếm đất Gia Định.

In the two years 1782 and 1783, the Tây Sơn's and Nguyễn Ánh's troops had many skirmishes against each other that dragged on without end. Following each defeat, and after the Tây Sơn troops moved to Quy Nhơn, Nguyễn Ánh returned to attack Gia Định.

Vào tháng 3 năm 1784, sau khi bị đánh thua chạy ra đảo Thổ Châu, Nguyễn Ánh qua Xiêm cầu viện, được vua Xiêm sai hai tướng Chiêu Sương và Chiêu Tăng đem 2 vạn quân và 300 chiến thuyền qua giúp.

In March 1784, after being defeated and forced to flee to Thổ Châu island, Nguyễn Ánh sought help from Siam. The Siamese king sent two generals Chiêu Sương and Chiêu Tăng with 20,000 troops and 300 warships over to

Lần này quân Xiêm bị Nguyễn Huệ đánh tan tại Rạch Gầm, chiến thuyền bị tan nát hết, tàn quân phải theo đường núi băng qua Chân Lạp chạy về. Nguyễn Ánh bị đánh đuổi ra tới đảo Cổ Cốt, thoát vòng vây qua tá túc bên Xiêm.

help. But the Siamese army were crushed, and their warships destroyed by Nguyễn Huệ at Rạch Gầm, and the remnants had to escape via the mountain route and across Chenla back to Siam. Nguyễn Ánh was chased to Cổ Cốt island, then escaped from the siege and took refuge in Siam.

NGUYỄN ÁNH CẦU CỨU NƯỚC PHÁP

NGUYỄN ÁNH SOUGHT HELP FROM FRANCE

Năm 1777, Nguyễn Ánh gặp được giám mục Bá Đa Lộc (Pigneau de Behaine) Bá Đa Lộc là vị giám mục người Pháp, được Mạc Thiên Tứ cho phép truyền giáo tại Hà Tiên, ông cai quản một chủng viện tại đảo Hòn Đất thuộc vùng này.

In 1777, Nguyễn Ánh met bishop Bá Đa Lộc (Pigneau de Behaine), a French Catholic priest. Bá Đa Lộc was allowed by Mạc Thiên Tứ to conduct his missionary work in Hà Tiên, and ran a seminary in Hòn Đất island in this area.

Năm 1783, Nguyễn Ánh cầu viện Pháp thông qua thư gửi vị giám mục này. Giám mục Bá Đa Lộc nhận lời, cùng hoàng tử Cảnh sang Pháp, yết kiến vua Louis 16 và bộ trưởng hải quân Pháp De Castries.

In 1783, Nguyễn Ánh sought French assistance via a letter to the bishop. Bishop Bá Đa Lộc accepted the request, and together with Prince Cảnh, they travelled to France. In France, they had audiences with king Louis XVI and Minister of the Navy De Castries.

Năm 1787, Hiệp ước Versailles được ký kết giữa bá tước Montmorin đại diện cho vua nước Pháp Louis 16 và một bên là giám mục Bá Đa Lộc thay mặt cho Nguyễn Ánh. Nhưng sau đó vì sự bất hòa giữa giám mục Bá Đa Lộc và toàn quyền De Conway, người được lệnh vua Louis thi hành hiệp ước đang ở Ấn Độ, nên ông này không thi hành và tâu về nước hủy bỏ hiệp ước.	In 1787, the Treaty of Versailles was concluded between Count Montmorin for king Louis XVI and bishop Bá Đa Lộc for Nguyễn Ánh. But later on, due to disagreement between bishop Bá Đa Lộc and Governor De Conway, who was ordered by king Louis XVI to execute the Treaty and who wasin India at the time, De Conway was unwilling to fulfill the agreement and sent message back to France requesting cancellation of the agreement.
Giám mục Bá Đa Lộc phải tự mình vận động mua ... và súng đạn, cũng như tuyển mộ binh lính đánh thuê Tây Âu cho Nguyễn Ánh. Năm 1789, giám mục Bá Đa Lộc và hoàng tử Cảnh tới Gia Định trên chiến hạm Méduse. Còn các tầu chở súng đạn cũng kéo tới sau.	Bishop Bá Đa Lộc himself had to campaign to raise funds for acquisition of warships and weaponry, as well as for recruitment of Western European mercenaries for Nguyễn Ánh. In 1789, bishop Bá Đa Lộc and Prince Cảnh arrived in Gia Định on the warship Méduse. The ships carrying firearms and ammunition followed behind.

GIAI ĐOẠN PHẢN CÔNG VÀ THẮNG LỢI

PERIOD OF COUNTER-OFFENSIVE AND VICTORIES

Trong thời gian ẩn náu tại Xiêm, Nguyễn Ánh và tùy tùng được vua Xiêm cho đóng tại ngoại ô Vọng Các (Bangkok). Tại đây Nguyễn Ánh lo chiêu mộ binh sĩ rồi đem quân giúp vua Xiêm chống cự lại cuộc xâm lăng của Miến Điện. Quân Nguyễn Ánh đã đạt được chiến công lớn khiến vua Xiêm nể trọng, tưởng thưởng hậu hĩ và có ý muốn giúp Nguyễn Ánh chiếm lại Gia Định. Nguyễn Ánh đã không nhận sự trợ giúp này theo lời khuyên của tướng Nguyễn Văn Thành:

While hiding in Siam, the Siamese king allowed Nguyễn Ánh and his entourage to stay in suburban Bangkok. Here, Nguyễn Ánh recruited soldiers and helped the king fight against the invasion of Burma. Nguyễn Ánh's troops achieved great victories and earned the respect of the Siamese king, who offered generous rewards and expressed the intention of helping Nguyễn Ánh recapture Gia Định. Nguyễn Ánh declined the offer of help on the advice of General Nguyễn Văn Thành:

"Nay hãy nuôi dưỡng sức của ta, dòm sơ hở của địch, đợi cơ hội mà làm. Nếu cứ trông cậy vào người ngoài cứu viện, dẫn đi địch vào trong đất nước, tôi e rằng để mối lo về sau"

"Let's nourish and strengthen ourselves, watch out for the enemy's weakness, wait for opportunity to come and take actions. If we rely on foreigners to come to the rescue, lead barbarians into the country, I fear it will cause problems in the future."

Đầu năm 1787 Nguyễn Ánh được nhóm Tống Phúc Đạm,

In the beginning of 1787, Tống Phúc Đạm, Nguyễn Độ arrived in

Nguyễn Độ tới Vọng Các cho biết anh em Tây Sơn đang đánh lẫn nhau, tướng Đặng Văn Chân kéo hết quân ở Gia Định về Qui Nhơn nên khuyên rằng về đánh Gia Định sẽ thắng.

Tháng 3 năm 1787, Nguyễn Ánh để lại thư cho vua Xiêm rồi lặng lẽ kéo hết quân rời Xiêm La về nước. Khi qua đảo Cổ Cốt, được đám hải tặc tự xưng là Thiên Địa Hội xin gia nhập. Tới Long Xuyên lại có tướng Tây Sơn là Nguyễn Văn Trương mang 300 quân và 15 chiến thuyền xin hàng và nhập đội khiến binh lực Nguyễn Ánh lúc này khá mạnh. Trận đầu tiên đánh đồn Trà Ôn giành ngay thắng lợi. Tướng Tây Sơn tại đây là Nguyễn Văn Nghĩa phải xin qui thuận.

Tháng 6 năm 1787, Nguyễn Ánh tiến quân tới cửa Cần Giờ buộc quân Tây Sơn của Nguyễn Lữ phải rút về Biên Hòa, để Thái Phó Phạm Văn Tham ở lại chống cự. Nguyễn Ánh tấn công thành của Phạm Văn Tham mãi không hạ được, nên giả Nguyễn Nhạc viết một bức thư khuyên Nguyễn Lữ

Bangkok to advise Nguyễn Ánh that the Tây Sơn brothers were fighting each other, general Đặng Văn Chân already moved all troops in Gia Định to Qui Nhơn, and that this was a good opportunity to recapture Gia Định.

In March 1787, Nguyễn Ánh left a letter for the Siamese king, and quietly moved all his troops out of Siam. When Nguyễn Ánh passed through Cổ Cốt island, a group of pirates claiming to be members of Thiên Địa Hội (Tiandihui), asked to join forces. When coming to Long Xuyên, the Tây Sơn general Nguyễn Văn Trương, together with 300 troops and 15 warships, surrendered and joined in, boosting Nguyễn Ánh's military strength. The first attack on Trà Ôn military post was a success, and the Tây Sơn general in command of the post, Nguyễn Văn Nghĩa, surrendered.

In June 1787, Nguyễn Ánh moved troops to Cần Giờ port to force a retreat of Nguyễn Lữ's army to Biên Hòa, leaving Thái Phó (Grand Duke) Phạm Văn Tham behind to hold the fort. After many failed attempt to capture Tham's citadel, Nguyễn Ánh, pretending to be Nguyễn Nhạc, wrote a letter advising Nguyễn Lữ to kill Tham

cần phải dùng mẹo giết Phạm Văn Tham vì y đang ngầm liên lạc với Nguyễn Ánh làm phản. Bức thư làm bộ vô tình để Phạm Văn Tham bắt được. Tham mắc mưu vội đem quân kéo cờ trắng tới gặp Nguyễn Lữ để phân trần giải oan. Nguyễn Lữ thấy quân của Tham trương cờ trắng, kéo tới nên hoảng hốt, tưởng Tham đã hàng quân Nguyễn nên rút quân về Qui Nhơn, tại đây phát bệnh chết. Nhân cơ hội đó Nguyễn Ánh tổ chức tổng tấn công nhiều mũi vào các đồn quân Tây Sơn và đã thắng lớn. Phạm Văn Tham sau thời gian cố thủ tại Ba Thắc phải dẫn tàn quân chạy về Lô Cảnh cố thủ nhưng sau đó phải xin đầu hàng. Tới tháng 9 năm đó, Nguyễn Ánh lấy cớ Tham liên lạc với Tây Sơn nên xử tử. Từ đó Nguyễn Ánh thâu tóm toàn vùng Gia Định.

since he was secretly in contact with Nguyễn Ánh and turned traitor. As planned, the letter accidentally fell into Tham's hands. Falling for the trick, Tham moved his troops carrying white flags to meet Nguyễn Lữ to explain his innocence. Seeing Tham's troops with white flags approaching, Nguyễn Lữ thought that Tham already surrendered to Nguyễn Ánh. He became panicked and withdrew the troops to Qui Nhơn where he died from sudden illness. Taking that opportunity, Nguyễn Ánh launched various offensives on a number of the Tây Sơn military posts and won major victories. Phạm Văn Tham, after a period of holding out in Ba Thắc, led the remnants of his troops to Lô Cảnh, but later on had to surrender. In September of the same year, Nguyễn Ánh killed Tham, using Tham's contact with the Tây Sơn as an excuse. From then on, Nguyễn Ánh took over the entire area of Gia Định.

NGUYỄN ÁNH SỬA SANG CHÍNH SÁCH CAI QUẢN GIA ĐỊNH

NGUYỄN ÁNH IMPLEMENTED REFORMS IN THE ADMINISTRATION OF GIA ĐỊNH

Sau khi chiếm được toàn vùng Gia Định, Nguyễn Ánh cho cải tổ lại mọi cơ chế. Việc khai khẩn đất đai được chia ra làm 4 doanh là: Phiên Trấn, Trấn Biên, Trấn Vĩnh, và Trấn Định. Quân dân đều phải canh tác sản xuất. Những người tham gia vào công việc sản xuất này, như phủ binh thì được miễn một năm không phải đi đánh giặc. Dân chúng thì được miễn một năm lao dịch.

Về ngoại thương, Nguyễn Ánh qui định: Những thuyền của các nước khác chở đồ gang, sắt, kẽm cũng như lưu hoàng phải bán cho chính quyền để làm binh khí. Đổi lại, tùy theo số hàng nhiều ít, được chở số thóc gạo tương đương về nước. Bởi vậy, những khách buôn nước ngoài rất thích đem hàng hóa đến bán. Ngoài ra, tại doanh Trấn Biên còn có dịch vụ lấy đường cát để trao đổi cho những người Tây Dương

After capturing the whole of Gia Định, Nguyễn Ánh implemented reforms in most important areas. Regarding agrarian reform, Gia Định was divided into four *Doanhs* (provinces): Phiên Trấn, Trấn Biên, Trấn Vĩnh, and Trấn Định. Both soldiers and civilians had to participate in the cultivation ofcrops. To facilitate this, soldiers and civilians were exempt from combat service and compulsory labour, respectively, for one year.

In relation to foreign trade, Nguyễn Ánh's rule was that foreign ships carrying cast iron, iron, zinc and sulphur had to sell these items to the government for manufacturing of weaponry. Depending on the amounts of the items for sale, they could receive equivalent amounts of rice in return. Many foreign traders really enjoyed selling their goods under this policy. In addition, *Doanh* Trấn Biên provided the service of exchanging sugar for weapons

lấy binh khí. Đặc biệt tại Long Xuyên, các thương buôn từ ngoại quốc tới buôn bán, được giảm một nửa số thuế phải đóng.

Về nội thương, Nguyễn Ánh cho thiết lập 62 ty cuộc, qui tụ nhiều ngành nghề sản xuất những dụng cụ cần thiết cho dân chúng. Đồng thời cho phép dân chúng thiết lập những cuộc ngoại lệ đối với các dịch vụ thủ công nghệ, được miễn sưu dịch.

Về quân sự, ngay khi còn lưu vong tại Xiêm La, Nguyễn Ánh đã ngầm cho tổ chức các cơ sở vận động cả về tình báo lẫn binh lực. Do đó, lúc trở về, Nguyễn Ánh đã quy tụ ngay được một lực lượng đáng kể. Tới năm 1790, quân chính qui đã có tới trên ba vạn tướng sĩ.

from Westerners. Especially in Long Xuyen, foreign traders were entitled to a reduction of half the amount of taxes payable.

With regard to domestic trade, Nguyễn Ánh established 62 departments, comprising many industries which produced necessary tools for the public. At the same time, people were allowed to set up special departments with respect to handicraft services, which involved exemption of corvée obligations.

In terms of military, even while in exile in Siam, Nguyễn Ánh quietly set up underlying frameworks for both intelligence and military operations.Therefore, on return, Nguyễn Ánh could gather a significant force in a relatively short time. By 1790, his regular troops had reached over 30,000.

NGUYỄN ÁNH TIẾN ĐÁNH RA BẮC

Nguyễn Ánh đánh Qui Nhơn lần thứ nhất.

Sau hơn một năm chỉnh đốn lại mọi việc, tháng tư năm 1790, Nguyễn Ánh sai Lê Văn Câu đem 5.000 quân thủy và quân bộ ra đánh lấy Bình Thuận, lại sai Võ Tánh, Nguyễn Văn Thành đem quân đi làm tiên phong, lấy được đất Phan Rí và hạ luôn thành Bình Thuận.

Vì Lê Văn Câu và Võ Tánh bất hòa. Nguyễn Ánh để Lê Văn Câu ở lại giữ Phan Rí, triệu Võ Tánh và Nguyễn Văn Thành về lại Gia Định.

Lê Văn Câu đóng quân ở Phan Rang, bị quân Tây Sơn đến vây đánh, phải cầu cứu Võ Tánh và Nguyễn Văn Thành, nhưng chỉ có Nguyễn Văn Thành đưa binh đến đánh giải vây, rồi cùng Lê Văn Câu rút quân về giữ Phan Rí. Khi Lê Văn Câu về Gia Định, bị nghị tội cách hết chức tước, nên hổ thẹn uống thuốc độc tự tử.

NGUYỄN ÁNH ADVANCED NORTH

Nguyễn Ánh attacked Qui Nhơn for the first time

After more than a year of consolidating his hold on power, in April 1790, Nguyễn Ánh sent Lê Văn Câu with 5,000 naval and ground troops to capture Bình Thuận. Võ Tánh, Nguyễn Văn Thành led the vanguard force, gained control of Phan Rí and crushed the Tây sơn troops in Bình Thuận citadel.

Due to a conflict between Lê Văn Câu và Võ Tánh, Nguyễn Ánh ordered Lê Văn Câu to stay and defend Phan Rí, and summoned Võ Tánh and Nguyễn Văn Thành back to Gia Định.

Stationed in Phan Rang and encircled by the Tây Sơn troops, Lê Văn Câu sought help from Võ Tánh and Nguyễn Văn Thành. But only Nguyễn Văn Thành and his troops came to the rescue, and together with Lê Văn Câu, withdrew troops to defend Phan Rí. When Lê Văn Câu was back in Gia Định, he was blamed for the loss and dismissed from all duties.

	He later committed suicide by poisoned drink out of disgrace.
Nguyễn Ánh cho rút quân về Gia Định, đợi mùa gió thuận mới đem quân đi đánh, cho nên người đời bấy giờ gọi sự kiện này là Giặc Gió Mùa.	Nguyễn Ánh ordered the withdrawal of troops to Gia Định, waiting for favourale seasonal wind to launch offensive campaigns, hence the term Giặc Gió Mùa (Monsoon Rebels) as often referred to by the people at the time.
Năm 1792, nhân khi mùa gió nam thổi mạnh. Nguyễn Ánh sai Nguyễn Văn Trương cùng với Nguyễn Văn Thành và Vannier đem chiến thuyền ra đốt phá thủy trại của Tây Sơn tại cửa Thị Nại (Quy Nhơn) rồi lại trở về.	In 1792, when there was strong southern wind, Nguyễn Ánh sent Nguyễn Văn Trương, Nguyễn Văn Thành and Vannier to bring warships to burn down a Tây Sơn's naval base at Thị Nại seaport (Quy Nhơn) and then returned.
Năm 1793, Nguyễn Ánh sai Tôn Thất Hội cùng Nguyễn Huỳnh Đức và Nguyễn Văn Thành đánh Phan Rí. Nguyễn Ánh cùng với Nguyễn Văn Trương và Võ Tánh đánh mặt biển.	In 1793, Nguyễn Ánh sent Tôn Thất Hội, Nguyễn Huỳnh Đức and Nguyễn Văn Thành to attack Phan Rí. Nguyễn Ánh, together with Nguyễn Văn Trương and Võ Tánh, launched offensives from the sea.
Đến tháng 5 chiếm được Diên Khánh, Bình Khang và Phú Yên. Mặt khác, Tôn Thất Hội cũng chiếm được Bình Thuận.	By May, Nguyễn Ánh's forces captured Diên Khánh, Bình Khang and Phú Yên. At the same time, Tôn Thất Hội also took control of Bình Thuận.
Quân Tây Sơn bỏ chạy về Quy	The Tây Sơn troops fled to Quy

Nhơn. Nguyễn Nhạc phải sai người ra cầu cứu Phú Xuân. Nguyễn Ánh thấy viện binh tới quá đông đảo, nên rút quân trở về Gia Định.

Nhơn. Nguyễn Nhạc sought rescue assistance from Phú Xuân. Because of the large number of reinforcements, Nguyễn Ánh withdrew troops back to Gia Dinh.

Trận chiến giữa Tây Sơn và Nguyễn Ánh vào năm 1793
The wars between Tây Sơn and Nguyễn Ánh in 1793

Nguyễn Ánh đánh Qui Nhơn lần thứ hai, lần thứ ba và chinh phục Phú Xuân.
Năm 1797, Nguyễn Ánh cùng Đông Cung Cảnh ra đánh Quy Nhơn. Lại sai Nguyễn Văn Thành và Võ Tánh ra đánh Phú Yên. Nhưng được vài tháng quân lương không đủ, nên rút quân về Gia Định.

Năm 1799, Nguyễn Ánh đem đại binh ra đánh Quy Nhơn lần thứ ba. Tháng 5, quân của

Nguyễn Ánh attacked Qui Nhơn for the second and third time, and conquered Phú Xuân
In 1797, Nguyễn Ánh and Prince Cảnh launched an offensive on Quy Nhơn. Nguyễn Văn Thành and Võ Tánh were sent out to attack Phú Yên. However, after only a few months, Nguyễn Ánh's forces had to retreat back to Gia Định due to lack of food supplies.

In 1799, Nguyễn Ánh brought his grand army to attack Quy Nhơn for the third time. In May, Nguyễn

Nguyễn Ánh vây chặt thành Quy Nhơn. Quân Tây Sơn ở Phú Xuân do Trần Quang Diệu và Vũ Văn Dũng đem binh vào mưu định giải vây thành Qui Nhơn, nhưng bị đánh tan tại Quảng Nghĩa.
Tướng trấn thủ Quy Nhơn của Tây Sơn là Lê Văn Thanh không thấy viện binh đến phải xin hàng. Nguyễn Ánh đổi tên Quy Nhơn là Bình Định giao cho Võ Tánh trấn thủ.

Tháng 2 năm 1800, tướng Tây Sơn là Trần Quang Diệu và Võ Văn Dũng đem đại quân thủy bộ tấn công Bình Định. Võ Tánh quân ít, thế cô, phải tử thủ trong thành. Nguyễn Ánh biết thế lúc đó đang yếu, nên cho người vào thành khuyên Võ Tánh bỏ thành trốn ra. Nhưng Võ Tánh phúc thư lại rằng:

"Tôi liều chết để giữ thành, quân mạnh của Tây Sơn đều ở cả đây, xin chúa thượng kíp ra đánh lấy Phú Xuân. Lấy lại được kinh đô tôi có chết cũng vui."

Đoạn cố giữ thành cho tới khi kiệt quệ mới tự thiêu chết. Phó

Ánh's forces encircled Quy Nhơn citadel. The Tây Sơn troops in Phú Xuân, commanded by Trần Quang Diệu and Vũ Văn Dũng, moved in with an intention to raise the siege of Quy Nhơn citadel, but were crushed at Quảng Nghĩa. Without any reinforcements arriving, the general in command of Quy Nhơn, Lê Văn Thanh surrendered. Nguyễn Ánh changed the name of Quy Nhơn to Bình Định and put Võ Tánh in charge.

In February 1800, the Tây Sơn generals Trần Quang Diệu and Võ Văn Dũng, together with a grand naval and ground force, attacked Bình Định. Having less troops and without critical support, Võ Tánh had to defend Bình Định at all costs. Realising that they were in a disadvantaged position, Nguyễn Ánh sent messages advising Võ Tánh to abandon the citadel and escape. But Võ Tánh replied as follows: *"I risk my life to hold the citadel, all of the Tây Sơn elite force are here, will your lord please urgently send troops to take control of Phú Xuân. I will die a happy man if we can recapture the capital."*

Then Võ Tánh tried to hold the citadel until the end when he killed

tướng Ngô Tùng Châu cũng uống thuốc độc tự tử để không rơi vào tay quân Tây Sơn. Nguyễn Ánh cảm kích bèn dồn đại quân thủy bộ, quyết tiến tới đánh chiếm Phú Xuân.

Tháng 6 quân Nguyễn Ánh tới cửa Thuận An. Vua Tây Sơn là Nguyễn Quang Toản thân chinh chống đỡ, nhưng chỉ tới trưa thì vỡ trận. Quân Tây Sơn tan rã. Nguyễn Quang Toản bỏ chạy. Nguyễn Ánh chiếm được Phú Xuân.

himself by self-immolation. Deputy commanding general Ngô Tùng Châu also committed suicide by poisoned to avoid being captured by the Tây Sơn. Deeply moved by their noble sacrifice, Nguyễn Ánh was determined to gather his entire naval and ground force and advanced to Phú Xuân.

In June, Nguyễn Ánh arrived at Thuận An seaport. The Tây Sơn king Nguyễn Quang Toản himself led the defense, but only until noon when the defense line was broken and the Tây Sơn troops disintegrated. Nguyễn Quang Toản ran away, and Nguyễn Ánh captured Phú Xuân.

NGUYỄN ÁNH ĐÁNH RA BẮC THỐNG NHẤT ĐẠI VIỆT

NGUYỄN ÁNH ADVANCED NORTH AND UNIFIED ĐẠI VIỆT

Tháng 5 năm 1802, Nguyễn Ánh lên ngôi Hoàng Đế, lấy niên hiệu là Gia Long. Khi đó, lãnh thổ của họ Nguyễn trải dài từ sông Gianh đến Mũi Cà Mau. Tháng 6 năm 1802, vua Gia Long và quân tướng của mình bắt đầu bắc tiến để chiếm thành Thăng Long. Quân nhà

In May 1802, Nguyễn Ánh proclaimed himself king and adopted Gia Long as his era name. At that time, the territory under his control extended from the Gianh river to Cape Cà Mau, the southernmost part of the country. In June 1802, king Gia Long and his men began to advance North to

Nguyễn đi tới đâu, quân Tây Sơn tan rã tới đó. Chỉ trong vòng một tháng, vua Gia Long đã tiến tới thành Thăng Long.

Vua Tây Sơn là Nguyễn Quang Toản cùng với các em là Nguyễn Quang Thùy, Nguyễn Quang Thiệu và những tướng lãnh như Đô Đốc Tú băng qua sông Nhị Hà chạy về phía Bắc. Nhưng tới Phượng Nhỡn, bị dân ở đấy bắt hết. Hoàng thân Nguyễn Quang Thùy tự tử, Đô Đốc Tú và vợ tự vẫn. Các vua tôi nhà Tây Sơn khác đều bị đóng cũi đem về Thăng Long nộp cho vua Gia Long. Triều đại Tây Sơn tới đây là chấm ứt.

Như vậy, vương triều nhà Nguyễn chính thức được lập vào năm 1802 dưới thời Gia Long và kết thúc dưới thời Bảo Đại (Nguyễn Phúc Vĩnh Thụy) năm 1945. Với 143 năm cai trị, triều đại này đã ghi vào lịch sử dân tộc khi thống nhất giang sơn nước Việt từ Bắc Phần đến cực Nam mũi Cà Mau với tên gọi Việt Nam. Đây cũng là triều

capture Thăng Long. Wherever the Nguyễn troops appeared, the Tây Sơn troops disintegrated completely. Only within one month, king Gia Long arrived in Thăng Long.

The Tây Sơn king Nguyễn Quang Toản, together with his younger brothers Nguyễn Quang Thùy, Nguyễn Quang Thiệu and his generals such as admiral Tú, crossed the Nhị Hà river and fled to the North. But when arriving at Phượng Nhỡn, they were arrested by local people. Prince Nguyễn Quang Thùy, admiral Tú and his wife committed suicide. King Nguyễn Quang Toản and the rest of his entourage were put in cages and escorted to Thăng Long for delivery to king Gia Long. The Tây Sơn dynasty ended with this event.

Thus, the Nguyễn dynasty was formally established in 1802 by king Gia Long and ended with king Bảo Đại (Nguyễn Phúc Vĩnh Thụy) in 1945. With 143 years of rule, this dynasty was noted in the country's history for the unification of the nation from the North to the southernmost point at Cape Cà Mau with Vietnam as the country's name. This is also the

đại quân chủ cuối cùng của nước Việt với những biến động lớn của xã hội, một triều đại đã xây cất nhiều lăng tẩm và cũng để lại nhiều tranh cãi về công, tội cho những thế hệ sau.

last monarchy of Vietnam in a period fraught with considerable social turmoils, a dynasty which built many mausoleums and left much controversy over its merits and demerits for future generations.

SOCIAL AND CULTURAL ASPECTS OF VIETNAM IN THE LATE 18TH CENTURY
Tình Trạng Văn Hóa Xã hội của Việt Nam vào Cuối Thế Kỷ 18

BỐI CẢNH LỊCH SỬ

Vào thế kỷ 16 và 17, sự phân hóa của giới lãnh đạo phong kiến dẫn tới những rạn nứt trầm trọng, qua những phế lập liên miên.

Tới thế kỳ thứ 18, đã có nhiều cuộc nổi dậy liên tiếp xảy ra khắp nơi:
- Nguyễn Hữu Cầu (1741-1751)
- Nguyễn Danh Phương (1740-1751)
- Hoàng Công Chất (1736-1769)
- Chiến tranh Tây Sơn với Chúa Nguyễn (1771-1802)

HISTORICAL BACKGROUND

In the 16th and 17th centuries, the division among feudal leaders led to serious rifts, through constant rises and falls of power.

By the 18th century, there had been many uprisings that took place around the country:
- Nguyễn Hữu Cầu (1741-1751)
- Nguyễn Hữu Cầu (1740-1750)
- Hoàng Công Chất (1736-1769)
- The Tây Sơn – Nguyễn war (1771-1785)

XÃ HỘI VIỆT NAM VÀO CUỐI THẾ KỶ 18

Xã hội Việt Nam vào cuối thế kỷ thứ 18 thực sự đã đi vào một thời đại mới. Một xã hội được định hình hầu như kéo dài cho tới ngày nay. Những đặc quyền trong xã hội thời Lý, Trần như thái ấp của các vương hầu đã bị xóa bỏ trong các cuộc kháng chiến chống giặc Minh.

- Trang trại trở thành công hữu của làng xã, hoặc tư hữu của điền chủ.

- Giới quý tộc vẫn được phong tước hưởng lộc và lương nhưng không được lập điền trang, không nuôi quân đội riêng và hầu hết không được tham dự triều chính, trừ một số ít có khả năng.

- Dân trong làng xã được bầu chọn viên chức theo quy định số lượng và điều kiện của nhà vua: biết chữ, trên

VIETNAMESE SOCIETY IN THE LATE 18th CENTURY

At the end of the 18th century, Vietnamese society entered a new era, shaping fundamental social features, many of which seemed to last until the present time. Some practices under the Lý and the Trần dynasties such as the fiefdoms awarded to members of royal family were abolished during the resistance against the Ming.

- Farmlands became publicly owned by villages, or privately owned by landlords.

- The noble class were still entitled to royal titles and financial benefits, but not allowed to establish large estates, nor to have their own armies, and most were prohibited from government, except a few able individuals.

- People in villages elected officials in accordance with the king's order regarding the number required and other

30 tuổi và có hạnh kiểm tốt. Xu hướng tự trị tại các làng xã tương đối phát triển, thể hiện qua câu tục ngữ "Phép vua thua lệ làng".

- Xã hội thời đó chia làm 4 tầng lớp: sĩ, nông, công, thương.

  Kẻ sĩ được coi trọng trên mọi tầng lớp khác nên đã có câu "Vạn ngành đều là thấp, chỉ có đọc sách là cao".

- Công nghiệp bị chèn ép không phát triển. Thợ giỏi bị bắt đi phục dịch xây dựng cho các sở cục của triều đình. Ngành khai thác mỏ dần dần chuyển sang tay người Hoa.

- Thương nghiệp kém phát triển do triều đình độc quyền về ngoại thương, người dân không được ra khỏi nước và giới hạn buôn bán với ngoại quốc tại một

conditions: literate, over 30 years old with good conduct. Trend towards autonomy in villages was relatively mature, as evidenced by the proverb "*Phép vua thua lệ làng*" (The ruler's will yields to village customs).

- At that time, there were four social classes: sĩ (scholars), nông (peasant famers), công (artisans), thương (merchants).

  Scholars were the most respected in the social hierarchy, hence the saying "*Vạn ngành đều là thấp, chỉ có đọc sách là cao*" (book learning is superior to all trades).

- Handicraft industries were held back and could not develop. Skilled workers were forced to serve in government departments. Mining industry gradually changed hands to the Chinese.

- Commerce was underdeveloped due to government monopoly on foreign trade. People were not allowed to travel outside the country and foreign trade was

số nơi quy định. Thương gia được sắp hạng thấp nhất trong bốn loại dân kể trên, nên việc buôn bán đều vào tay phụ nữ.

- Sinh hoạt công thương nghiệp dưới triều Lê và các triều đại sau đã lùi một bước so với thời Lý Trần và bên Tàu.

Sự suy vong của Nho giáo
Tuy Nho giáo từng được coi là nền tảng văn hoá của nước Đại Việt, nhưng vào cuối thế kỷ 18, sau nhiều năm chiến tranh liên miên, triều đại thay đổi đã khiến ngày càng suy thoái. Việc học phổ biến hơn nhưng lối học từ chương sáo ngữ, cùng lề thói dùng tiền thay việc thi khảo hạch, biến nơi thi cử thành nơi buôn bán danh vị, khiến những giá trị nền tảng của Nho giáo như tình thầy trò, vua tôi, phẩm hạnh của con người đã suy thoái rất nhiều.

Sự phục hồi của Phật giáo và Lão giáo
Dưới thời Lê, đạo Phật không

restricted to certain places. Merchants were ranked the lowest among the four social classes, so trading activities were usually carried out by women.

- Commercial and industrial activities under the Le and subsequent dynasties were a setback compared to those under the Lý - Trần and in China.

The decline of Confucianism
Confucianism was once considered a cultural foundation of Đại Việt. However, in the late 18th century, after many years of constant wars and dynasty changes, it became increasingly degenerate. Education was more popular, but excessive emphasis on rote learning, and the common practice of bribery, which turned examinations into fraudulent business, considerably degraded the founding principles of Confucianism such as the relationships between teachers and students, the king and subjects, or other ethical values.

The revival of Buddhism and Taoism
Under the Le dynasty, Buddhism

được coi trọng như trước, tuy vậy sự ủng hộ của nhà Lê với Phật giáo và Lão giáo vẫn được duy trì và được dân chúng tín ngưỡng, cầu xin khi gặp thiên tai, lũ lụt, hoàng trùng… Thời Lê Trung Hưng, chúa Trịnh trùng tu chùa cũ (Tây Phương, Phúc Long) xây chùa mới (Hồ Thiên, Hương Hải) và cho người sang tận bên Tàu mang nhiều kinh kệ đem về. Các chúa Nguyễn xây thêm nhiều chùa (Nguyễn Hoàng cho xây chùa Thiên Mụ năm 1601) và Võ Vương Nguyễn Phúc Khoát cũng cho người sang Tàu thỉnh 1000 bộ kinh Đại Tạng về đặt tại chùa Thiên Mụ.

Trong hoàn cảnh Nho giáo suy sụp, giới nho sĩ bất lực, không biết làm sao thi thố giúp đời, đành đi tìm cảnh nhàn tự giữ lấy trong sạch, ẩn náu trong việc mộ Phật tu tiên đã khiến Phật và Lão giáo được phục hồi. Lão giáo thường pha trộn với tiên đạo và tín ngưỡng truyền thống của dân gian, cũng được coi trọng tuy không bằng Phật giáo.

was not as important as before, but the support of the Le for Buddhism and Taoism was maintained and they remained the religions people followed and prayed for in times of natural disasters, floods, voracious locusts, ... During the Restored Later Le dynasty (1533-1789), Lord Trịnh repaired degraded pagodas (Tây Phương, Phúc Long), built new pagodas (Hồ Thiên, Hương Hải) and sent people to China to bring back Buddhist sutras. The Nguyễn Lords built more pagodas (Nguyễn Hoàng built the Thiên Mụ Pagoda in 1601), and Martial Prince Nguyễn Phúc Khoát also had 1,000 copies of Buddhist sutras (Kinh Đại Tạng - Tripitaka) carried all the way from China to the Thien Mu pagoda.

During the decline of Confucianism, Confucian scholars were powerless, and did not have opportunities to use their talents for public benefits. Under the circumstances, they searched for a life of peace and spiritual cleanliness in Buddhism and Taoism, resulting in the revival of these religions. Taoism, often regarded as a mixture of naturalistic philosophy and traditional religious beliefs, was also valued, but not to the same extent as Buddhism.

VIETNAMESE LITERATURE IN THE 18TH CENTURY

While the socio-economic conditions were deteriorating, Vietnamese literature in the 18th century experienced a spectacular development, with many literary works still being adored today in terms of philosophical contents as well as artistic forms.

The diversity of literary works in this period makes the task of classification very difficult. Despite this, the following broad categories may be established:

Scholarly literature
Literature in Chữ Hán (Chinese scripts)

This category includes poetry, short stories, long stories, narratives, collections of history and criticisms. There are also collections of poetry from previous periods.

- Về thơ, nổi tiếng nhất ngay từ lúc ra đời là Chinh Phụ Ngâm của Đặng Trần Côn nói lên khao khát yêu đương, hạnh phúc gia đình bình thường. Tác phẩm được Phan Huy Ích và Đoàn Thị Điểm dịch sang chữ Nôm (Tuy còn dùng nhiều điển cố và hình ảnh ước lệ lấy từ văn học Tàu).

- Văn xuôi nổi bật nhất có *Công Dư Tiệp Ký* của Vũ Phương Đề, tiểu truyện về các danh nhân.

- *Truyền Kỳ Tân Phả* (Tục Truyền Kỳ) của Đoàn Thị Điểm

- *Hoàng Lê Nhất Thống Chí* của Ngô Thì Chí là lịch sử tiểu thuyết về cuối thời Lê, từ thời Trịnh Sâm cho đến khi họ Trịnh mất nghiệp chúa 1787, gộp chung với bản viết từ khi Lê Chiêu Thống chạy trốn sang Tàu cho đến khi đem về an táng tại Bàn Thạch Thanh Hóa thành bộ Ngô Gia Văn

- On poetry, the most famous from its birth is *Chinh Phụ Ngâm* (Lament of a Warrior's Wife) by Đặng Trần Côn about the longing for love and a normal family happiness. The original text was translated into Nôm script by Phan Huy Ích and Đoàn Thị Điểm (but still used historical references and conventional literary imageries from Chinese literature).

- The most prominent prose is *Công Dư Tiệp Ký (*Writings at Leisure*)* by Vũ Phương Đề, comprising short stories about famous personalities.

- *Tục Truyền Kỳ* or *Truyền Kỳ Tân Phả* (Collection of Mythical Tales) by Đoàn Thị Điểm.

- *Hoàng Lê Nhất Thống Chí* (Unification of the Kingdom under the Lê dynasty) by Ngô Thì Chí is a historical novel based upon events towards the end of the Lê dynasty, from Trịnh Sâm until the Trịnh's loss of lordship in 1787. This novel combined with the writings from the time Lê Chiêu Thống fled to China

Phái.

- *Thượng Kinh Ký Sự, Hải Thượng Y Tông Tâm Lĩnh* của Lê Hữu Trác viết về y học.

- Văn chương Đàng Trong có *Hà Tiên Thập Vịnh* của Mạc Thiên Tích và các bài họa của Nguyễn Cư Trinh cùng các thi sĩ khác người Việt Nam và người Tàu.

- Các tuyển tập sưu tập thơ văn đời trước tiêu biểu nhất là Hoàng Việt Thi Tuyển, Hoàng Việt Văn Tuyển của Bùi Huy Bích (1744-1818)

Văn học chữ Nôm
Phát triển đến mức hoàn chỉnh: Truyện dài bằng thơ từ như *Cung Oán Ngâm Khúc*

until his burial in Bàn Thạch, Thanh Hóa, to form the *Ngô Gia Văn Phái* (Collection of Writings of the Ngô Family).

- *Thượng Kinh Ký Sự* (Chronicle of a Journey to the Capital), *Hải Thượng Y Tông Tâm Lĩnh* (Treatise on Traditional Medicine *by Hải Thượng*) by Lê Hữu Trác

- Literature in the South includes *Hà Tiên Thập Vịnh* (Ten Poems Glorifying Scenic Hà Tiên) by Mạc Thiên Tích, and the response poems of Nguyễn Cư Trinh and other Vietnamese and Chinese poets.

- Collections of poetry and prose from previous periods. Most prominent are *Hoàng Việt Thi Tuyển* (Imperial Vietnamese Anthology of Poetry), *Hoàng Việt Văn Tuyển* (Imperial Vietnamese Selections of Prose Works) by Bùi Huy Bích (1744-1818)

Literature in Nôm script
The development of this literature reached a mature stage. Prominent works include the epic poem *Cung*

(Nguyễn Gia Thiều), *Hoa Tiên Truyện* (Nguyễn Huy Tự), *Ai Tư Vãn* (Lê Ngọc Hân), *Văn Tế Trận Vong Chiến Sĩ* (Tiền Quân Nguyễn Văn Thành), *Chinh Phụ Ngâm*, diễn nôm từ tác phẩm Hán văn của Đặng Trần Côn.

Tuy nhiên bản dịch tự thể có thể coi như một tác phẩm thơ Nôm của Đoàn Thị Điểm với lời thơ trác tuyệt, âm điệu thắm thiết truyền cảm.

Truyện Kiều của Nguyễn Du cũng là tác phẩm nổi tiếng của thời kỳ này. Truyện Kiều có nguồn gốc từ cuốn tiểu thuyết Tàu là Kim Vân Kiều Truyện của Thanh Tâm Tài Nhân. Tuy vậy, phần sáng tạo của Nguyễn Du rất lớn. Ông đã chuyển thể nó sang truyện thơ lục bát bằng chữ Nôm. Nghệ thuật ngôn ngữ, xây dựng hình tượng nhân vật, tả cảnh, tả tình

Oán Ngâm Khúc (Lament of a Royal Concubine) by Nguyễn Gia Thiều, *Hoa Tiên Truyện* (Tale of the Flowered Letter) by Nguyễn Huy Tự, *Ai Tư Vãn* (Dirge in Memory of Emperor Quang Trung) by Lê Ngọc Hân, *Văn Tế Trận Vong Chiến Sĩ* (Funeral Oration for Fallen Warriors) by Vanguard General Nguyễn Văn Thành. The Nôm masterpiece *Chinh Phụ Ngâm* (Lament of a Warrior's Wife) was a translation of the work of Đặng Trần Côn written in Chinese.

However, the translation itself is considered as a work of Nôm poetry by Đoàn Thị Điểm with fascinating poetic lyrics and alluring tone which conveymany emotions.

Truyện Kiều (The Tale of Kiều) of Nguyễn Du is another prominent literary work in this period. It originated from the Chinese novel *Kim Vân Kiều (Tale of Kim Vân Kiều)* of Thanh Tâm Tài Nhân. However, the creativity of Nguyen Du was especially great and unique. He transformed the original Chinese novel into a Nôm epic poem in the *lục bát (six-eight)* verse form. In *Truyện Kiều*, the art

của Nguyễn Du đều đạt tới trình độ điêu luyện.

Văn chương nghiên cứu
Lê Quí Đôn là người thông kim bác cổ lại hiếu học, thành ra những trứ tác của ông bao gồm hầu hết các khía cạnh văn học và sử học, có thể phân làm 5 loại viết chủ yếu bằng chữ Hán, chỉ có một số thơ văn là bằng chữ Nôm.
- Sách giảng về kinh truyện
- Sách khảo cứu về cổ thư
- Sách sưu tập thơ văn
- Sách nghiên cứu về lịch sử địa lý
- Sáng tác thơ văn
- (chữ Hán và chữ Nôm)

Phạm Đình Hổ: Với *Vũ Trung Tùy Bút, Tang Thương Ngẫu Lục* (viết chung với Nguyễn Án) cung cấp những sử liệu quan trọng tình hình chính trị xã hội Việt Nam cuối thế kỷ 18.

Văn chương dân gian
Các tác phẩm phong phú, văn

of language use, the construction of characters, the description of sceneries and emotions reached the highest masterly level.

Academic literature
Lê Quý Đôn had a wide knowledge across different fields, and was an eager learner. His literary works therefore covered most literary and historical subjects, andcan be classified into 5 types written mainly in Chinese, only some in Nôm script.
- Books on feudal teachings
- Research writings on ancient books
- Selections of poetry and literature
- Research books on history and geography
- Poetic and literary works (Chinese and Nôm scripts)

Phạm Đình Hổ: Works include *Vũ Trung Tùy Bút (*Writings in the Rain*), Tang Thương Ngẫu Lục (*Random Record of Great Changes*)* (co-authored by Nguyễn Án), which provided important historical data on the socio-political situation of Vietnam in the late 18th century.

Folk literature
There was abundant folk

từ được gọt dũa do có sự tham gia của giới trí thức, phản ánh tình trạng đời sống xã hội và nhắm vào lên án lối sống trụy lạc của triều đình, trào phúng đả kích bọn cai trị từ xóm làng đến vua chúa (*Trạng Quỳnh, Trạng Lợn*). Bên cạnh đó còn các truyện thơ về tình yêu tự do bất chấp lễ giáo xưa cũ (*Phạm Công Cúc Hoa, Phan Trần, Nhị Độ Mai, Quan Âm Thị Kính*).

literature, greatly enriched and sharpened by the contribution of intellectuals, which reflected the reality of social life and focused on condemning debauched lifestyle of the royal court, or on satirically criticising the ruling class, both locally and beyond (*Trạng Quỳnh, Trạng Lợn*). There were also notable works on romantic relationships in spite of restrictive and demeaning traditions including: *Phạm Công Cúc Hoa (*Tale of Phạm Công and Cúc Hoa*), Phan Trần (*Tale of Phan Trần*), Nhị Độ Mai (*The Twice-Blooming Plum Tree*),* and *Quan Âm Thị Kính (*Tale of Lady Thị Kính*).*

Gạch nối giữa hai dòng văn chương bác học và văn chương dân gian

Hồ Xuân Hương là gạch nối giữa dòng văn bác học và dân gian, Bà chỉ trích mọi hành vi đạo đức giả, dù ở quan lại hay kẻ tu hành, bằng ngôn ngữ độc đáo tự nhiên, nâng nghệ thuật thơ Nôm lên tuyệt đỉnh. Hồ Xuân Hương hay được nhắc tới qua những bài thơ chứa đựng những hình ảnh gợi cảm, ỡm ờ, trữ tình, nhưng bà cũng có những bài phản ánh khí phách một bậc nữ lưu như bài

Linkage between scholarly and folk literatures

Hồ Xuân Hương is the linkage between scholarly and folk literatures. She criticised all moral pretenses, even from members of the ruling class or the clergy, using natural language in unique ways, thus elevating the art of Nôm poetry to an unprecedented level. Hồ Xuân Hương is often referred to in connection with poems containing luscious, suggestive, sensual language, but she also had poems reflecting the mettle of a female scholar such as the ode to

vịnh đền thờ Sầm Nghi Đống (Đền thờ do nhóm Hoa kiều dựng lên, Sầm Nghi Đống là viên tướng chỉ huy quân xâm lăng nhà Thanh đã treo cổ chết trong chiến thắng Khương Thượng của vua Quang Trung vào năm 1789).

*"Ghé mắt trông ngang
thấy bảng treo,
Kìa đền Thái Thú
đứng cheo leo;
Ví đây đổi phận
làm trai được
Thì sự anh hùng
há bấy nhiêu?"*

Sầm Nghi Đống temple (The temple was established by a group of overseas Chinese. Sầm Nghi Đống was the commanding general of the invading troops of the Qing dynasty, who committed suicide by hanging himself following the Khương Thượng victory of Emperor Quang Trung in 1789).

*"There hung the banner
It's the temple
of defeated governor
If I was a man
I would not hang?"*

HOÀNG CƠ ĐỊNH

A BRIEF HISTORY OF VIETNAM
Tạm Kết Tập 1 Việt Sử Đại Cương

Tập I Việt Sử Đại Cương gồm 24 bài viết theo dòng thời gian của lịch sử. Trong mỗi bài chúng tôi thường nhắc lại những sự kiện quan trọng trước đó dẫn đến sự xuất hiện nhân tố mới, mục đích của cách viết này là để giúp độc giả có thể nắm vững bối cảnh lịch sử khi đọc từng bài riêng rẽ.

Lịch sử Việt Nam là những gì đã thật sự xảy ra trong quá khứ, không chỉ gồm những trang hùng sử chói lọi, mà còn có cả những đêm dài đen tối, do ngoại bang thống trị hay những tranh chấp giữa các vương triều, hoặc ngay chính trong nội bộ một triều đình hay dòng họ cầm quyền.

Chép lại lịch sử, chúng tôi không làm công việc phán xét công tội của các triều đại hay các nhân vật trong quá khứ. Nhưng lịch sử dân tộc cho chúng ta rút ra một điều rằng: Trong mọi thời đại, bất cứ khi nào giới lãnh đạo quốc

This book A Brief History of Vietnam volume 1 with 24 (15 in the bilingual version) chapters is a chronological account of our history. In each chapter, we recount past important events which lead to new issues. The purpose of this methodology is to allow readers to comprehend relevant historical background when each chapter is read individually.

History of Vietnam is what happened in the past, not only the glorious times, but also the long dark nights ofour history when we were under foreign domination, or when we were caught up with internal conflicts between ruling dynasties or within areigning court or a ruling family.

In writing history, we do notjudge the merits or demerits of past dynasties or people of the bygone eras. But from history, we can draw a universal conclusion that in any era, whenever the national leadership takes good care of the

gia biết chăm lo, yêu thương người dân thì xã hội yên bình, thịnh trị; bất cứ khi cá nhân hay dòng họ nào trông cậy vào ngoại bang, để bảo vệ ngôi vị cai trị thì sớm muộn đều dẫn tới thất bại, tiêu vong.

Sau cùng, lịch sử cũng cho thấy mọi thành tựu trong quá khứ đều phải do nỗ lực kiên trì mới đạt được, không lúc nào kết quả tốt đẹp tới được do may mắn ngẫu nhiên hay bằng sự thụ động chờ đợi.

Hoàng Cơ Định
Tháng 4/2018

people, the country is at peace and in prosperity; and that relying on foreign power to maintain their leadership will lead to failure and destruction.

Last, history has shown that all successes were built on perseverance and relentless efforts, and that successes did not come by chance nor by passive waiting.

Hoàng Cơ Định
April 2018

HISTORICAL EVENTS IN VIETNAM AND IMPORTANT EVENTS IN THE WORLD

Những biến cố lịch sử tại Việt Nam Historical events in Vietnam		Những sự kiện quan trọng trên thế giới Important events in the world
Hùng Vương thành lập nước Văn Lang King Hùng established Văn Lang nation	700 TCN 700BC	Thế vận hội đầu tiên được tổ chức tại Hy Lạp (776TCN) The first olympic was organised in Geece in 776BC
Hùng Vương từ chối làm chư hầu cho Việt Vương Câu Tiễn. King Hùng refused Kowchien's demand to be his vassal state	496 TCN	Nhà toán học Pythagore (570TCN-495TCN) Mathematician Pythagore (570BC-495BC)
Nước Văn Lang đổi tên thành Âu Lạc dưới thời An Dương Vương Thục Phán Văn Lang was changed to Âu Lạc during the reign of An Dương Vương Thục Phán	218 TCN	Tần Thủy Hoàng xây Vạn Lý Trường Thành (220TCN - 206TCN) Qin Shi Huang built the Great Wall (220BC-206BC) Thiên tài Archimedes (287TCN - 212TCN) The genius Archimedes (287BC-212BC)
Việt Nam bị Tàu đô hộ, bắt đầu thời kỳ Bắc thuộc lần thứ nhất Vietnam was under Chinese domination, beginning of	111 TCN	Người Hy Lạp cổ đại phát minh bánh răng-điều khiển đầu tiên trong máy đồng hồ chính xác (Cỗ máy Antikythera) Ancient Greek invented the

The First Northern Domination period		first Gear-driven in the Antikythera precision watch
Cuộc khởi nghĩa dành độc lập của Hai Bà Trưng Chấm dứt thời kỳ Bắc thuộc lần thứ nhất The Trưng Ladies uprising for independent ending The First Northern Domination period	40	Kiến trúc sư La Mã Vitruvius hoàn thành bánh xe nước thẳng đứng (vertical water wheel) hiện đại Architecture Vitruvius completed the vertical water wheel
Hai Bà Trưng từ trần tại Hát Giang, bắt đầu thời kỳ Bắc thuộc lần thứ hai The Trưng Ladies committed suicide at Hát Giang river, started of The Second Northern Domination period	43	Người hùng của Alexandria, một nhà khoa học Hy Lạp đi đầu mở đường cho năng lượng hơi nước Heron of Alexandria a Greek scientist from Alexandria, Egypt pioneering the steam power
Bà Triệu khởi nghĩa tại quận Cửu Chân Lady Triệu uprising in Cửu Chân	247	Kỷ niệm 1000 năm của thành phố Rome Anniversary of Rome milennium
Cuộc khởi nghĩa của Lý Trường Nhân Và Lý Thúc Hiển, đạt được 17 năm tự trị The uprisings of Lý Trường Nhân and Lý Thúc Hiển, gaining 17 years of autonomy	458	
Cuộc khởi nghĩa của Lý Bí, Tinh Thiều và Triệu Túc, chấm dứt thời kỳ Bắc thuộc lần thứ hai, thành lập nhà Tiền Lý The uprisings of Lý Bí, Tinh Thiều and Triệu Túc	542	Người Ba Tư sử dụng cối xay gió để bơm nước trong canh nông Persian used water pumping windmill for irrigation

ending The Second Northern Domination period and establishing the First Lý Dynasty		
Nhà Lương bên Tàu xâm lăng, đánh bại nhà Tiền Lý, bắt đầu thời kỳ Bắc thuộc lần thứ ba Chinese's Liang dynasty invaded and defeated the First Lý, started The Third Northern Domination period	603	
Mai Thúc Loan khởi nghĩa tại Hoan Châu Mai Thúc Loan uprising in Hoan Châu	713	Liang Ling-Can phát minh đồng hồ đầu tiên hoàn toàn bằng cơ khí (724) Liang Ling-Can invented first all mechanical watch (724AD)
Phùng Hưng khởi nghĩa tại Đường Lâm. Phùng Hưng uprising in Đường Lâm	791	Người Tàu phát minh ra thuốc súng và pháo bông Chinese invented fire powder and fireworks
Khúc Thừa Dụ tái lập nền tự chủ tại Việt Nam. Khúc Thừa Dụ re-established independence for Vietnam	906	
Ngô Quyền đại phá quân xâm lăng Nam Hán trên sông Bạch Đằng, chính thức chấm dứt thời kỳ Bắc thuộc lần thứ ba Ngô Quyền grand victory on Bạch Đằng river over Southern Han officially ended The Third Northern Domination period.	938	Bác sĩ Ba Tư Rhazes (860–932) nhận ra bệnh đậu mùa Persian doctor Rhazes (806-932) gave first diagnosis of Smallpox

A BRIEF HISTORY OF VIETNAM .VOLUME 1

Đinh Bộ Lĩnh đánh bại 11 sứ quân khác, thống nhất đất nước Đinh Bộ Lĩnh defeated 11 warlords unifying the country	968	Người châu Âu bắt đầu sử dụng chữ số Ả Rập (1, 2, 3, vân vân) Europeans start using Arabic numerals (1, 2, 3…)
Lê Đại Hành phá tan quân xâm lăng nhà Tống Lê Đại Hành defeated the Song invasion army	981	
Lý Công Uẩn chính thức chọn thành Đại La làm thủ đô, đổi tên là Thăng Long nay là Hà Nội Lý Công Uẩn officially chose Đại La Citadel as capital, renamed it as Thăng Long which is Hanoi today	1010	Người Tàu phát hành tiền giấy đầu tiên Chinese invented first paper notes in 1010
Lý Thường Kiệt tấn công miền Nam nước Tàu để bẻ gẫy âm mưu xâm lăng của nhà Tống Lý Thường Kiệt attacked Southern China to disrupt the Song's preparation for invasion of Đại Việt	1075	
Lý Thường Kiệt đánh chặn đoàn quân xâm lăng của nhà Tống tại sông Như Nguyệt, buộc quân Tống phải rút về Tàu Lý Thường Kiệt stopped the Song's invasion force in Như Nguyệt river forcing the Song to withdraw troops back to China	1077	

HOÀNG CƠ ĐỊNH

Nhà Trần chiến thắng cuộc xâm lăng lần thứ nhất của Nguyên-Mông The Trần defeated the first Yuan-Mongolian invasion of Đại Việt	1258	Thủy thủ châu Âu bắt đầu sử dụng la bàn từ tính European sailors started using dry marine compass
Nhà Trần chiến thắng cuộc xâm lăng thứ nhì của Nguyên-Mông The Trần defeated the second Yuan-Mongolian invasion of Đại Việt	1285	Người Ý phát minh Ống nhòm với các thấu kính dầy để điều chỉnh tầm nhìn xa Refracting Telescope was invented in Italy Phát minh kính đeo mắt Eye glass was invented
Nhà Trần chiến thắng cuộc xâm lăng thứ ba của Nguyên-Mông trên sông Bạch Đằng The Trần defeated the third Yuan-Mongolian invasion of Đại Việt on Bạch Đằng river	1288	Thuốc súng được sử dụng cho chiến tranh ở Anh Gun powder was first used in war in Britain
Nhà Minh xâm lăng Đại Việt, đặt nền Bắc thuộc lần thứ tư Ming invaded Đại Việt to start The Fourth Northern Domination period	1407	Kỹ thuật in ghép chữ mẫu được thực hiện lần đầu tiên tại Đại Hàn (1377) Movable printing caracteres was first done in Korea (1377)
Lê Lợi chiến thắng quân Minh tại ải Chi Lăng, chấm dứt lần đô hộ thứ tư của Bắc phương Lê Lợi defeated Ming's invasion force, ending The Fourth Northern Domination Period	1427	Đô đốc Zheng He dưới Minh Triều dẫn đoàn 52 hải thuyền với 3000 thủy thủ du hành tới miền đông Phi Châu Ming's admiral Zheng He led a naval fleet of 52 ships with 3000 sailors on a voyage to Eastern Africa Người Đại Hàn phát minh

361

		chữ quốc ngữ đơn giản, thay thế cho việc dùng Hán tự (1443) Korean invented Korean written language to replace Chinese scripts (1443)
Vua Lê Thánh Tông ấn hành bộ Luật Hồng Đức cho Đại Việt King Lê Thánh Tông's Hồng Đức Law Book publication	1483	Leonardo Da Vinci (1452 – 1519) phát minh bạc đạn Leonardo Da Vinci (1452 – 1519) invented ball bearing 168 lính Tây Ban Nha với súng trường và ngựa chiến, đã tiêu diệt 8.000 quân của lực lượng Inca trang bị vũ khí thô sơ, bắt sống nhà vua và đặt ách cai trị lên toàn xứ Peru, Nam Mỹ (1532) 168 spain soldiers defeated 8000 Inca army to rule all Peru (1532)
Nước Việt Nam bị chia đôi với Chúa Trịnh ngự trị tại miền Bắc và Chúa Nguyễn tại miền Nam sông Gianh Việt Nam was divided in half at the Gianh river, with the Trịnh lord ruling in the North, and the Nguyễn lord ruling in the South	1600	Galileo Galilei (1564 – 1642) phát minh quả lắc và nhiệt biểu Galileo Galilei (1564-1642) invented the Pendulum and the Thermometer Hans Lippershey (1570 – 1619) phát minh kính viễn vọng Hans Lippershey (1570-1619) invented telescope
Đạo Thiên Chúa bắt đầu được lưu truyền tại Đàng Trong và Đàng Ngoài Christian started their missionary work in Đàng Trong and Đàng Ngoài	1605	Galileo Galilei (1564–1642) phát minh Kính hiển vi Galileo Galilei (1564–1642) invented the Microscope

Chữ Quốc Ngữ được hình thành và bắt đầu được sử dụng trong việc truyền giáo Vietnamese Latin based written language was formed and used by Christian missionaries	1621	Blaise Pascal phát minh máy tính cơ khí Blaise Pascal invented the mechanical calculator
Người phương Tây (Hòa Lan) chính thức tới giao thương tại Đàng Trong và Đàng Ngoài Westerners (Dutch) officially traded with Đàng Trong and Đàng Ngoài	1636	Christiaan Huygens phát minh Đồng hồ quả lắc Christiaan Huygens invented the Pendulum clock
Nhà Tây Sơn khởi nghiệp, đánh thắng họ Trịnh ở Đàng Ngoài và họ Nguyễn tại Đàng Trong The Tây Sơn defeated the Nguyễn in Đàng Trong and the Trịnh in Đàng Ngoài	1771	Thiên tài quân sự thế giới Napoleon Bonaparte (1769-1821) Napoleon Bonaparte (1769-1821) Lavoisier, vị thầy của ngành Hóa học (1743-1794) Lavoisier, who started the Chemiscal Revolution (1743-1794) Benjamin Franklin (1705-1790) phát minh cột thu lôi hay cột chống sét Benjamin Franklin (1705 - 1790) invented the lightning rod

A BRIEF HISTORY OF VIETNAM .VOLUME 1

Nguyễn Huệ đánh thắng 20.000 quân Siêm tại Rạch Gầm, Nam Việt. Nguyễn Huệ defeated Siem's 20,000 trong troops in Rạch Gầm, South of Vietnam	1784	Joseph-Michel Montgolfier (1740–1810) và Jacques-Étienne Montgolfier (1745–1799) phát minh khinh khí cầu Joseph-Michel Montgolfier (1740–1810) and Jacques-Étienne Montgolfier (1745–1799) invented the hot air balloon. James Watt (1736–1819) phát minh động cơ hơi nước James Watt (1736–1819) invented the steam engine Alessandro Volta (1745–1827) hoàn thiện dụng cụ tĩnh điện do ma sát, là người đã có công phát minh ra pin điện Alessandro Volta (1745–1827) perfected the static electricity's device that led to the invention of the electric battery
Vua Quang Trung Nguyễn Huệ đại thắng 200.000 quân Thanh King Quang Trung defeated the invasion of Qing's 200,000 troops	1789	Dân Pháp phá ngục Bastille, lật đổ chế độ quân chủ (1789) French people stormed the Bastille overthrowing the monrachy (1789) John Fitch (1743–1798) phát minh tàu chạy bằng hơi nước John Fitch (1743-1798) invented the steam power boat

Nguyễn Ánh lên ngôi hoàng đế tại Phú Xuân rồi tiến quân ra Bắc tiêu diệt quân Tây Sơn thống nhất đất nước Nguyễn Ánh proclaimed King Gia Long in Phú Xuân and then advanced troops to the North to defeat the remaining of the Tây Sơn army and unified the country	1802	Joseph Marie Jacquard (1752–1834) phát minh máy dệt tự động Joseph Marie Jacquard (1752–1834) invented the automated weaver machine Edward Jenner (1749–1823) phát minh vắc-xin Edward Jenner (1749–1823) invented Smallpox vaccine Richard Trevithick (1771–1833) phát minh đầu máy xe lửa Richard Trevithick (1771–1833) invented train Locomotive engine Michael Faraday (1791–1867) phát minh động cơ điện Michael Faraday (1791 – 1867) invented electric motor Charles Babbage (1791-1871) phát minh ra máy tính cơ học đầu tiên, cha đẻ của công nghệ máy tính Charles Babbage (1791-1871) invented the first mechanical computer, considered the father of computer technology

REFERENCES AND RESEARCH LINKS
Sách và Tài Liệu Tham Khảo

BOOKS

Chinese colonisation of Northern Vietnam
Jennifer Holmgren

Chinese colonisation of Northern Vietnam: administrative geography and political development in the Tongking Delta, first to sixth centuries A.D.
Oriental monograph series; no. 27

Đại Cương Lịch Sử Việt Nam Toàn Tập
Trương Hữu Quýnh- Phan Đại Doãn- Nguyễn Cảnh Minh

Đại Việt Sử Ký Toàn Thư
Lê Văn Hưu, Phan Phù Tiên, Ngô Sĩ Liên

Đại Việt Sử Lược
Trần Phổ

Khâm Định Việt Sử Thông Giám Cương Mục
Quốc Sử Quán Triều Nguyễn 1856-1881

Lịch Sử Việt Nam
Trần Gia Phụng

Nhìn lại Sử Việt
Lê Mạnh Hùng

The Birth of Vietnam
Keith Weller Taylor

Việt Nam Sử Lược
Trần Trọng Kim

Việt Sử Toàn Thư
Phạm Văn Sơn

LINKS

Ba lần đại thắng quân Mông-Nguyên: Chiến tranh Đại Việt và Mông - Nguyên.
http://www.vnco.org/ENGLISH/?p=1538

Bản đồ Vietnam qua các thời kỳ.
https://www.facebook.com/media/set/?set=oa.941924945955641&type=3

Chiến tranh Nguyên Mông – Đại Việt.
https://vi.wikipedia.org/w/index.php

Chữ quốc ngữ ra đời từ khi nào?
https://chuayeucon.wordpress.com/2017/12/02/chu-quoc-ngu-ra-doi-tu-khi-nao/

Lãnh thổ Việt Nam qua từng thời kỳ.
https://vi.wikipedia.org/wiki/L%C3%A3nh_th%E1%BB%95_Vi%E1%BB%87t_Nam_qua_t%E1%BB%ABng_th%E1%BB%9Di_k%E1%BB%B3

Lịch Sử Việt Nam
https://vi.wikipedia.org/wiki/L%E1%BB%8Bch_s%E1%BB%AD_Vi%E1%BB%87t_Nam

Nguồn Gốc Chữ Quốc ngữ.
http://chimviet.free.fr/vanhoc/phuctrun/phul050.htm

Nguyễn An (1381-1453), còn gọi là A Lưu, kiến trúc sư thời xưa, người Việt.
https://vi.wikipedia.org/wiki/Nguy%E1%BB%85n_An

Nhà Tây Sơn
https://vi.wikipedia.org/wiki/Nh%C3%A0_T%C3%A2y_S%C6%A1n

Nhà Trần
https://vi.wikipedia.org/wiki/Nh%C3%A0_Tr%E1%BA%A7n

Qua Hải Ngoại Ký Sự của Thích Đại Sán.
http://cungdiendanduong.net/c50/t50-2/qua-hai-ngoai-ky-su-cua-thich-dai-san-phu-duong-xuan-toa-lac-gan-chua-thien-lam.html

Quá trình Hình thành và Phát triển chữ Quốc ngữ.
https://sites.google.com/site/jesusmarysaves0uls/toc-viet/tu-dhien-tieng-viet-dhoi-dhoi/qua-trinh-hinh-thanh-va-phat-trien-chu-quoc-ngu

Thi Sách
https://vi.wikipedia.org/wiki/Thi_S%C3%A1ch

Vấn đề nguồn gốc của Thục Phán và sự thành lập nước Âu Lạc.
https://nghiencuulichsu.com/2017/09/29/van-de-nguon-goc-cua-thuc-phan-va-su-thanh-lap-nuoc-au-lac/

A BRIEF HISTORY OF VIETNAM .VOLUME 1

HOÀNG CƠ ĐỊNH

HOÀNG CƠ ĐỊNH

A BRIEF HISTORY OF VIETNAM .VOLUME 1

HOÀNG CƠ ĐỊNH

www.ingramcontent.com/pod-product-compliance
Lightning Source LLC
Chambersburg PA
CBHW071232290426
44108CB00013B/1381